Việt-Nam và Công Cuộc Duy-Tân

Ngô Thị Quý Linh là tác giả của các sách lịch sử sau đây:

Sử Xanh Lưu Truyền (1991)
Lược Sử Triết Lý Giáo Dục Việt Nam (1997)
Lịch sử Việt Nam từ thuộc Pháp đến độc lập 1858–1945 (2002)

VIỆT-NAM

— & —

CÔNG CUỘC DUY-TÂN

Ngô Thị Quý Linh

NHÀ XUẤT BẢN Ý LINH
2019

Nhà Xuất Bản Ý Linh
U.S.A.

© 2019 Ngô Thị Quý Linh, including all illustrations by the artists. All rights reserved. This book or any portion thereof may not be reproduced or used in any manner whatsoever without the express written permission of the publisher except for the use of brief quotations in a book review.

Library of Congress Cataloging in Publication Data

ISBN 978-0-9746135-2-9

Cover and book design by Linh-Tran Do
Cover illustration by Linh Dan Do

Illustrations from *La Guerre du Tonkin*, L. Huard, Paris 1890
(Private collection of author Ngô Thị Quý Linh)

Original illustrations by Robert Boyle,
Mac Gowen, and Linh Dan Do

Folk woodblock prints recreated by Linh Dan Do based on *Imagerie populaire Vietnamienne* by Maurice Durand, École Française d'Extrême-Orient, Paris 1960.

VIỆT-NAM VÀ CÔNG CUỘC DUY-TÂN is copyrighted by the author, Ngô Thị Quý Linh, and Ý Linh publisher © 2019.

www.ylinhpublishing.weebly.com

Thương yêu tặng anh,
người bạn đời luôn luôn dành cho tôi mọi sự
dễ dàng để thực hiện điều tôi mong ước.

Thương yêu tặng các con
và những người của thế hệ mai sau để hiểu
những công việc mà tiền nhân đã làm.

Ngọc kia chẳng giũa chẳng mài,
Không thành vô dụng, cũng hoài ngọc đi,
Con người ta có khác gì!

— *Ca dao*

VIỆT-NAM VÀ CÔNG CUỘC DUY-TÂN

      Lời Mở Đầu

I. Việt-Nam bị thử thách: sự tấn công của Tây-phương

II. Trung-Hoa, xâu xé bởi các cường quốc Âu Tây và hai lần cách mạng

III. Nhật và thời đại Minh-Trị huy hoàng

IV. Học kinh nghiệm của nước Nhật

V. Học kinh nghiệm của sĩ-phu Trung-Hoa

VI. Học hỏi từ văn minh và văn hóa Pháp

VII. Đi tìm một hướng đi mới
    A. Duy-tân
    B. Âu-hóa
    C. Điều-hòa

VIII. Con người và nước Việt-Nam mới

      Kết

LỜI MỞ ĐẦU

Thế giới văn minh hiện đại bắt đầu khởi điểm từ Âu-châu, kết quả của một tiến trình thay đổi về khoa học, văn hóa và chính trị. Những thay đổi này đã xuất hiện trong khoảng bốn, năm trăm năm ở Âu-châu và đến Á-châu vào lúc mà chủ nghĩa thuộc địa phát triển. Sự hiện đại hóa lúc đầu không được các quốc gia Á-châu, kể cả Đại-Nam, thu nhận. Nhưng sau cuộc tấn công rồi thành công của các cường quốc Tây-phương như Pháp, Anh, Hoa-Kỳ, các nước Á-châu dần dần thức tỉnh và ra khỏi thời kỳ trung-cổ.

Nhật-Bản khởi đầu công cuộc duy-tân vào thời điểm 1868 Minh-Trị. Trung-Hoa thay đổi nhiều kể từ thời đại Khang Hữu Vi, Lương Khải Siêu, Tôn Dật Tiên. Các nước Á-châu như Đại-Hàn, Việt-Nam, Ấn-Độ, v.v... bắt đầu sự thay đổi theo những tiến trình khác nhau của lịch sử mỗi nước.

Sự thay đổi không phải dễ, có lẽ không có sự thay đổi nào dễ dàng. Trong sự thay đổi để tiến hóa, người ta phải chọn lựa, lúc nào cũng cảm thấy mình đứng giữa những ngả ba của kiến thức và những sự đối đầu của tư tưởng nhân loại: Đông – Tây, đạo học – khoa học, quân chủ – dân chủ, dân chủ – toàn trị, truyền thống – hiện đại, tiểu gia đình – đại gia đình, gia đình – cá nhân, vị nhân sinh – vị nghệ thuật, tinh thần – vật chất, con người – máy móc, ...

Đã hơn 150 năm kể từ khi tiếng súng của Pháp tấn công vào Đà-Nẵng năm 1858. Ở Việt-Nam, chí hướng, nỗ lực và công cuộc duy-tân đã diễn ra như thế nào? Người dân và xã hội Việt-Nam đã chọn lựa ra sao hay là bị bắt buộc phải thay đổi ra sao? Bám chặt truyền thống? Vồ vập Âu-hóa? Nuối tiếc cuộc đời cũ? Dứt khoát với cổ tục? Giữ truyền thống có phải là làm chậm sự tiến hóa không? Âu-hóa có phải là giá trị lâu dài không?

Qua biên khảo này, chúng tôi cố gắng hình dung con đường duy-tân mà tiền nhân đã bắt đầu từ hơn một thế kỷ nay. Thế nào cũng có những sai sót, rất mong được quý vị cao minh chỉ bảo.

Ngô Thị Quý Linh
Tháng Tư năm 2018

I

Việt-Nam bị thử thách: sự tấn công của Tây-phương

Từ thế kỷ thứ 17, trong thời nhà Hậu Lê, đã có người Âu và Nhật đến buôn bán tại phố Hiến (Hưng-Yên) và cửa Hội-An (Faifo). Việc buôn bán với người ngoại quốc bị hạn chế ở trong phạm vi phố Hiến và Hội-An. Phố Hiến lúc bấy giờ rất phồn thịnh nên dân gian có câu *Thứ nhất kinh kỳ, thứ nhì phố Hiến*.

Khi vua Thế-tổ (1802–1820) trị vì, năm 1803 có tàu nước Hồng-Mao (Anh-cát-lợi) dâng các phẩm vật và xin mở cửa hàng buôn bán ở Trà-Sơn (Quảng-Nam). Vua từ chối nhiều lần vì không cảm thấy nhu cầu phải trao đổi với bên ngoài. Đời vua Thánh-tổ (1820–1840), mỗi lần tàu buôn tới lại có thêm các giáo sĩ đến truyền đạo, triều đình nghi ngờ là có ý dò thám việc trong nước nên ngăn cấm các tàu buôn cập bến. Năm 1825, đại-tá thủy-quân Pháp là Bougainville chỉ huy hai tàu chiến *Thétis* và *Espérance* đi vào cửa Đà-Nẵng, đem phẩm vật biếu và đưa quốc thư, xin yết kiến vua Thánh-tổ. Vua từ chối, nói rằng khi trước đã từ chối nước Anh nên nay cũng từ chối tiếp sứ nước Pháp. Năm 1826, chính phủ Pháp cho cháu ông Chaigneau—Chaigneau khi trước làm quan giúp vua Thế-tổ—sang làm lĩnh-sự thay cho chú. Triều đình không nhận nên ông ấy phải trở về. Khi vua Hiến-tổ (1841–1847) lên ngôi, vì dụ cấm đạo nên có một số giáo sĩ bị giam. Trung-tá Pháp tên Favin Lévêque đem tàu vào Đà-Nẵng xin tha cho năm giáo-sĩ. Năm 1845, thiếu-tướng hải-quân Cécile đem tàu vào Đà-Nẵng xin tha cho giáo sĩ Lefèbvre phải tội xử tử.

Năm 1847, đại-tá de Lapierre và trung-tá Rigault de Genouilly đem hai chiến thuyền vào Đà-Nẵng xin triều đình bỏ dụ cấm đạo và cho người trong nước được tự do theo đạo. Trong khi hai bên đang thương thuyết thì quan nước Pháp thấy thuyền Việt đóng gần tàu của Pháp và thấy quân lính trên tàu xuống chuẩn bị đồn lũy nên nổ súng bắn đắm các thuyền ấy rồi nhổ neo bỏ đi ra biển.

Vua Hiến-tổ tức giận, lại ra dụ cấm người ngoại quốc vào giảng đạo và xử tội các giáo sĩ. Mấy tháng sau, vua Hiến-tổ mất (1847).

Khi vua Dực-tông lên ngôi, đã nhiều lần tàu các nước Anh, Pháp, I-pha-nho vào cửa Đà-Nẵng, Thị-Nại (Bình-Định), và Quảng-Yên để xin buôn bán, đều bị từ chối. Năm 1850, có tàu Mỹ-lợi-kiên vào cửa Đà-Nẵng, đem thư xin thông thương, vua Dực-tông không nhận thư.

Từ năm 1848, khi vua Dực-tông mới lên ngôi, việc cấm đạo được áp dụng chặt chẽ hơn. Dụ nói rằng người ngoại quốc vào giảng đạo thì phải tội chết, người đạo trưởng người Việt mà không chịu bỏ đạo thì bị khắc chữ vào mặt, rồi bị đày đi chỗ nước độc. Giáo dân theo đạo thì các quan phải ngăn cấm, bảo họ phải bỏ đạo và không được bỏ tục thờ cúng tổ tiên, nhưng không bị giết. Năm 1851, lại có dụ cấm đạo nghiệt hơn và có mấy giáo sĩ bị giết: Bonard, Charbonnier, Matheron. Những giáo sĩ khác phải trốn tránh vào rừng. Tin này về đến bên Pháp, làm cho chính phủ chú ý, cử ông Leheur de Ville-sur-Arc đem chiến thuyền Catinat vào cửa Đà-Nẵng. Sứ thần đưa thư trách triều đình Việt-Nam về việc giết các giáo sĩ. Triều đình không trả lời, quan quân Pháp bèn bắn phá các đồn lũy ở Đà-Nẵng rồi bỏ đi. Lúc ấy là năm 1856. Cuối năm ấy, sứ thần Pháp là Montigny từ Xiêm (Thái-Lan) sang để điều đình việc ấy. Montigny đến Xiêm rồi Cao-mên để thương nghị đều được đón rước tử tế. Sứ thần đi bằng tàu vào cửa Đà-Nẵng, đưa thư xin cho nước Pháp được tự do thông thương, đặt lĩnh-sự ở Huế, mở cửa hàng buôn bán ở Đà-Nẵng và cho giáo sĩ được tự do đi giảng đạo. Triều đình Huế không chấp thuận điều nào.

Khi tàu Catinat vào Đà-Nẵng, giám-mục Pellerin trốn xuống tàu rồi về yết kiến Napoléon III để xin bảo vệ các giáo-sĩ và giáo-dân ở Việt-Nam. Năm 1857 có giám-mục người Y-pha-nho là Diaz bị giết, triều đình cả hai nước Pháp và Y-pha-nho nhân cơ hội chuẩn bị đem quân đánh chiếm Việt-Nam.

Tháng 7 năm 1858, trung-tướng hải-quân Pháp là Rigault de Genouilly điều khiển 14 tàu Pháp và Y-pha-nho cùng với 3000 quân sĩ của hai nước vào cửa Đà-Nẵng, bắn phá các đồn lũy, hạ hai thành An-Hải và Tôn-Hải.

Khi Pháp tấn công vào Đà-Nẵng (1858), rồi Biên-Hòa, Gia-Định, Cần-Giờ (1859), lúc ấy vua Dực-tông đang trị vì. Đứng trước nguy cơ bị Pháp xâm lăng, một mặt vua lo chống trả, thương thuyết với người Pháp (1863–1864),

I VIỆT-NAM BỊ THỬ THÁCH: SỰ TẤN CÔNG CỦA TÂY-PHƯƠNG

"Embarquement des troupes destinées au Tonkin."
La Guerre du Tonkin, L. Huard

mặt kia cho người dịch sách Pháp ra chữ Hán để dạy học trò, khiến giám-mục Hậu (Gauthier) cùng Nguyễn Trường Tộ và Nguyễn Điều qua Pháp thuê thợ và mua máy móc (1866). Theo lời đình thần, vua cho tìm người chế đạn, biết sửa máy tàu, chế máy cưa, biết nấu đồng đúc súng để vào làm việc ở bộ Binh.

Vua truyền xét cử người hiền tài, chia làm tám hạng về 1/ đức hạnh, 2/ tài trí, 3/ chính trị, 4/ quân sự, 5/ ngoại giao, 6/ tài chính, 7/ văn học, 8/ kỹ thuật, tiểu công nghệ, thuốc, thiên văn, lịch, bói toán (1871). Vua khiến các đại-thần tìm kiếm người có học thức tài trí, am hiểu tình thế, biết chữ và tiếng ngoại quốc (1873).

Năm sau, 1874, vua cử thự Hộ-bộ thượng-thư Phạm Phú Thứ đổi thành thự tổng-đốc Hải-Yên, kiêm sung tổng-lý thương-chánh đại-thần, lo việc buôn bán với nước ngoài: Pháp và Trung-Hoa. Vua khuyến khích tiểu công nghệ, thưởng cho nghiệp hộ dệt nhung ở làng Giao-Cầu (Hà-Nội), khai mỏ bạc ở Cao-Bằng, mỏ than đá ở Quảng-Yên.

Vua cho thông lục các điều khoản nghị định về việc cho đi du học nghề và ngoại ngữ: con em các quan khoảng tuổi hai mươi, ai muốn đi Hương-Cảng (Hong Kong) hoặc Pháp học, được cấp lộ phí, cho phép đi học trong năm năm, đi học về được bổ tú-tài, cử-nhân.

Vua khiến nguyên khâm-phái qua Pháp đấu xảo là Nguyễn Thành Ý đem học sinh qua học trường Cơ-khí ở Toulon (Pháp, 1879), cho 12 học sinh theo thị-lang bộ Lễ Phạm Bính, sang Hương-Cảng học trường nước Anh (1881), khiến cửu-phẩm y-sanh Nguyễn Văn Tâm qua Hương-Cảng học phép chủng đậu (1882). Ai muốn học chữ Pháp và kỹ thuật Pháp đưa đơn đệ trình lên vua.

Vua cho in các sách Pháp dịch ra chữ Hán để bán cho học trò. Đó là các sách *Bác-vật tân-biên, Vạn-quốc công-pháp, Hàng-hải kim-châm, Khai-môi yếu-pháp* (1879).

Năm 1879, có Nguyễn Hiệp đi sứ Xiêm về tâu rằng người Xiêm nhận lời thông thương với Anh, các nước Pháp, Phổ, Ý, Mỹ, v.v... cũng đặt lĩnh sự để buôn bán. Nước nào cũng có quyền lợi nên không hiếp chế được Xiêm. Năm 1881, Lê Đĩnh đi sứ Hương-Cảng về tâu rằng "các nước Thái Tây mà phú cường là chỉ cốt ở việc binh và việc buôn bán. Lấy binh lính mà bênh vực việc buôn bán, lấy việc buôn bán mà nuôi binh lính. Gần đây Nhật Bản theo các nước Thái Tây cho người đi buôn bán khắp cả mọi nơi. Nước Tàu cũng bắt chước cho người ngoại quốc ra vào buôn bán. Nước ta, người khôn ngoan, lại có lắm sản vật, nên theo người ta mà làm thì cũng có thể giữ được quyền độc lập của nước nhà."

"Canonnière construite pour le Tonkin. — Type *Arquebuse*."
La Guerre du Tonkin, L. Huard

Quan hàn-lâm-viện tu-soạn Phan Liêm dâng sớ mật tâu nên mở việc buôn bán, chung vốn lập hội, cho người đi học nghề khai mỏ. Vua giao cho đình thần xét.

Những việc khai mỏ, mở mang, gửi người đi du học, v.v... theo như Phạm Phú Thứ, Nguyễn Trường Tộ, Phan Liêm, Lê Đĩnh, v.v... đề nghị, vua đều có sức làm. Xem như thế thì biết vua Dực-tông rất lo lắng khi thấy khí giới quân sự và kỹ thuật của mình thua người Pháp. Chỉ có một điều mà vua và đình thần không chấp thuận là việc cho người ngoại quốc vào thông thương, buôn bán. Đây lại là điểm then chốt mà người ngoại quốc nhắm vào.

Nhưng một nước như nước mình mới bắt đầu có người học kỹ thuật làm sao địch lại được một cường quốc đã tiến triển cả trăm năm trước về khoa học, kỹ thuật, công nghệ, quân khí, chủ mưu võ trang tiến chiếm nước mình?

Khi sứ-bộ Phan Sĩ Thuộc ở Trung-Hoa về (1874), vua Dực-tông hỏi việc Trung-Hoa đối xử với các nước Tây-phương như thế nào, hỏi về chính sự các vua nhà Thanh hay hay dở, về phản ứng của các quan, v.v...

Tây-phương xâm lăng Trung-Hoa trước khi họ nghĩ đến Đại-Nam. Từ đầu thế kỷ thứ 19, tại các khu vực dành cho người Âu-Tây, 35000 người Âu sống trong thành phố hơn một triệu dân của Thượng-Hải. Các cường quốc Tây-phương đã ép nhà Thanh ký các hiệp-ước *bất-bình-đẳng* để nhường đất đai, thuê hải cảng, v.v... trước khi họ nghĩ đến Đại-Nam. Xã hội Trung-Hoa, tương tự như Đại-Nam, là một xã hội nông nghiệp, rất ít kỹ nghệ. *Bách-nhật duy-tân* của triều đình nhà Thanh không đủ sức để chống trả sự xâm lăng của Tây-phương. Giới thức giả Trung-Hoa như Nghiêm Phục (Yan Fu), Lương Khải Siêu (Liang Qichao), Khang Hữu Vi (Kang Youwei), Tôn Dật Tiên (Sun Yat-sen), tìm các phương thức giúp Trung-Hoa có sức mạnh tinh thần và đổi mới để chống trả lại sự suy sụp của xã hội trước sự xâm lăng của Tây-phương.

Có nhiều yếu tố ảnh hưởng đến việc nước Đại-Nam bị Pháp chiếm.

Đầu tiên là vấn đề trị an trong nước. Ở Đại-Nam, giặc giã trong suốt các triều vua Thánh-tổ, Hiến-tổ và Dực-tông là nguyên do làm cho tiềm lực đất nước suy yếu. Giặc giã trong nước thời ấy chia ra ba loại: ăn cướp thường, tụ tập thành đảng từ 10 đến 20 người, không có súng ống; đảng đông người, có khí giới súng ống; cướp biển, còn gọi là giặc tàu-ô.

Ở Bắc-kỳ, giặc cỏ quấy nhiễu các châu huyện. Giặc cỏ là những đám giặc nhỏ, thường là những người nghèo khổ cùng đinh trong làng tụ tập thành đảng đi ăn cướp. Những đảng cướp chỉ có gậy và dao thì các làng trị được, còn những đảng có khí giới súng ống thì phải nhờ triều đình. Ngoài giặc cỏ, các đám giặc có thanh thế khiến triều đình phải mất nhiều thời gian đánh dẹp có Phan Bá Vành ở Nam-Định, Lê Duy Lương ở Ninh-Bình và Nông Văn Vân ở

I VIỆT-NAM BỊ THỬ THÁCH: SỰ TẤN CÔNG CỦA TÂY-PHƯƠNG   17

"La jonque de l'empereur d'Annam."
La Guerre du Tonkin, L. Huard

Tuyên-Quang. Ở Nam-kỳ, có giặc Lê Văn Khôi. Nhân khi giặc Khôi làm loạn (1833), vua Xiêm sai năm đạo quân thủy bộ sang đánh Đại-Nam: Hà-Tiên, Châu-Đốc, An-Giang, Cam-Lộ (Quảng-Trị), Cam-Cát, Cam-Môn (Nghệ-An), và cùng quân Lào đánh Nghệ-An, Trấn-Ninh. Quân Xiêm và quân Lào nơi nào cũng bị đẩy lui. Trong đời vua Hiến-tổ, Xiêm cũng lại sang quấy phá.

Bắt đầu từ năm 1851, triều vua Dực-tông, giặc giã nổi lên rất nhiều. Ở Trung-Hoa, loạn Thái-bình thiên-quốc (1851–1864) trong 15 năm đã khiến cho hơn 20 triệu người tử vong, đời sống xáo trộn vì chiến tranh liên miên. Dư đảng của giặc Thái-Bình bên Trung-Hoa tràn sang Đại-Nam cướp phá ở mạn thượng-du. Giặc Tam-Đường, (Quảng-Nghĩa-Đường, Lục-Thắng-Đường, Đức-Thắng-Đường) quấy nhiễu ở Thái-Nguyên (1851). Lê Duy Cự, xưng là dòng dõi nhà Lê, cùng Cao Bá Quát dấy loạn ở Sơn-Tây và Hà-Nội. Cùng lúc ấy, châu chấu phá hoại mùa màng ở Bắc-Ninh và Sơn-Tây, nên người ta gọi nhóm phản loạn Lê Duy Cự và Cao Bá Quát là *giặc châu chấu* (1854). Tên Phụng, mạo xưng là dòng dõi nhà Lê, dấy binh ở Quảng-Yên (1851), mưu với giặc khách ở ngoài biển, đánh phủ Hải-Ninh, và thông với giặc trong nước làm loạn Bắc-Kỳ. Ở Bắc-Ninh, có cai tổng Nguyễn Văn Thịnh, tục gọi là cai tổng Vàng, tôn tên Uyển mạo xưng dòng dõi nhà Lê, nhập cùng với tên Phụng, đem binh đánh phủ Lạng-Giang, huyện Yên-Dũng và vây thành Bắc-Ninh (1862). Quan quân ba tỉnh Hà-Nội, Sơn-Tây và Hưng-Yên hợp nhau đi cứu giải vây các tỉnh ở Bắc-kỳ. Các tỉnh Thái-Nguyên, Tuyên-Quang, Cao-Bằng bị các đám giặc khách, giặc Nông cướp phá. Quan quân đánh dẹp được giặc trên bờ (1863), nhưng còn giặc ngoài biển thì không dẹp được. Cuối năm 1863, giặc biển gom hơn 500 chiếc thuyền ở đảo Cát-Bà và núi Đồ-Sơn, định đem quân vào đánh kinh kỳ. Chẳng may gặp bão, thuyền của chúng bị đắm nhiều. Quan quân nghe tin, đem quân ra đánh, bị giặc đánh tập hậu, thua phải bỏ chạy. Quan đề-đốc và bộ-phủ phải nhảy xuống biển tự tận. Mùa hè năm 1864, quan quân đánh nhau với giặc ở Quảng-Yên, thua nặng, các quan chỉ huy đều bị giặc giết. Quân giặc còn quấy phá mãi đến giữa năm 1865 mới bị bắt hết. Khi vừa tạm yên mặt Quảng-Yên thì giặc khách đánh lấy tỉnh Cao-Bằng. Quan quân đánh dẹp nửa năm trời từ tháng 9 năm 1865 đến tháng 3 năm 1866 mới lấy lại được Cao-Bằng.

Năm 1854, Hường-Bảo vì là con lớn vua Hiến-tổ mà không được lập làm vua nên mưu nghịch, bị bỏ ngục rồi phải uống thuốc độc chết. Con trai, con gái bị bắt đổi ra họ Đinh.

Năm 1866, trong khi vua Dực-tông cho xây Vạn-niên-cơ, tức Khiêm-lăng, quân sĩ phải đi xây lăng, làm lụng vất vả nên oán hận, có một nhóm người lấy tên "Sơn-đông thi tửu hội" định giết vua Dực-tông và mưu lập con Hường-

Bảo tên Đinh Đạo lên làm vua. Việc bị phát giác, những người liên hệ bị tội phải chết, các quan trong triều có trách nhiệm bị giáng hay mất chức.

Lúc bấy giờ, thêm giặc mọi Đá Vách quấy nhiễu ở Quảng-Nghĩa, còn giặc khách ở Bắc-kỳ lại mạnh lên. Dư đảng của giặc Thái-bình ở bên Tàu là Ngô Côn chạy sang chiếm Cao-Bằng (1868). Triều đình nhà Nguyễn báo cho nhà Thanh biết, quan quân hai nước đánh dẹp mãi đến năm 1869 mới lấy lại Cao-Bằng. Năm 1870, Ngô Côn vây Bắc-Ninh, bị trúng tên chết. Đồ đảng giặc Thái-bình bèn chia ra các đảng giặc cờ vàng (Hoàng Sùng Anh), cờ đen (Lưu Vĩnh Phúc), cờ trắng (Bàn Văn Nhị, Lương Văn Lợi) quấy nhiễu ở mạn Tuyên-Quang, Thái-Nguyên, kéo dài mãi cho đến khi Đại-Nam đánh nhau với Pháp bọn giặc vẫn còn. Năm 1871, có đám giặc Hoàng Tế, cùng với giặc Tô Tứ và giặc tàu-ô ngoài biển, đi cướp phá các nơi. Đến khi tên Tế bị quan quân Hải-Dương bắn chết, giặc ấy mới tạm yên.

Trong nửa thế kỷ của ba triều vua, ngần ấy giặc giã khiến cho công việc nội trị rất khó khăn để có thể tập trung vào việc chống ngoại xâm. Khi trong nước nhiều nội loạn, điều này chứng tỏ sự bất mãn cao trong dân chúng, và những hệ thống trong xã hội cần được thay đổi để đáp ứng nhu cầu và yêu cầu của người dân.

Yếu tố thứ nhì là nhu cầu chính trị và kinh tế của Pháp. Sau năm 1871, Pháp nhận thấy không thể lấn chiếm thêm được đất đai ở Âu-châu. Kỹ nghệ Pháp lúc bấy giờ đang tiến triển và gặp phải sự giới hạn của thị trường trong nước. Số lượng xuất cảng của Pháp suy giảm khá nhiều từ 12.8% năm 1860 chỉ còn 9.8% năm 1890. Pháp không thể xuất cảng sang tân-thế-giới Hoa-Kỳ vì không cạnh tranh được với Hoa-Kỳ. Pháp cảm thấy cần phải bành trướng ra khỏi Âu-châu.

Từ thế kỷ thứ 16, Tây-ban-nha là cường quốc mang danh vị *el imporio en el que nunca se pone el sol* (cường quốc mà mặt trời không bao giờ ngủ). Đầu thế kỷ thứ 19, tờ *Caledonian Mercury* đã viết về đế-quốc Anh (1821): "On her dominions the sun never sets; before his evening rays leave the spires of Quebec, his morning beams have shone three hours on Port Jackson, and while sinking from the waters of Lake Superior, his eye opens upon the Mouth of the Ganges." Cuối thế kỷ thứ 19, cả Hoa-Kỳ cũng hãnh diện là "The sun never sets on Uncle Sam".

Thế kỷ thứ 19, các cường quốc Tây-phương nhắm vào thị trường Trung-Hoa lục địa. Pháp là nước đến sau, muốn theo đuổi cho kịp nước Anh trong việc tìm đất đai nằm trong khu vực giữa Ấn-Độ và Trung-Hoa. Vì Anh đã chiếm các vùng duyên hải phía đông của Trung-Hoa, Pháp phải tìm xuống vùng Đông-Nam-Á, và đặt ra chính sách chiếm đất đai dọc theo các cửa sông

Cửu-Long và Hồng-Hà. Cũng vì thế, Pháp cần kiểm soát cả lãnh thổ Việt-Nam dọc theo bờ Biển Đông. Nền đệ-tam Cộng-hòa Pháp không thể để cho uy thế của Pháp đi xuống, thua kém nước Anh và các nước Âu-Tây khác.

Pháp muốn giữ địa vị cường quốc về chính trị nên cần phải có sự hiện diện trên các khu vực khác trên thế giới ngoài Âu-châu. Commission de la Cochinchine do Pháp thành lập năm 1857 cho biết rằng mục đích chính trị của việc chiếm Nam-kỳ là kết quả của khuynh hướng Tây-phương hướng đến Viễn-Đông. Trong khi người Anh, Hòa-lan, Tây-ban-nha (Y-pha-nho, Espagne), và cả Nga cũng hiện diện ở Viễn-Đông, tại sao người Pháp lại vắng mặt? Giữa năm 1850 và 1880, người Pháp cần phải tìm một khu vực hãy còn "tự do" chưa bị nước nào xâm chiếm, và vì thế nghĩ đến Đông-Nam-Á. Mục tiêu là *biến Sài-Gòn thành ra Tân-gia-ba của Pháp*, như là sự chờ đợi của Phòng Thương-mại Marseille (1865).

Trong giai đoạn xâm lăng quyết liệt nhất tại Đông-Nam-Á, giữa năm 1882 và 1897, Pháp đã có ảnh hưởng tại các tỉnh miền nam Trung-Hoa: Vân-Nam, Quảng-Tây và Quảng-Đông. Sự chạy đua giữa Pháp và Anh để giành thị trường và ưu thế đã là một yếu tố thường xuyên cho sự bành trướng thuộc địa của Pháp.

Đại-Nam, cũng như Xiêm, Ai-Lao, Căm-Bốt, Nhật-Bản, Trung-Hoa, không thể tránh được việc bị sát nhập vào trong quĩ đạo tư bản kinh tế Tây-phương.

Tháng 11 năm 1872, có chiếc tàu hải-quân Pháp tên *Le Bourayne* đến Cửa Cấm (Hải-Phòng). Sĩ quan hải-quân (quan năm) tên Senez cho mời quan "Khâm-sai thị-sư" Lê Tuấn xuống tàu ăn cơm và nói việc Jean Dupuis muốn chở khí giới lên bán cho quân Tàu ở Vân-Nam. Senez nói với Lê Tuấn rằng: "Nước Nam không thể đóng cửa mãi ở riêng ngoài thế-giới văn-minh; năm nay ông Dupuis đến xin khai-thương, mai sẽ có ông khác đến xin khai-thương, ông nào cũng xin về lẽ văn-minh tấn-bộ, mà sự văn-minh tấn-bộ đã đến, thì không đồn-lũy súng-ống nào ngăn-trở được."

Tuy nhiên, trước khi có cuộc chạy đua về sự bành trướng thuộc địa, các giáo sĩ đã khiến chính phủ Pháp chú ý đến Đông-Nam-Á. Hội Société des Missions étrangères, do hai giám mục Pallu và Delamotte-Lambert thành lập năm 1658. Hội không thành công trong việc truyền giáo ở Xiêm và Trung-Hoa nên tìm sang Việt-Nam. Hội cùng với nhóm Franciscans của Phi-luật-tân vào Việt-Nam để lập các giáo xứ tại Bùi-Chu và phía tây Bắc-kỳ. Các giáo xứ này được sự trợ giúp của Bishop Pigneau de Béhaine (Giám-mục Bá-Đa-Lộc)—người từng giúp vua Thế-tổ trong thời gian chiến tranh với Tây-Sơn.

I VIỆT-NAM BỊ THỬ THÁCH: SỰ TẤN CÔNG CỦA TÂY-PHƯƠNG

Tìm bóng xưa[1]: *Khiêm-lăng* (Huế), họa sĩ Mac Gowen
Sưu tập riêng

---

1 *Tìm bóng xưa*: lấy ý từ hai câu thơ trong bài thơ "Khóc thị Bằng Phi" của vua Dực-tông (Tự-Đức 1857–1883)

Đập cổ kính ra tìm lấy bóng
Xếp tàn y lại để dành hơi.

Hiệp hội Association de la Sainte Enfance chăm sóc các trẻ em đói nghèo và lập ra viện mồ côi, đã giúp cho cộng đồng thiên chúa giáo này nở. Tuy nhiên từ triều vua Thánh-tổ, các giáo sĩ bị cấm giảng đạo và đuổi ra khỏi nước, họ lại tìm cách trở lại. Đối với các giáo sĩ, Việt-Nam là một nơi có cơ hội tốt để truyền đạo Thiên-chúa. Các giáo sĩ nhờ chính phủ Pháp yêu cầu triều đình Huế cho tự do tín ngưỡng và sử dụng sức mạnh quân sự nếu cần.

Khoảng năm 1852, tám giám mục ở Viễn-Đông gởi một lá thư yêu cầu Prince-Président Louis Napoléon Bonaparte sử dụng quân đội để đánh triều đình Huế. Charles de Montigny được gửi sang Xiêm, Căm-bốt và Đại-Nam trong thời gian 1856–1857 để thương thuyết, nhưng chỉ đạt được thỏa ước với Xiêm. Căm-bốt và Đại-Nam từ chối nói chuyện. Pháp chỉ còn con đường võ lực. Vài tháng sau, ngày 20 tháng Chín năm 1856, vua Dực-tông ra lệnh xử tử giám-mục Diaz, người Tây-ban-nha, tại Bắc-kỳ. Thật là một lý do chính đáng để giám-mục Pellerin (Monsignor Pellerin), với sự trợ lực của cha Huc (Père Huc), yêu cầu triều đình Pháp, lúc ấy có bà hoàng-hậu Eugénie, người rất mộ đạo Thiên-chúa, đem quân đánh Việt-Nam.

Từ năm 1851, giám-mục Pellerin—Vicaire Apostolique de la Cochinchine septentrionale—đã xin triều đình Pháp bảo vệ các giáo dân (thiên-chúa-giáo) đang bị vua Dực-tông ngược đãi. Năm 1855, Pellerin lại một lần nữa yêu cầu triều đình Pháp can thiệp giúp giáo dân ở Việt-Nam. Năm 1857, Pellerin về Pháp và vận động trong giới truyền thông về vấn đề bảo vệ giáo dân ở Việt-Nam. Trong thời gian nửa năm ở Pháp, Pellerin đã nhiều lần yết kiến vua Napoléon III.

> Mgr. Pellerin à l'Empereur,   Paris, 30 août 1857,
>
> Sire, je prie Votre Majesté de me permettre de lui parler encore de nos pauvres néophytes et des missionnaires français qui sont encore dans le royaume d'Annam. Leur sang coule à l'heure actuelle et leur condition est devenue plus horrible depuis la dernière démarche tentée par la France (Mission Montigny). Si, maintenant, on ne fait rien pour nous, il est à craindre que le christianisme ne soit anéantie dans ces contrées, qui semblent cependant si disposées à recevoir les bienfaits de la religion chrétienne et de la civilisation. (...)
>
> F. M. J. Pellerin

Cha Huc cũng là một nhân vật đóng góp tích cực vào việc Pháp can thiệp ở Nam-kỳ. Tháng Giêng năm 1857, cha Huc gửi một lá thư đến Napoléon III.

Napoléon III đưa thư này cho bá-tước Walewski, ngoại-trưởng, và sau đó ngày 22 tháng Tư năm 1857, Commission de la Cochinchine được thành lập.

> Note à l'Empereur,   Janvier 1857
>
> M. l'abbé Huc, ancien missionnaire apostolique, a l'honneur de soumettre à l'Empereur les considérations suivantes. L' Extrême-Orient sera bientôt le théâtre de graves évènements. Si l' Empereur le veut, la France peut y jouer un rôle important et glorieux...
>
> L' occupation de la Cochinchine est la chose la plus facile du monde; elle offrirait des résultats immenses. La France a, dans les mers de Chine, des forces plus que suffisantes pour exécuter cette entreprise... La population douce, laborieuse, très accessible à la propagation de la foi chrétienne, gémit sous la plus abominable tyrannie. Elle nous accueillerait comme des libérateurs et des bienfaiteurs; il faudrait peu de temps pour la rendre entièrement catholique et dévouée à la France.
>
> Tourane entre les mains de la France serait un port inexpugnable et le point le plus important pour dominer la Haute-Asie"...
>
> En résumé, il importe grandement à la France, dans les circonstances actuelles, d' avoir un établissement riche et puissant en Extrême-Orient. A tous les points de vue la Cochinchine est le poste qui nous convient le mieux. Nous avons le droit de l' occuper; l'occupation est des plus faciles. Elle ne coûtera rien à la France. Elle ne peut manquer d' avoir de grands résultats en gloire et en richesse. Les Anglais ont les yeux ouverts sur Tourane; ils nous y précéderaient s' ils avaient connaissance de nos droits et d' un projet d' occupation.
>
> Si ce court exposé est de nature à faire impression sur l'esprit de l'Empereur, il sera facile à Mr. Huc de donner à Sa Majesté les renseignements les plus détaillés et les plus précis.
>
> E. Huc
(Revue d' Histoire des Colonies, 1954)

Sau khi Ủy-ban về Nam-kỳ (Commission de la Cochinchine) được thành lập, Ủy-ban họp hành liên tục để xem xét mọi khía cạnh của việc chiếm Nam-kỳ, nhất là phản ứng của các cường quốc như nước Anh. Ủy-ban thu thập các dữ kiện từ Cha Huc, Cha Chamaison, giám-mục Pellerin, một nhân viên trong ủy-ban Montigny (Mission Montigny), và kết luận như sau: vì quyền lợi của nước Pháp, trên ba phương diện tinh thần, chính trị và thương mại, cần phải tiến hành càng nhanh càng tốt và kín đáo việc chiếm ba thành phố Tourane (Đà-Nẵng), Sài-Gòn và Kẻ-chợ (Hà-Nội). Kết luận này của Ủy-ban về Nam-kỳ được sự hưởng ứng của các viên chức Hải-quân như đề-đốc Fourichon, thuyền-trưởng Jaurès, đề-đốc Laplace, bá-tước Brenier.

Đang lúc này, triều đình Pháp đang có một quan hệ tốt đẹp với Thiên-chúa-giáo tại Pháp nên triều đình không thể làm ngơ trước những sự ngược đãi giáo dân ở Viễn-Đông. Thêm nữa, nước Anh đang có nhiều lo lắng của riêng nước họ, sẽ để yên cho Pháp xâm chiếm Viễn-Đông.

Vì tình hình căng thẳng ở Trung-Hoa nên Pháp đang có sẵn một đoàn quân ở Viễn-Đông mới nhận thêm tám tàu chiến, sẵn sàng để ứng chiến. Lực lượng hải-quân này có thể tiến chiếm Việt-Nam. Napoléon III suy nghĩ về việc chiếm thuộc địa ở vùng này đã từ lâu. Các viên chức quân sự và trong chính phủ cũng đều đồng ý. Nay chỉ còn tìm một lý do.

Cuộc dự định viễn chinh khởi sự khi giám-mục Diaz bị giết ngày 20 tháng Bảy năm 1857, chỉ vài ngày sau khi ngoại-trưởng Walewski tuyên bố với nội-các về quyết định của Napoléon III. Thực sự, tin về giám-mục Diaz chỉ có thể đến Pháp vài tháng sau, tháng 11 năm 1857. Đến lúc này, càng nhiều người Pháp đồng ý về cuộc viễn chinh ở Viễn-Đông. Ngay như bà Hoàng hậu Eugénie cũng lên tiếng đồng ý với phu quân của mình khi tuyên bố: "Il faut venger nos martyrs; ce sera ma guerre." (Chúng ta phải trả thù cho những người tử vì đạo; đây sẽ là cuộc chiến của tôi.)

Các giáo sĩ đã từng sinh hoạt dài lâu với các con chiên và cung cấp cho triều đình Pháp những chi tiết cần thiết. Họ còn nhấn mạnh là các con chiên Bắc-kỳ sẽ nổi dậy chống lại triều đình Huế để được tự do theo đạo. Đối với các giáo sĩ, việc đi chiếm thuộc địa là một điều cần thiết để giải quyết những khó khăn mà đạo Thiên-chúa đang gặp trong một xã hội kỹ nghệ hóa ở Âu-châu: khủng hoảng niềm tin, giáo dân chống đối đức giáo-hoàng, văn hóa Thiên-chúa đang đi xuống đến nỗi giám-mục Pigneau de Béhaine phải thốt lên: Người Pháp đã đánh đổ và đem Thánh Giá ra khỏi nơi thờ phượng. Vì họ không quý trọng Thiên-chúa, xin Ngài hãy đến Đại-Nam. (1799)

Gosselin, tác giả *L'Empire d'Annam* (1904), đã nhận xét rằng: các giáo sĩ đã tạo ra "lý do để can thiệp" và họ đã giúp một "cơ hội bằng vàng để chúng ta đặt chân ở Viễn-Đông". Thành thử ra, lý do bảo vệ đạo Thiên-chúa chỉ là cái cớ đầu tiên để cho người Pháp hiện diện ở Việt-Nam. Những người Pháp thực dân còn có những lý do khác đáng kể hơn và thực tiễn hơn.

Trong giai đoạn khởi đầu của sự bành trướng thuộc địa, hải-quân Pháp của khu vực biển Viễn-Đông đã được thành lập để cung cấp than, gỗ và nguyên

I VIỆT-NAM BỊ THỬ THÁCH: SỰ TẤN CÔNG CỦA TÂY-PHƯƠNG

Tiếng chuông ngân: *Vương-cung Thánh-đường Sài-Gòn*, họa sĩ Robert Boyle
Sưu tập riêng

liệu. **Năm 1840, cơ quan Division navale des mers de Chine được thành lập để thực hiện vấn đề tiếp liệu và cạnh tranh với các căn cứ của Anh trong cùng khu vực.** Hải-quân Pháp đã có chương trình xây cất tàu qui mô trong thời gian từ 1846 đến 1851, 1857, và 1870. Số lượng tàu chiến là 339 chiếc, trong đó 45 tàu bọc sắt, so sánh với 375 tàu chiến hải-quân Anh, trong đó có 42 tàu bọc sắt. Thương-thuyền Pháp cũng phát triển nhưng chậm hơn. Nguyên liệu tàu sử dụng trong giai đoạn này là than. Khi thấy mỏ Hòn-Gay bị công ty China Merchants Navigation Co. mua năm 1878, Pháp càng muốn chiếm Bắc-kỳ nhanh hơn.

Justin Prosper Chasseloup-Laubat là bộ-trưởng hải-quân và thuộc-địa liên tục từ năm 1860 đến 1867, kế tiếp là đề-đốc Charles Rigault de Genouilly, người đã chinh phục Sài-Gòn. Chính Chasseloup-Laubat đã thuyết phục Napoleon III chiếm Đại-Nam và cho phép thực hiện chuyến đi tìm hiểu sông Cửu-Long của đại-úy Ernest Doudart de Lagrée năm 1865. Hai trong số năm ủy viên của hội đồng Commission de la Cochinchine là hải-quân: đề-đốc Léon Martin Fourichon và đại-úy Jaurès. Trong thời gian 20 năm, từ 1859 đến 1879, hải-quân Pháp chủ trương việc xâm chiếm thuộc địa, và có đến 8 đô-đốc hải-quân giữ việc cai trị thuộc địa sau hòa-ước năm 1862. Thời kỳ đầu tiên trong việc cai trị ở Nam-kỳ được xem là *Thời kỳ các đô-đốc*. Các công chức hành chánh và thanh tra ở Nam-kỳ trong giai đoạn đầu phần lớn là các sĩ quan hải-quân. Charles Le Myre de Vilers là một cựu sĩ quan hải-quân khi được cử việc cai trị Nam-kỳ. Mãi đến năm 1879, chính phủ Pháp mới bắt đầu bổ nhiệm chính quyền dân sự tại Nam-kỳ. Từ năm 1879 đến năm 1887 là *Thời-kỳ các thống-đốc dân sự*.

Không có tham vọng của giới chức hải-quân, Pháp không thể thực hiện được việc bành trướng thuộc địa toàn cầu. Mục tiêu này đã được bộ-trưởng ngoại-giao François Guizot nói với Hạ-viện ngày 31 tháng Ba năm 1842 như sau: "Khắp thế giới, chúng ta cần những căn cứ hải quân vững mạnh, an toàn tại những điểm sẽ trở thành trọng tâm của thương mại và hàng hải để yểm trợ cho việc kinh doanh của chúng ta."

Như vậy, việc Pháp cũng như các nước Âu-Tây khác bành trướng thuộc địa có **mục đích tối hậu là kinh doanh**. Sau khi *Chiến-tranh Nha-phiến* (Opium War, 1839–1841) chấm dứt, và hiệp-ước Pháp-Hoa ký kết tại Hoàng-Phố (Whampoa) tháng Mười năm 1844, một ủy-ban gồm đại diện các Phòng Thương-mại của nhiều tỉnh ở Pháp có các kỹ nghệ về tơ lụa (Lyon), dạ và bông vải đã đi một vòng thăm các thành phố trong vùng Viễn-Đông: Quảng-Đông, Thượng-Hải, Tân-gia-ba, Batavia (Jakarta), Manila và Tourane (Đà-Nẵng).

I VIỆT-NAM BỊ THỬ THÁCH: SỰ TẤN CÔNG CỦA TÂY-PHƯƠNG

"Combat d'Haï-Dzuong. — Arrivée de la canonnière le Lynx."
La Guerre du Tonkin, L. Huard

Ủy-ban ước lượng việc buôn bán trong vùng Biển Đông, "mer d'Indochine", sẽ lên đến một tỉ quan Pháp, mà phân nửa là với Trung-Hoa.

Ngay khi người Pháp chiếm được Sài-Gòn, năm 1858, các chủ hãng tàu Eymond và Hewey mở đường đi từ Sài-Gòn đến Singapore, Hong Kong, Shanghai, và Manila. Tháng Mười Một năm 1862, công ty Denis Frères đặt cơ sở tại Sài-Gòn.

Từ năm 1851 giới buôn bán thành phố Lyon mua thẳng tơ lụa từ Trung-Hoa và năm 1860 đạt đến số lượng 2000 tấn, phân nửa số nhu cầu của Pháp. Năm 1854, nhà buôn tơ lụa Lyon đầu tiên đến Thượng-Hải, năm 1865 có thêm một nhà buôn từ Avignon. Giữa năm 1887 và 1892, tỉnh Lyon nhập cảng trung bình hàng năm 6000 đến 7000 tấn tơ sống và phải dựa vào các ngân hàng ở Hong Kong và gởi bằng đường thủy của Anh. Hãng tàu lớn nhất của Pháp, Messageries impériales, sau này đổi tên là Messageries maritimes, hãng chở tơ lụa chính, khai trương đường biển Marseille-Saigon năm 1862. Ủy-ban Commission de la Cochinchine đã thấy từ năm 1857 nhu cầu cần phải chiếm ba hải cảng và thành phố lớn của Đại-Nam: Sài-Gòn, Tourane (Đà-Nẵng) và Kẻ-chợ (Hà-Nội) để bảo đảm sự phát triển nhanh chóng việc buôn bán với Trung-Hoa. Pháp rất muốn kiểm soát Sài-Gòn lúc ấy là trung tâm xuất cảng lúa gạo và đó là mục tiêu mà chính phủ Napoléon III muốn đạt đến trong chương trình tiến vào Trung-Hoa. Vì thế Chasseloup-Laubat đã tuyên bố: "Chúng ta cần thành lập một đế quốc thực sự tại Viễn-Đông".

Chủ nghĩa thực-dân bắt đầu xuất hiện khi người Pháp nghĩ đến tương lai đất nước của họ vì **sự phát triển của thuộc địa có liên hệ mật thiết với tương lai nước Pháp**. Có hai tác phẩm quan trọng trong thời kỳ này về lý thuyết thuộc địa: *De la colonisation chez les peuples modernes* (1874) của Paul Leroy-Beaulieu và *Politique extérieure et coloniale* (1885) của Gabriel Charmes. Tác phẩm về thuộc địa của Paul Leroy-Beaulieu được chú ý và đoạt giải thưởng, đã ảnh hưởng đến nhà chính trị Jules Ferry và nền Đệ-tam Cộng-hòa Pháp. Học luật và chuyên môn về kinh tế, Leroy-Beaulieu được xem như là phát ngôn nhân của vấn đề thuộc địa. Gabriel Charmes là một nhà báo đã đặt chân lên khắp các nước vùng Địa-trung-hải và Cận-đông, và chuyên môn về chính sách đối ngoại của Pháp. Charmes đã theo dõi chính sách đối ngoại của Pháp và cho rằng chính sách đối ngoại lúc bấy giờ chính là chính sách thuộc địa.

Abbé Raboisson, trong bài *Étude sur les colonies et la colonisation au regard de la France* (1877), có viết: "Không có quốc gia nào cường thịnh mà không có thuộc địa. Sự vĩ đại của một đế quốc luôn luôn ở vào lúc mà sự xâm chiếm

I VIỆT-NAM BỊ THỬ THÁCH: SỰ TẤN CÔNG CỦA TÂY-PHƯƠNG

"Cochinchine. — Village de Hoc-Mon."
La Guerre du Tonkin, L. Huard

thuộc địa lan rộng mạnh mẽ nhất, và sự suy sụp của đế quốc ấy luôn luôn xảy ra đồng thời với việc mất các thuộc địa."

Trong thập niên 1880, hầu hết các nhà kinh tế gia cấp tiến, như Charles Gide, Frédéric Passy và Léon Say, đều công nhận vấn đề xâm chiếm thuộc địa là phương cách giải quyết sự yếu kém của Pháp ở Âu-châu. Năm 1882, Jules Ferry xác nhận rằng phải đem luật làm việc đến khắp mọi nơi, dạy những điều đạo đức, và truyền bá văn minh. Ernest Renan tiên đoán năm 1871 rằng "một quốc gia không có thuộc địa sẽ đi đến chủ nghĩa xã hội, đến cuộc đấu tranh giữa người giàu và người nghèo." Léon Gambetta, chủ-tịch hạ-viện Pháp 1879–1881 và thủ-tướng 1881–1882, rất thích chủ trương bành trướng ra hải ngoại, tin rằng chủ nghĩa thực dân là trợ lực của sự bình đẳng, tránh cho nông dân không bị vô sản hóa, và giới thượng lưu và tiểu tư sản có cách để kiếm ra tiền.

Kế hoạch về thuộc địa được sự hỗ trợ và hưởng ứng của nhiều nhóm nghiên cứu về kinh tế chính trị và sự quan trọng về địa lý. Một trong những hội hoạt động tích cực nhất là Société géographique de Lyon, thành lập năm 1873. Hội này và nhiều hội khác tương tự dành thì giờ nghiên cứu địa dư kinh tế để tìm các thị trường cho kỹ nghệ Pháp. Vì mục đích này, Dr. Jules Harmand, người đồng hành với Francis Garnier trong chuyến đi tìm hiểu Bắc-kỳ, được chọn làm chủ-tịch Société de géographie commerciale de Paris.

Các giáo sĩ, sĩ quan, người đi du lịch, thám hiểm, và những người như Jules Harmand từ chuyến đi năm ngày trên lưu vực sông Cửu-Long trong thời gian 1875–1877, đã đưa ra một hình ảnh về địa chính trị của Đông-Dương. Họ đã "tái tạo" danh từ *Indochine*, liền một chữ, thay vì *Indo-Chine* hai chữ. Francis Garnier là một nhân vật rất tích cực trong phạm vi này. Năm 1873, Garnier đã xuất bản quyển sách *Le Voyage d'exploration en Indochine*, trong đó nói về việc thám hiểm sông Cửu-Long từ năm 1866 đến 1868. Thời gian từ 1871 đến 1874, Garnier ra mắt sáu bài viết và những tập sách nhỏ nói đến nhu cầu buôn bán tại trung tâm Trung-Hoa. Garnier còn viết về chuyến đi Tứ-Xuyên năm 1872 và xuất bản năm 1882 trong tập *De Paris au Tibet*. Jean Dupuis xuất bản 14 bài viết và 6 quyển sách từ năm 1874 và 1886. Trong một buổi diễn thuyết tại Société géographique de Paris, Dupuis lên án nền chính trị Pháp không đủ tích cực tại Đại-Nam. Hội Société académique indochinoise được thành lập để tìm hiểu về "Trans-Gange India". Sau đó, đến nền Cộng-hòa III, chính sách ngoại giao của Pháp cũng chú ý đến những khám phá của Garnier.

Một thủy thủ thời đó cũng nhận ra nhu cầu chiếm thuộc địa của nước Pháp: cần phải có thuộc địa khắp nơi, để cân bằng với ảnh hưởng của nước

I VIỆT-NAM BỊ THỬ THÁCH: SỰ TẤN CÔNG CỦA TÂY-PHƯƠNG

Bể phù sinh bao làn sóng mộng.
Ngô Thị Quý Linh

Tranh sơn dầu, không rõ tác giả
Sưu tập riêng

Anh. Phải có thuộc địa, vì có thuộc địa, sẽ có hòa bình; không có thuộc địa, không có uy thế, nước Pháp sẽ lụn bại, sẽ thua và có thể bị hủy diệt.

> pas à les excuser. Mais il estime — et en cela il est difficile de contester la justesse de ses vues — que « la politique coloniale rationnelle de la France consiste à profiter de toutes les occasions favorables pour acquérir, sans injustice et en défendant nos droits, sur les principales mers du globe, les positions prépondérantes d'où notre marine pourrait tenir, au besoin, en échec la puissance navale de l'Angleterre. » Et il ajoute : « Poursuivre cette politique, c'est nous assurer la paix ; l'abandonner, serait livrer notre pays, sans force réelle et sans prestige, aux caprices de l'Europe, et le vouer ainsi à la ruine, à la défaite et peut-être à la mort. »
> **Les Colonies nécessaires. Tunisie, Tonkin, Madagascar,** par un marin. — Une brochure. Paul Ollendorff, éditeur

Trích từ "Les Colonies nécessaires."
Bulletin de géographie d'Aix-Marseille, 1885

Sự phát triển của chủ nghĩa thuộc địa Pháp đã được soi rọi thật rõ ràng trong các bản văn của Jules Harmand: *Domination et Colonisation;* — Joseph Chailly-Bert (con rể của Paul Bert): *Colonisation de l'Indochine; l'expérience anglaise;* — Jules Ferry, — J.-L. de Lanessan: *La colonisation française en Indo-Chine;* — Paul Doumer: *L'Indo-Chine française* và — Albert Sarraut: *La mise en valeur des colonies françaises,* cùng với nhiều người khác nữa quan tâm đến vấn đề Đông-Dương.

Đã từ lâu, Việt-Nam tuy giữ được độc lập nhưng vẫn phải thần phục Trung-Hoa và cử người sang cống mỗi ba năm theo sự thỏa thuận của hai nước. Trong thời gian Việt-Nam bị Pháp xâm chiếm, Việt-Nam sai sứ sang Thiên-Tân cầu cứu. Tổng-đốc Lưỡng Quảng làm mật sớ tâu về vua nhà Thanh, đề nghị nên gởi binh sang đóng ở các tỉnh thượng-du Bắc-Việt, đợi khi thuận tiện thì chiếm lấy các tỉnh ở phía bắc sông Hồng. Triều đình nhà Thanh mới sai quân sang đóng ở Bắc-Ninh và Sơn-Tây, và quân ở Quảng-Tây sang tiếp ứng. Quan quân Việt thấy có thêm sự tiếp sức của quân Tàu nên chống cự lại Pháp.

Các quan nhiều người nộp ấn từ quan, rồi mộ quân để chống cự lại Pháp. Ai mộ được ba trăm hay năm trăm người thì được phát cho gươm dáo đi đánh quân Pháp. Quân của triều đình không tập luyện như quân Pháp, thấy đạn trái phá bắn thì bỏ chạy, vũ khí chỉ có đại bác cổ, súng tay không có nhiều và tốt như của Pháp. Quan quân đánh quân Pháp ở Hà-Nội, Hải-Phòng và Nam-

"Pagode de Ninh-Phu-Ni. — Quartier général de l'amiral Courbet."
La Guerre du Tonkin, L. Huard

MUỐN biết cách hành-động của triều-đình Mãn-thanh đối-phó với quân Pháp khi kéo ra lấy Bắc-kỳ lần thứ hai (1883) ra sao ? Xin xem một đạo mật-dụ (1) của vua Thanh Quang-tự hạ cho đình-thần hồi đó, ta sẽ có thể biết được chút ít ý-kiến về cách hành-quân của tướng Cờ Đen Lưu-Vĩnh-Phúc ở Bắc-kỳ lúc bấy giờ.

Đạo dụ ấy tạm dịch ra quốc-văn như sau này :

«Hoàng-thượng dụ rằng: Người Pháp đã cùng nước Việt-nam định ước, tất phải lấy danh – nghĩa là khu trục toàn quân của họ Lưu còn đóng ở xứ Bắc-kỳ làm đầu, tất nhiên họ sẽ đem quân bức-bách tới biên-giới tỉnh Điền - việt của ta.

« Hiện giờ toàn quân của Lưu-Vĩnh-Phúc đã lui đóng ở Sơn-tây, cách Hà-nội không xa. Vậy dụ cho Từ-Diên - Húc sức lệnh cho Lưu phải kíp tiến quân mà quy phục lấy thành Hà-nội, không được lui binh. Còn tỉnh Bắc-ninh là nơi quân ta đóng chắc ở đó, nếu quả quân Pháp có kéo đến bức đánh, thời phải tức khắc lệnh cho quân-sĩ hết sức kháng chiến, không được trễ-nải.

« Bến Thiên-tân gần với chốn kinh sư, có quan hệ rất lớn. Lộ-Hồng - Chương đã trù-biện việc phòng hải mấy năm nay, triều đình cũng ỷ-trọng vào đó, mà thiên hạ cũng trách bị vào đó. Vậy phải gắng sức giữ gìn, không được còn có ý ủy thác cho ai cả.

« Nay đem mật dụ này bảo cáo cho các nơi ngoài 600 dặm đều biết.

« Phải kính theo dụ này ».

BIỆT-LAM TRẦN-HUY-BÁ

(1) Theo sách Việt-sử bị khảo, do Quế-lâm Lưu Danh Dự biên-tập vào năm Quang-Tự thứ 21. Sách của viện Bác-cổ, số 1326.

Một đạo-dụ của vua Thanh có quan-hệ đến trang Việt-sử cận-đại. Biệt-Lam Trần-Huy-Bá. *Tri-Tân số 28*

Định, nơi nào cũng thua. Pháp tức giận vì thấy Việt-Nam không có ý muốn hòa, súy-phủ Pháp ở Sài-Gòn đuổi quan lãnh-sự Việt-Nam là Nguyễn Thành Ý về Huế.

Đang lúc tình hình khó khăn thì vua Dực-tông băng hà (1883).

Pháp nhân lúc triều đình Việt-Nam lúng túng, vua mới lên bị phế lập, quan trong triều chuyên quyền nên Pháp nhân cơ hội này đem tàu vào đánh lấy cửa Thuận-An. Thành Trấn-Hải vỡ, các quan trấn thành nhảy xuống sông tự tử. Triều đình phải ký hòa-ước năm Quí-Mùi (1883) nhận sự bảo hộ của Pháp. Theo hòa-ước này, từ tỉnh Khánh-Hòa ra tới đèo Ngang thuộc về triều đình. Từ đèo Ngang trở ra, Pháp đặt công-sứ ở các tỉnh của Bắc-kỳ để kiểm soát công việc các quan Việt-Nam.

Lúc ấy ở Bắc-kỳ có quân nhà Thanh đóng ở Sơn-Tây và Bắc-Ninh, quân cờ đen của Lưu Vĩnh Phúc đóng ở đồn Phùng. Quân triều đình thì có Hoàng Kế Viêm đóng ở Sơn-Tây, Trương Quang Đản tại Bắc-Ninh. Quân triều đình cùng với quân Thanh chống lại quân Pháp. Khâm-sứ Trung-kỳ trách triều đình. Triều đình cho gọi Hoàng Kế Viêm và Trương Quang Đản về kinh. Quan đề-đốc Nam-Định là Tạ Hiện lãnh chức đề-đốc nhà Thanh, quan Án-sát-sứ Phạm Vụ Mẫn và tri-phủ Kiến-Xương Hoàng Văn Hòe bỏ chức mà đi. Quan tán-tương quân-vụ Sơn-Tây là Nguyễn Thiện Thuật bỏ về Hải-Dương mộ quân chống quân Pháp.

Pháp quyết đánh chiếm toàn thể Bắc-kỳ, khởi đầu chiếm Sơn-Tây, Bắc-Ninh—hai nơi có quân Tàu đóng—rồi tiến lên đánh Yên-Thế, Thái-Nguyên,

"Débarquement devant les forts de Thuan-An."
La Guerre du Tonkin, L. Huard

"L'enceinte extérieure de Sontay."
La Guerre du Tonkin, L. Huard

---

quay về chiếm Hưng-Hóa. Quân Thanh và cờ đen không chống lại nổi, Hoàng Kế Viêm rút quân lên núi rồi đi đường thượng đạo về kinh. Lấy xong Hưng-Hóa, Pháp đem quân lên đánh Tuyên-Quang, nơi đây có quân cờ đen chống giữ. Quân cờ đen chống cự quân Pháp trong vòng một giờ thì bỏ thành chạy.

Quân Thanh lúc này chỉ còn đóng ở Lạng-Sơn, Cao-Bằng và Lào-Kay. Đến đây, Pháp tìm cách ngoại giao để chính phủ Tàu công nhận cuộc bảo hộ của Pháp ở Việt-Nam. Chính phủ Pháp cử trung-tá Fournier lên Thiên-Tân để nghị hòa với tổng-đốc Trực-Lệ là Lý Hồng Chương. Ngày 18 tháng Tư năm 1884, tờ hòa-ước giữa Pháp và Trung-Hoa—hòa-ước Fournier—công nhận mọi sự xếp đặt của Pháp ở Việt-Nam và Tàu sẽ rút quân về nước.

Sau giao ước giữa Pháp và Trung-Hoa, chính phủ Pháp gởi công-sứ Pháp ở Trung-Hoa là Patenôtre ký với triều đình Huế tờ hòa-ước mới ngày 6 tháng Sáu năm 1884. Sau khi ký xong, công-sứ Patenôtre và khâm-sứ Trung-kỳ, Rheinart, hội các quan lại, bắt đem cái ấn của Tàu phong cho vua Việt-Nam, thụt bễ nấu lên và hủy đi, để chứng tỏ là nước Việt-Nam từ nay thuộc về Pháp bảo hộ, chứ không thần phục nước Trung-Hoa nữa. Tuy vậy, chiến tranh giữa quân Tàu và quân Pháp vẫn tiếp diễn, mãi cho đến năm 1885 mới chấm dứt. Vì Trung-Hoa không chịu rút quân ra khỏi Bắc-kỳ, Pháp phải đánh Phúc-Châu và chiếm Đài-Loan.

"Une tranchée chinoise sur la route de Bac–Ninh."
La Guerre du Tonkin, L. Huard

Khi Pháp cho thành lập phủ Tổng-đốc toàn-quyền năm 1887 để điều khiển việc chính trị ở Việt-Nam và Cao-Miên chính là lúc mà Trung-Hoa đã hoàn toàn nhượng bộ Pháp.

"Réception du colonel Guerrier à la cour de Hué."
La Guerre du Tonkin, L. Huard (1890)

II

Trung-Hoa, xâu xé bởi các cường quốc Âu Tây và hai lần cách mạng

Trong triều đại Mãn-Thanh, từ thập niên 1840, Trung-Hoa không có lúc nào được hòa bình và đi dần vào sự tan rã cho đến khi nhà Thanh chấm dứt vào năm 1911. Một trong những lý do khiến nhà Thanh suy yếu là sự xâm chiếm của Tây-phương. Tây-phương nhìn thấy cơ hội làm ăn buôn bán tại Trung-Hoa và nhất quyết gây ra chiến tranh để chiếm các khu vực đất đai tại Trung-Hoa. Không may trong giai đoạn này, Trung-Hoa gặp phải nội loạn Thái-bình thiên-quốc trong thời gian từ 1851 đến 1864 khiến cho hơn 20 triệu người tử vong.

Trước thế kỷ XIX, ở Trung-Hoa, trong những cương vực do triều đình ấn định, đã có người Âu-châu đến buôn bán. Người Bồ-đào-nha (Portuguese) đã từng đem nha-phiến vào bán từ đời Minh, đến đời Thanh thì càng ngày càng nhiều thêm đến nỗi các triều vua Càn-long (1736–1796), Gia-khánh (1796–1820) đều có lệnh cấm bán nha-phiến.

Người Anh, sau khi chiếm ưu thế ở Ấn-Độ—là nơi có nhiều nha-phiến— thấy món lợi to tát nên tiếp tục đem nha-phiến từ Ấn-Độ vào bán ở Trung-Hoa. Đến năm 1839, khi triều đình nhà Thanh ra lệnh tịch thu tất cả số lượng nha-phiến của thương-gia Anh đem đốt và đổ xuống biển, người Anh phản ứng mạnh mẽ; do đó đã xảy ra cuộc *Chiến-tranh nha-phiến* đưa đến *Điều-ước Nam-Kinh* (1842) theo đó người Trung-Hoa phải:

— trả cho nước Anh 21 triệu đồng (12 triệu chiến phí, 3 triệu bù vào số tiền thương gia Tàu thiếu người Anh, 6 triệu bồi thường cho số thuốc phiện bị đốt);

— mở năm hải cảng cho người Anh đến ngụ và thông thương;

— nhường chủ quyền Hương-Cảng cho nước Anh và phải tiếp tục để cho Anh đem nha-phiến vào bán.

Những sự xích mích xung đột giữa người Âu-châu và người bản xứ gia tăng khiến cho Anh và Pháp liên kết đánh phá Quảng-Đông. Triều đình nhà Thanh phải can thiệp và phải ký kết *Hòa-ước Thiên-Tân* (1858). Hòa-ước chưa kịp thi hành thì xảy ra việc Anh-Pháp đốt phá hoàng thành. Triều đình nhà Thanh phải nhượng bộ và ký *Điều-ước Bắc-Kinh* (1860). Theo điều-ước này, Trung-Hoa phải cắt đất Cửu-Long (Kowloon) cho Anh, mở Thiên-Tân cho Anh làm thương cảng, bồi thường Anh Pháp mỗi nước 8 triệu lạng bạc.

Các nước Tây-phương bắt chước Anh đòi hỏi nhượng địa, thuê đất, quyền buôn bán trong khoảng 80 thành phố ở vùng duyên hải và trong lục địa. Vì thế yếu, Trung-Hoa phải chấp nhận *những hiệp-ước bất-bình-đẳng* với Tây-phương.

Thời gian 1894–1895, hạm-đội Bắc-Hải của Trung-Hoa bị Nhật đánh bại. Dân chúng bất mãn với triều đình Mãn-Thanh. Các du học sinh đi học ở Âu Mỹ hay Nhật-Bản đem theo các tư tưởng mới của thế giới lan truyền về trong nước. Những người có tư tưởng cách mạng như Tôn Dật Tiên, Uông Triệu Minh, Hồ Hán Dân, Hoàng Hưng, v.v... thỉnh thoảng vận động ở bên trong Trung-Hoa, khi thì ở Quảng-Châu, Huệ-Châu, khi thì ở Hoàng Hoa Cương, Yên-Khánh. Các học giả trong nước như Dương Độ, Khang Hữu Vi, Lương Khải Siêu, thấy đất nước lâm nguy, xướng lên chủ nghĩa quân-chủ lập-hiến. Các sĩ phu duy-tân Trung-Hoa thỉnh cầu vua nhà Thanh biến-pháp. Vua Quang-Tự tiến hành *Bách-nhật duy-tân* (1898) với những luật lệ cải cách mới. Chỉ được ba tháng thì việc duy-tân bị phe bảo thủ chống đối, vua Quang-Tự bị giam và thái-hậu Từ-Hy lên nhiếp chính.

Năm 1901, sau khi đại-sứ Đức bị ám sát, Liên-quân tám nước tiến vào Trung-Hoa. Từ-Hy Thái-hậu chọn tuyên chiến với cả tám nước, sau một thời gian ngắn thì bị thua. Nhà Thanh phải đàm phán và nhượng bộ Liên-quân một số điều.

Sự bất mãn trong nước Trung-Hoa gia tăng. Năm 1912, cuộc cách mạng khởi lên ở Vũ-Xương (Hồ-Bắc). Nguyên do là dân Tứ-Xuyên bất mãn triều đình nhà Thanh, kéo nhau phản kháng, bị tổng-đốc Tứ-Xuyên đàn áp. Triều đình nhà Thanh cho quân Hồ-Bắc vào trấn áp dân-đảng ở Tứ-Xuyên. Thừa cơ hội này, dân-đảng cử một người quan võ là Lê Nguyên Hồng làm đại-tổng-thống, chỉ huy dân-quân, tuyên bố chủ nghĩa độc-lập. Lê Nguyên Hồng đem quân chinh phục Hán-Dương và Hán-Khẩu, rồi đem quân sang cứu dân-đảng ở Tứ-Xuyên.

Các tỉnh ở phía đông, tây, nam đều hưởng ứng với dân-quân và cùng tuyên bố độc-lập: Hồ-Nam, Giang-Tây, An-Huy, Phúc-Kiến, Triết-Giang, Vân-Nam, Quí-Châu, Quảng-Đông, Quảng-Tây, Tứ-Xuyên, Thiểm-Tây, Sơn-Tây, Sơn-Đông, Cam-Túc.

Khi dân chúng mới khởi lên ở Vũ-Xương, triều đình nhà Thanh phái quan đại-thần Mãn-châu là Ấm Xương cầm quân đi đánh, đoàn quân này bị thua. Ba ngày sau, triều đình Mãn-Thanh chọn một lãnh tụ trong nhóm Bắc-dương quân-nhân là Viên Thế Khải làm tổng-đốc Lưỡng-Hồ, đem thủy quân và lục quân đi đánh dân-quân phía nam. Quân Bắc-dương chiếm lại Hán-Dương, dân-quân chiếm Nam-Kinh, hai bên bất phân thắng bại. Triều đình nhà Thanh biết là sự thế nguy cấp nên bãi bỏ hoàng-tộc nội-các, cho Viên Thế Khải làm tổng-lý đại-thần, tuyên bố mười chín điều dự bị việc lập-hiến và xin đình chiến để giảng hòa với dân-quân. Từ đó, chính quyền ở Bắc-Kinh thuộc quyền nhóm Bắc-dương quân-nhân.

Các đại biểu của đảng Nam-phương tụ hội ở Vũ-Xương, lập chính-phủ lâm-thời và quyết định đặt Nam-Kinh làm nơi chính phủ điều hành. Đại-biểu các tỉnh về hội ở Nam-Kinh, cử Tôn Dật Tiên làm lâm-thời đại-tổng-thống, Lê Nguyên Hồng làm phó-tổng-thống, đổi quốc-hiệu là Trung-Hoa Dân-Quốc, lấy cờ ngũ-sắc làm quốc-kỳ, dùng dương-lịch thay âm-lịch, và thành lập tòa quốc-vụ. Sự việc Trung-Hoa Dân-quốc thành lập được xem là cuộc cách mạng đầu tiên của Trung-Hoa.

Hai bên nam bắc gặp nhau để nghị hòa, giải quyết công việc chung của đất nước. Bắc-dương quân-nhân thỉnh cầu vua Thanh thoái vị. Nam-phương cách-mạng đảng, mặc dù đã có công lập ra dân-quốc nhưng không đủ thế lực về quân sự nên nhường chức đại-tổng-thống cho nhóm Bắc-dương quân-nhân. Viên Thế Khải lãnh đạo, đặt chính quyền trung ương ở Bắc-Kinh. Những chức vụ quan trọng trong chính phủ và tổng-đốc các tỉnh ở miền bắc đều là người của Viên Thế Khải. Quá nửa các tổng-đốc ở các tỉnh miền nam thuộc về đảng cách-mạng, như Lý Liệt Quân ở Giang-Tây, Bách Văn Uất ở An-Huy, Hồ Hán Dân ở Quảng-Đông. Hai bên nam và bắc cùng qui định lâm-thời ước-pháp và những điều kiện ưu đãi cho nhà Mãn-Thanh đã bằng lòng thoái vị.

Viên Thế Khải tuy đứng đầu dân-quốc mà cách làm việc có tính chuyên chế, lại có ý định trừ bớt thế lực của đảng cách-mạng Nam-phương, khiến đưa đến cuộc cách mạng thứ nhì: đệ-nhị cách-mệnh, ở Trung-Hoa. Duyên do có hai việc: đầu tiên là chính phủ của Viên Thế Khải vay tiền của ngoại quốc mà không hỏi quốc-hội, sau đó, một người của dân-đảng là Tống Giáo Nhân bị ám sát mà dân chúng nghi ngờ là chính phủ có dính líu đến việc ấy. Dân-đảng ở phương nam phản đối, các tỉnh Giang-Tây, An-Huy, Quảng-Đông, Phúc-Kiến, Hồ-Nam tiếp nối nhau phản kháng. Viên Thế Khải phái quân đội xuống miền nam, bãi chức các tổng-đốc phương nam, dùng thủy-quân và lục-quân để dẹp các nhóm phản đối. Sau cuộc chiến tranh nam bắc, Viên Thế Khải triệu tập hội-nghị hiến-pháp, yêu cầu các đại biểu của các tỉnh biểu quyết các việc sau: kéo dài kỳ hạn tại chức của tổng-thống, các viên chức trong nội-các do tổng-thống bổ nhiệm, bãi bỏ tự trị của địa phương, giải tán tỉnh-nghị-hội ở các tỉnh. Trung-Hoa Dân-Quốc đang xây dựng chế độ cộng-hòa bị chuyển thành chế độ chuyên-đoán.

Đại-biểu các tỉnh đến Bắc-Kinh họp tán thành quân-chủ lập-hiến và thỉnh cầu đại-tổng-thống lên ngôi hoàng-đế, lấy Dân-quốc ngũ-niên làm Hồng-hiến nguyên-niên, và dự bị ngày đăng cực. Phía miền nam phản đối đế-chế, Vân-Nam, Quí-Châu, Quảng-Tây, Quảng-Đông, ... đều lên tiếng độc-lập. Đô-đốc Tứ-Xuyên và đô-đốc Hồ-Nam thuộc cùng đảng phái với Viên Thế Khải cũng tuyên bố độc-lập. Viên Thế Khải thấy mộng đế-chế tan rã, phẫn uất mà chết.

Viên Thế Khải qua đời, đại-biểu các tỉnh suy tôn Lê Nguyên Hồng làm tổng-thống. Trung-Hoa lúc này chia làm nhiều đảng phái. Tựu trung có ba phái: phái quân-nhân, phái dân-đảng và phái tự-trị. Trong mỗi phái lại chia ra nhiều đảng. Trong dân-đảng có Tôn Dật Tiên tiếp tục đi vận động chính trị mà bản dinh đặt tại Quảng-Đông.

Vào năm 1911, Quốc-dân-đảng ở Trung-Hoa do Tôn Dật Tiên lập ra có hai ý định: thay đổi chính thể trong nước và làm thế nào để Trung-Hoa đứng ngang hàng với các cường quốc Âu Tây. Chủ nghĩa của Quốc-dân-đảng Trung-Hoa vừa có mục tiêu dân-chủ vừa có tinh thần quốc-gia. Khi vua Mãn-Thanh chịu thoái vị, chương trình của Quốc-dân-đảng đã thực hiện được một phần. Sau đó, sự tranh chấp giữa các đảng phái Trung-Hoa càng ngày càng khốc liệt, mỗi người thủ lĩnh chiếm cứ một vùng. Giấc mộng thành lập chế độ dân-chủ cộng-hòa sau khi nhà Mãn-Thanh dứt tan thành mây khói vì những xung đột nội bộ.

Khi người Âu Tây vào Trung-Hoa, sự thất bại của nhà Mãn-Thanh không chỉ giới hạn ở phạm vi thương mại, tài chính. Sự thành công của nền văn minh kỹ thuật cơ khí và sự truyền bá của những tư tưởng mới do ảnh hưởng Âu-châu đem vào đã làm thay đổi những giá trị đạo đức, chính trị và văn hóa của một xã hội tồn cổ, bảo thủ. Khi triều đình nhà Thanh bất lực trước những biến chuyển của xã hội thì uy quyền và quyền lợi của họ bị sa sút. Nhà Mãn-Thanh bị sụp

II TRUNG-HOA, XÂU XÉ BỞI CÁC CƯỜNG QUỐC ÂU TÂY

Công danh chung đỉnh nợ tang bồng,
Nghìn thu thấm thoát còn gì không.

Ngô Thị Quý Linh

Tranh khắc trên đá
Sưu tập riêng

đổ, Trung-Hoa chưa kịp đặt nền tảng cho một đời sống mới. Trung-Hoa có một giới thức-giả hiểu được sự cần thiết của duy-tân, muốn thực hiện cuộc cách-mạng nhưng không có một quyền lực tối cao như Thiên-hoàng nước Nhật để làm biểu tượng cho sự đoàn kết.

III

Nhật và thời đại Minh-trị huy hoàng

Từ thế kỷ thứ 17 đến thế kỷ thứ 19, chính quyền Mạc-phủ do họ Tokugawa thành lập.

Khoảng giữa thế kỷ thứ 19, chính trị của Mạc-phủ làm mất lòng dân, để cho các cường quốc Tây-phương—Âu-châu và Hoa-Kỳ—ép Nhật phải ký những hiệp ước cho phép các nước này được vào buôn bán trong nước Nhật. Dân chúng bất mãn, đòi hỏi Mạc-phủ phải thay đổi. Các chí sĩ Nhật ban đầu xướng lên chủ thuyết "tôn Quân nhương Di" để đánh đuổi người ngoại quốc, nhưng sau đó thấy nên hòa với người ngoại quốc và cho rằng Mạc-phủ chịu trách nhiệm về sự sa sút của nước Nhật nên xướng lên chủ thuyết "tôn Quân thảo Mạc", nghĩa là tôn trọng Vua đánh đổ Mạc-phủ. Mạc-phủ cầm quyền chính nước Nhật được 43 đời, Thiên-hoàng bao nhiêu lâu nay chỉ có hư vị, giống như thời kỳ vua Lê chúa Trịnh ở Việt-Nam. Mạc-phủ thất bại trong việc trị an cũng như đối ngoại nên dân chúng muốn đòi quyền về cho vua Nhật. Minh-trị Thiên-hoàng lấy lại quyền chính, xếp đặt lại việc nội trị, dẹp quân của Mạc-phủ. Người đứng đầu Mạc-phủ lúc bấy giờ là Đức-xuyên Khánh-hỉ xin về hàng năm 1867.

Sự canh tân của nước Nhật không đến từ dân chúng, không phải là một cuộc cách mạng xã hội mà sự canh tân của Nhật đến từ giới thức giả, từ những người có học, có kiến thức Tây-phương, và có tham vọng canh tân nước Nhật. Việc cải cách đầu tiên là về chính trị. Khác với Viên Thế Khải khi lên cầm quyền ở Trung-Hoa thì khuynh hướng về chế độ độc đoán, vua Minh-trị cho thực hiện chế độ tự do dân chủ. Vua tuyên bố những điều sau đây đến dân chúng Nhật:

1. Từ đây trở đi, mọi chuyện của nước Nhật sẽ đem ra công luận bàn cãi và giải quyết, vua Nhật sẽ không giữ quyền độc đoán tự quyết định theo ý riêng.
2. Vua và dân cùng đồng-tâm, không có thế lực nào ngăn trở giữa dân chúng và chính phủ và che lấp những công việc chung của đất nước.
3. Người dân được hưởng sự tự do và quyền lợi của họ, không được ai xâm phạm đến, khác với người dân trong những nước chuyên chế, trông mong vào ân huệ của nhà vua.
4. Thời đại đã thay đổi, những lề thói cũ hủ lậu không còn thích hợp, phải đổi cũ theo mới. Tuy nhiên, sự thay đổi cần thích nghi theo lẽ công bằng của trời đất.
5. Nước Nhật ngày nay giao thiệp với nước ngoài, muốn chen vai sánh bước với họ thì phải học hỏi từ người nước ngoài. Người ngoại quốc có điều gì hay thì người Nhật phải học hỏi, từ công nghệ mới, chính trị, học vấn, đến cách tổ chức, trước tiên học làm sao cho bằng người, sau đó hơn người, cốt làm sao cho đất nước giàu mạnh, nhân dân sung sướng.

Để đoàn kết dân chúng, giới lãnh đạo Nhật trở về với Thần-giáo, tôn giáo gốc của người Nhật. Theo Thần-giáo, Thiên-hoàng được xem là biểu tượng của nền văn hóa Nhật, là hậu duệ của *Thái-dương thần-nữ*, vị thần đã đem lại sự sống cho người dân nước Nhật.

Thiên-hoàng được tôn lên làm biểu tượng cho sự đoàn kết và quyết tâm của những người yêu nước và ước vọng muốn thay đổi nước Nhật. Thiên-hoàng hủy bỏ những phong tục của thời đại phong kiến. Các phiên trấn không được giữ quyền hành như trước. Dân chúng thoát cảnh gần như nô lệ, được quyền có tư điền tư thổ, có những quyền công-dân như ở các nước Âu-Tây. Sau khi nắm quyền chính, Thiên-hoàng hứa sẽ thay đổi chính thể để hợp với lòng dân và có ích cho nước. Năm 1881, Thiên-hoàng ra chiếu chỉ cho dân chúng biết là sẽ thay đổi chính thể quân-chủ chuyên-chế ra chính thể quân-chủ lập-hiến, và tháng Hai năm 1889 tuyên bố Hiến-pháp mới.

Hiến-pháp của Nhật-Bản có bảy chương:

1. Chương I, điều thứ nhất, tuyên bố rằng Đế-quốc Nhật-Bản do một họ Thiên-hoàng đời đời kế tiếp thống trị. Vua có quyền hành-chánh tuyệt đối, nhưng quyền lập-pháp bị Nghị-viện hạn chế.
2. Chương II ấn định quyền lợi nghĩa vụ của người dân Nhật, tương tự như của người Tây-phương.
3. Chương III nói về Nghị-hội gồm có Quí-tộc-viện và Chúng-hội-viện.
4. Chương IV nói về chức Quốc-vụ-khanh và Cơ-mật-viện.
5. Chương V nói về quyền tư-pháp.
6. Chương VI nói về việc tài-chính.
7. Chương VII nói về sự sửa đổi hiến-pháp.

Sự hiện diện của Tây-phương đã khiến cho Nhật phải vội vàng thay đổi để bắt kịp kỹ thuật quân sự Tây-phương. Việc kỹ nghệ hóa đầu tiên ở Nhật không phải là để làm nhà máy dệt mà là xưởng đóng tàu để đóng tàu chiến. Năm 1864, Nhật nhờ Pháp xây xưởng hải-quân Yokosuka. Trong triều đại Minh-trị, phái đoàn Iwakura đã thăm nước Pháp cuối năm 1872, đầu năm 1873 và yết kiến tổng-thống Pháp. Họ xin đi thăm một số công xưởng và chú ý đến các hệ thống cũng như kỹ thuật áp dụng tại các nơi này. Bộ-trưởng tư-pháp Nhật, Nakae Chōmin, một thành viên trong phái đoàn Iwakura, đã ở lại Pháp và học về luật pháp Pháp để sau này dịch lại một số sách vở của Pháp ra tiếng Nhật. Năm 1886, kỹ-sư hải-quân Pháp Emile Bertin làm cố-vấn cho Thiên-hoàng để phát triển hải-quân Nhật và phần nào đóng góp vào chiến thắng của Nhật trong trận chiến Nga-Nhật. Nhật là quốc gia Á-châu duy nhất đã thực hiện được sự thay đổi kỳ diệu trong vòng một thời gian chưa tới năm mươi năm trở thành một cường quốc đủ mạnh về quân sự để thắng Nga và Trung-Hoa.

Trong hai thập niên 1870 và 1880, Nhật chỉ chú tâm vào việc cải tổ trong nước theo mô hình xã hội và kinh tế Tây-phương. Muốn giữ được độc lập hoàn toàn và không để cho người ngoại quốc xâm chiếm, người Nhật thấy là phải chỉnh đốn binh bị: muốn tự chủ phải hùng cường. Người Nhật tổ chức quân đội gồm có lục-quân và hải-quân theo cơ chế của Tây-phương. Năm 1866, chính phủ Nhật nhờ một phái đoàn quân sự Pháp, đứng đầu là nguyên-súy Chanoine, chỉnh đốn lục-quân Nhật. Phái đoàn quân sự Pháp còn nhiều lần sang Nhật trong hai thập niên từ 1870 đến cuối thập niên 1880. Năm 1874, một phái đoàn quân sự Pháp sang Nhật giúp Nhật thành lập trường huấn luyện quân sự Ichigaya, khởi đầu cho Học-viện Quân-sự Hoàng-gia Nhật.

Chính phủ Nhật còn nhờ đến người Đức, Hà-Lan, Ý-đại-lợi giúp cho việc quân sự. Năm 1877, Nhật đã có một quân đội huấn luyện theo kỹ thuật Tây-phương và sử dụng khí giới Tây-phương. Nhu cầu vũ trang và tự lực về quân sự đã khiến cho chính phủ Nhật thành lập cơ sở Osaka Ironworks (1881) và cùng lúc phương pháp làm thép theo kỹ thuật Krupp được khởi sự. Kỹ nghệ nặng bắt đầu phát triển để đáp ứng nhu cầu quốc-phòng trước khi làm đường xe lửa. Sau lục-quân và hải-quân, chính phủ Nhật cho thành lập không-quân.

Quan trọng hơn hết là tinh thần ái quốc của người Nhật. Giới lãnh đạo Nhật sẵn sàng làm đủ mọi cách để bảo đảm nước Nhật không bao giờ bị thua Tây-phương.

Chính phủ Nhật tạo ra một môi trường thuận lợi cho sự phát triển chính trị và kinh tế. Dân chúng được tự do đi lại và chọn ngành nghề thích hợp với họ. Chính phủ Nhật bỏ tiền đầu tư vào kỹ nghệ và khoa học kỹ thuật, xây dựng hạ tầng cơ sở. Chính phủ muốn cho sự canh tân được nhanh chóng nên đã nghĩ đến việc giáo dục dân chúng. Chương trình học được chỉnh đốn theo khuôn mẫu Âu Tây và chia ra tiểu-học, trung-học, cao-đẳng-học và chuyên-môn-học. Tiểu-học chia ra hai bậc, từ 6 đến 10 tuổi, và từ 10 đến 14 tuổi. Tất cả trẻ em, trai cũng như gái, từ 6 đến 10 tuổi đều phải đi học. Trừ những gia đình nghèo khó không phải trả học phí, cha mẹ bình thường phải trả tiền học phí cho con. Trẻ em ba bốn tuổi thì bắt đầu vào ấu-trĩ-viên để được chăm nom, chơi đùa trong môi trường lành mạnh.

Ở tiểu-học, học sinh được dạy những điều thường thức như luân lý, toán pháp, địa dư và lịch sử nước Nhật, vẽ, hát, con trai thì học thủ-công, con gái thì học thêu thùa may vá. Khoa học dạy bằng chữ Nhật. Học sinh phải học 1200 chữ Hán thông dụng. Ngoài ra, có giờ thể thao và có sân tập thể dục. Các trường trung-học nhận học sinh có bằng tiểu-học, phải ăn ở trong trường và đóng học phí. Chương trình trung-học bắt buộc học thêm các ngoại ngữ như Anh, Pháp hay Đức. Cao-đẳng-học chia ra nhiều ban: luật, thuốc, văn-chương, khoa-học, canh-nông, công-tác. Người tốt nghiệp cao-đẳng-học được nhận bằng cử-nhân. Các trường chuyên-môn-học dạy các ngành chuyên môn như ngoại giao, chính trị, quân sự, sư phạm, kỹ nghệ, ...

Ngoài các trường học, chính phủ và tư nhân lập ra các thư viện cho công chúng, chứa hơn một triệu quyển sách. Năm 1879, Nhật-bản có tòa Hàn-lâm giống như bên Pháp.

Luật lệ cũng thay đổi theo luật Tây-phương để được các nước Tây-phương đồng ý khi có trường hợp tranh tụng giữa người Nhật và người Tây-phương. Năm 1873, chính phủ Nhật mời nhà luật học Pháp Gustave Emile Boissonnade de Fontarabie đến Nhật để thành lập một hệ thống luật pháp hiện đại.

Năm 1895 là một năm quan trọng của Nhật về vấn đề ngoại giao. Nhật thắng Trung-Hoa trong một cuộc tranh chấp về đất đai ở Cao-Ly. Trung-Hoa phải công nhận Cao-ly được hoàn toàn độc lập và không phải thần phục cống lễ Trung-Hoa nữa. Trung-Hoa phải nhường cho Nhật đảo Liêu-Đông, quần đảo Pescadores và đảo Đài-Loan, bồi thường cho Nhật 200 triệu lạng bạc, cho tàu bè Nhật đi lại thông thương trên sông Dương-tử.

Sau khi đã thực hiện sự cải cách bên trong nước và có thế lực mạnh bên ngoài, chính phủ Nhật điều đình với các nước Mỹ, Anh, Đức, Pháp để điều chỉnh lại các hiệp-ước khi trước vì những hiệp-ước này có những điều không thuận lợi cho nước Nhật. Thứ nhất là việc bãi bỏ tô giới tại các hải cảng Nhật, lúc trước thuộc quyền của các nước ngoại quốc. Thứ nhì là bỏ quyền lĩnh-sự tài-phán của người ngoại quốc; từ nay trở đi, tòa án Nhật có quyền xét xử người ngoại quốc theo luật pháp của Nhật đã được cải tổ theo luật Âu Tây. Thứ ba là bãi bỏ thuế thương-chính do các nước ngoại quốc đặt ra, ấn định không quá năm phần trăm giá hàng ngoại quốc nhập cảng vào Nhật. Thứ tư là sở bưu điện ở Nhật sẽ không do người ngoại quốc kiểm soát mà do người Nhật tổ chức việc thông tin. Khắp nước Nhật, người Nhật có câu nói rằng: "Nước Nhật phải là của người Nhật".

Khi đã có thế mạnh về quân sự, người Nhật bắt đầu lấn sang Mãn-châu và gây ra sự xung đột với nước Nga. Nước Nga muốn sử dụng Mãn-châu để bành trướng thế lực sang Viễn-Đông. Nước Nhật bèn gửi thư yêu cầu nước Nga không được chạm đến Cao-Ly vì có thể làm thiệt hại cho quyền lợi của Nhật-Bản. Ngày 8 tháng Hai năm 1904, Nhật khai chiến với Nga. Tháng Tám năm 1904, Nhật thắng hải quân Nga tại Vladivostock. Tháng Ba năm 1905, Nhật chiếm Moukden. Tháng Năm, thủy-sư Togo phá được hải quân Nga. Anh, Pháp, Mỹ phải can thiệp để giảng hòa hai nước Nhật và Nga. Nga và Nhật rút quân khỏi Mãn-châu trả lại cho Trung-Hoa, nhưng Nga phải nhường cửa biển Lữ-Thuận, Đại-Liên ở Liêu-Đông và phía nam đảo Sakkhaline cho Nhật. Sau một thời gian, vì Trung-Hoa hãy còn suy yếu, Nhật và Nga chia nhau ảnh hưởng tại Mãn-châu: nước Nga giữ phía bắc, nước Nhật giữ phía nam.

Sau chiến tranh với Nga, năm 1905 Nhật đặt quyền bảo-hộ ở Cao-Ly, năm 1910 Nhật sáp nhập Cao-Ly vào Nhật-Bản.

Năm 1902, nước Anh kết đồng minh với Nhật. Năm 1907, Pháp và Nhật ký hiệp ước tương trợ để cùng nhau giữ quyền lợi ở Trung-Hoa, và năm 1911, hai nước ký hiệp ước thương mại, cho nhau quyền tối-huệ-quốc. Cũng do những hiệp ước này mà các du học sinh Việt sang Nhật Đông-du bị trục xuất ra khỏi Nhật. Trong thời gian Đại-chiến ở Âu-châu (1914–1918), Nhật cam đoan giữ hộ thuộc địa của Pháp ở Viễn-Đông. Cũng trong thời gian này, Nhật lấy lý do nước Đức thù nghịch với Anh và Nhật là đồng minh với Anh nên Nhật đem quân khai chiến với Đức tháng Tám năm 1914. Với sự trợ giúp của chiến thuyền Anh, Pháp và Úc-đại-lợi, Nhật chiếm các đảo của Đức trong Thái-bình-dương là những quần đảo Bismarck, Samoa, Mariannes, Carolines, Marshall, các đảo Yap và Nouvelle Guinée.

Khi Thiên-hoàng Minh-trị băng hà năm 1912, nước Nhật đã thay đổi hẳn. Nhật được thế giới công nhận là một cường quốc. Chưa bao giờ có một nước Á-châu đứng ngang hàng với các nước Tây-phương như Nhật. Nước Nhật có một chính phủ với nền hành chánh tập trung, một quốc-hội lập-hiến, một hệ thống luật pháp hiện đại, một hệ thống giao thông và thông tin phát triển, dân chúng có trình độ học thức cao và không bị kỳ thị phân biệt bởi giai cấp, một nền kỹ nghệ tiến triển với những kỹ thuật hiện đại, và một quân đội hùng mạnh.

Ảnh hưởng mạnh nhất và bền bỉ nhất chi phối cuộc sống của người Nhật qua bao thế kỷ chính là Thần-đạo, đạo Phật và đạo Khổng. Đạo Phật từ Ấn-Độ, Cao-Ly và đạo Khổng từ Trung-Hoa truyền sang nước Nhật đã biến hóa khác đi theo tư tưởng của người Nhật. Người Nhật ở cách xa hẳn các nước Á-châu khác trong lục địa, tự cho họ là một dân tộc thuần nhất, khác hẳn các dân tộc khác. Họ biết kén chọn, thâu thái những gì thích hợp với sự cần dùng cho đời sống, và vẫn giữ sự sinh hoạt thâm trầm đặc biệt về tinh thần. Theo sử sách Nhật-Bản ghi chép, mỗi người Nhật là hình ảnh của một *nước Nhật thiên-nhiên*, một phần của *hồn Đại-hòa*, Thiên-hoàng là dòng dõi của Mặt Trời và các thần-minh đã cấu tạo ra đất nước Nhật. Người dân thường cũng là miêu-duệ của các thần-minh. Tổ-tông, con cháu, đất nước cũng là một, đồng-thế nhất-dạng và có tính chất thần-minh. Tinh-túy riêng của người dân Nhật là một phần trong tinh-túy chung được chung đúc từ thiên vạn cổ cho đến ngày nay. Mọi sự vật, mọi con người ở nước Nhật đều phảng phất cái *hồn Nhật-Bản* trong đó.

Người Nhật chỉ mượn ở Âu Tây phần vật chất, tiến bộ khoa học kỹ thuật mà thôi. Người Nhật vẫn giữ đạo thờ vua phụng sự nước như ông cha đời trước. Sự khôi phục đế quyền và phục hưng quốc-túy quốc-hồn đã giúp cho nước Nhật làm được cuộc cách-mệnh, thực hiện được sự duy-tân và thoát được sự nguy hiểm bị nước ngoài áp chế. Nước Nhật từ thời Minh-trị là một sự kết hợp của tiến bộ Âu Tây và phục hồi cổ điển của nước Nhật. Người Nhật biết lợi dụng những phát minh tiến bộ của khoa học như điện ảnh, truyền hình để phát biểu những tinh túy thời cổ xưa, để nối liền quá khứ với hiện tại. Bề ngoài nước Nhật thay đổi nhưng tâm hồn người Nhật vẫn không đổi,

III NHẬT VÀ THỜI ĐẠI MINH-TRỊ HUY HOÀNG

"Koriusai. — Courtisane prenant une tasse de thé."
Sưu tập riêng

nền văn minh thế giới không làm mất đi cái cốt cách tinh thần đặc biệt của người Nhật.

Dân Nhật đã giải quyết được sự khủng hoảng về văn hóa vì họ đã biết lựa chọn sống với nền văn hóa truyền thống Nhật. Người Nhật đã giữ được "cái chí sinh-hoạt" (*la volonté de vivre*) của họ như ông chủ báo *Naikwan* của Nhật đã viết.

IV

Học kinh nghiệm của nước Nhật

Sự thành công của nước Nhật đã có tiếng vang đến Việt-Nam. Chỉ trong thời gian nửa thế kỷ, nước Nhật đã trải qua một sự biến đổi đáng khâm phục. Nhiều sĩ phu Việt-Nam đã sang tận Nhật để tìm hiểu vì Nhật là một nước đồng văn, cũng chịu ảnh hưởng của tam giáo: Phật, Khổng và Lão. Mặc dù chịu ảnh hưởng của Nho-học, giới cầm quyền Nhật cởi mở với những ý kiến mới để làm tăng sự phồn thịnh cho dân chúng và đất nước.

Năm 1904, Phan Bội Châu—hiệu là Sào-Nam—cùng với Tăng Bạt Hổ và Đặng Tử Kính sang Nhật cầu viện. Sau khi gặp các nhân vật của Đảng Tiến-Bộ ở Nhật, cả ba vị chia nhau công tác. Tăng Bạt Hổ về Việt-Nam để vận động việc Đông-du đưa người sang Nhật học, Sào-Nam sang Trung-Quốc. Tăng Bạt Hổ, nguyên khi trước đã từng mộ quân chống Pháp, bị thua Nguyễn Thân nhiều lần, nhưng không chịu về hàng. Ông lưu lạc sang Tàu, rồi Nhật, ở trong đội thủy quân Nhật, nổi tiếng quả cảm, được thưởng huy chương quân công. Nhân ngày khải hoàn thắng Nga, vua Nhật mở đại yến đãi các tướng sĩ Nhật, ông khóc và bày tỏ nỗi lòng của người mất nước. Những người hiện diện đều cảm xúc vì lời khảng khái của ông nên nhận lời giúp huấn luyện thanh niên Việt-Nam để nâng cao dân khí, dân trí mà có sức đánh đuổi người Pháp.

Ông về Hà-Nội, tìm gặp Lương Văn Can, người có tiếng nghĩa khí và được sự tín nhiệm của giới sĩ phu miền Bắc, để bàn kế hoạch giúp nước lâu dài. Lương Văn Can đồng ý sẽ tìm nhân tài để gởi qua Nhật học. Hai người con của ông Lương là Lương Ngọc Quyến và Lương Nghị Khanh trở thành những sinh viên Đông-du đầu tiên.

Kinh nghiệm của lần đầu tiên đến nước Nhật và cách điều hành của chính phủ Nhật đối với dân chúng khiến Phan Bội Châu ngạc nhiên hết sức. Khi đặt chân đến Hoành-Tân (Yokohama), ông kể lại tự sự như sau:

> [N]hân vì đồ hành lý không thấy đâu, đứng ngẩn ở cửa ga một hồi lâu, thấy có một người Nhật-Bản đội mũ trắng và mang gươm, lại trước mặt chúng tôi, chào hỏi một cách lễ phép và đem quyển vở nhỏ trong túi ra viết chữ hỏi chúng tôi: "Vì cớ sao các ngài không đi?" Tôi nói rằng: "Tìm không được hành-lý". Người ấy nói: "Tôi đã mua một vé nhà hàng cho các người rồi, hành lý của các người cứ đến nhà hàng thì được ngay". Người ấy lại khoát ba cỗ xe tay, dắt chúng tôi lên xe và lại chúc thác phu xe mấy câu nói gì gì, chốc thì xe kéo đến một nhà quán tên gọi "Điền-Trung (Tanaka) Lữ-quán", ngồi chưa kịp bén chiếu thì đồ hành lý của chúng tôi đã đến đủ. Bởi vì qui tắc xe lửa ở Nhật-Bản, người khách với đồ hành lý, không được đi lên một toa; người với các giống súc vật không được nhét chung vào một xe, tuy khách ngồi hạng tư cũng vậy. Vì cẩn thận vệ-sinh và trọng đãi hành khách, mỗi toa xe có yết rõ ràng mệnh lệnh của Chính-phủ, hạn định chở bao nhiêu người; hành lý của khách, người trong xe phải trông nom và phải hộ tống đến ga, người trong xe không ai lặt đồ rơi hết. Đối với ông Tăng đã từng quên đồ rơi trong xe nhưng sau vài ngày lại tìm được ở chỗ cũ.
>
> Tôi bây giờ mới than rằng chính trị của cường-quốc với trình độ của quốc-dân, chỉ một việc ấy so với nước ta, cách xa nhau trời với vực. (*Phan-Bội-Châu Niên-biểu*)

Khi Lương Ấm-Băng gặp Phan-Sào Nam, qua cuộc bút đàm Ấm-Băng chủ-nhân đề nghị những điều sau:

"1/ Quý quốc không lo không có ngày độc-lập, mà chỉ lo quốc-dân không có đủ tư cách độc-lập.

"2/ Kế hoạch quang-phục yếu-kiện chỉ có ba điều:

    a. có thực lực trong nước.

    b. nhờ sức viện trợ của Lưỡng-Quảng.

    c. nhờ Nhật-Bản viện-trợ bằng thanh thế. Nhưng nếu ở trong nước quýquốc không có thực lực thì hai điều sau đó không phải là hạnh-phúc của quý quốc."

Lương Ẩm-Băng giải thích thêm rằng:

"Thực lực của quý quốc là dân trí, dân khí và nhân tài. Lưỡng-Quảng chỉ giúp cho quân lương với khí-giới; Nhật-Bản chỉ giúp ở trên trường ngoại-giao. Hễ khi nước mình có độc-lập, tất phải yêu cầu liệt-cường thừa nhận, mà Nhật-Bản là cường quốc ở Á-châu, có thể thừa nhận trước hết được."

Sào-Nam hỏi ý kiến Ẩm-Băng về việc cầu viện Nhật thì Ẩm-Băng trả lời như sau:

> Mưu ấy sợ không tốt: Quân Nhật-Bản đã một lần vào nước, quyết không lý gì đuổi nó ra được. Thế là muốn phục quốc, thực là làm cho chóng mất. Quý quốc chớ lo không có cơ hội độc-lập, mà chỉ lo không có nhân-tài hay chụp ở cơ-hội. Hễ đến ngày Đức-Pháp tuyên chiến với nhau, tức là một cơ-hội rất tốt cho quý quốc độc-lập đấy.

Trong thời gian ở Nhật, Phan Sào-Nam nhờ Lương Khải Siêu giới thiệu đến các nhà chính trị Nhật như Đại Ôi (Okuma Shigenobu, lãnh tụ đảng Tiến-bộ Nhật Kaishinto), Khuyển Dưỡng Nghị (Inukai Tsuyoshi, khi trước làm Văn-bộ đại-thần—bộ-trưởng bộ giáo-dục—, hiện làm tổng-lý đảng Tiến-bộ). Họ đều khuyên ông nên xếp đặt tổ chức cho vững vàng, tìm một người lãnh tụ và hứa sẽ giúp đỡ những người sang được đến Nhật. Sào-Nam đưa tên và thông-hành của Kỳ-ngoại-hầu Cường Để đã được đưa lên làm lãnh tụ của nhóm. Khuyển Dưỡng Nghị khuyên nên đưa Kỳ-ngoại-hầu ra khỏi nước để khỏi bị Pháp bắt và ẩn nhẫn chờ thời vì Nhật không thể tuyên chiến với Pháp và cả Âu-châu ngay lúc bấy giờ. Khuyển Dưỡng Nghị khuyên nên tổ chức đảng cách mạng để có người hoạt động.

Vài ngày sau, Lương Ẩm-Băng lại mời Sào-Nam đến và bút đàm đề nghị như sau:

> "1/ Hết sức dùng văn-tự đau đớn thống-thiết và hăng hái, mô tả cho hết tình-trạng bệnh-thống của quý quốc, với mưu hiểm-độc diệt chủng diệt quốc của người Pháp, tuyên-bố cho người thế-giới biết, họa may kêu dậy được dư-luận của thế-giới làm môi-giới ngoại-giao cho các ngài đó là một kế-hoạch.

> "2/ Ông có thể trở về nước, hay là đưa văn-thư gửi về trong nước, cổ động những hạng người thanh-niên xuất dương cầu học, mượn đó làm cái nền tảng hưng dân-khí, khai dân-trí, lại là một kế hoạch.

> Trừ ngoài hai kế-hoạch ấy thì chỉ nằm gai nếm mật chứa giận chờ thời, một mai nước tôi mạnh lên, tất phải đối ngoại tuyên chiến, mà tiếng súng nổ lần thứ nhất, tất nhiên là đối với Pháp ở Việt-Nam. Bởi vì quý quốc liên tiếp với đất nước tôi, mà hai ngọn đường sắt Việt-Nam – Quảng-Tây, Việt-Nam – Vân-Nam, thiệt là cái họa trong lòng bụng chúng tôi. Những hạng chí-sĩ nhân-nhân nước tôi không chốc phút nào quên việc ấy, các ngài hãy chờ xem."

Phan Sào-Nam có việc phải đi Đông-Kinh, nhưng không biết tiếng Nhật. Nhờ biết chữ Hán, một người phu xe Nhật đi tìm cho ra địa chỉ mà Sào-Nam cần tới. Mất cả buổi chiều đi tìm mới ra, vậy mà người phu xe cũng không tăng giá tiền đi xe của Sào-Nam. Sào-Nam tiên-sinh kể lại phần cuối câu chuyện này như sau:

> Bây giờ mới hỏi giá xe thì nó chỉ đòi hai hào năm xu. Chúng tôi lấy làm lạ lắm, rút một đồng bạc trong túi ra trao cho nó và tỏ tấm lòng cảm ơn đến công, nhưng nó không chịu lấy, rút vở nhỏ trong túi ra viết chữ nói với chúng tôi rằng: "Theo quy luật Nội-vụ-sảnh đã định thì từ ga Đông-Kinh đến nhà này, giá xe chỉ có ngần ấy, vả lại các người là người ngoại-quốc, yêu mến văn-minh nước Nhật-Bản mà đến, vậy nên ta hoan-nghênh các người, chứ không phải hoan-nghênh tiền đâu. Bây giờ các người cho tôi tiền xe quá lệ, thế là khinh bạc người Nhật-Bản đó."
>
> Chúng tôi nghe lời nói ấy, từ tạ nó xong, tự nghĩ càng thêm tủi!
>
> Than ôi! Trí thức trình-độ dân nước ta xem với tên phu-xe Nhật-Bản, chẳng dám chết thẹn lắm hay sao!

Sau những buổi nói chuyện với Ẩm-Băng chủ-nhân và các nhà chính trị Nhật, rồi nhận xét về đất nước và dân Nhật, Phan Sào-Nam và các đồng chí đã thực hiện những việc sau:

— giúp Kỳ-ngoại-hầu Cường-Để ra khỏi nước để sang Nhật vào đầu năm 1906. Sào-Nam đón Kỳ-ngoại-hầu ở Hương-Cảng. Cả hai ông dừng chân ở Quảng-Đông, gặp Lưu Vĩnh Phúc và Nguyễn Thiện Thuật. Nhân cơ hội này, Sào-Nam bàn việc thành lập đảng đặt tên là Duy-Tân-Hội và cùng bàn bạc chương trình của Hội.

— chương trình của Duy-Tân-Hội: "Chương trình giản lược chỉ có đại-cương ba điều, tế-mục 5 điều, mà tôn-chỉ là chuyện đánh đổ chính-phủ Pháp, khôi-phục Việt-Nam, kiến-thiết quân-chủ lập-hiến quốc, ấn hành chỉ có vài trăm trương để cho tiện người mang về trong nước."

Ở bên Nhật, thấy nước Nhật phồn thịnh, yên vui, dân chúng đoàn kết, thương yêu nhau, ông lại càng xót xa cho dân tộc hơn nữa. Ông kêu gọi người trong nước lập hội gây quỹ giúp đỡ người du học. Ông trình bày lý do tại sao phải đi du học:

— Ở trong nước, dân chúng bị bắt buộc phải theo chính sách của chính phủ Pháp, không có cách nào để mở mang trí thức cho dân, cho nên dân không thể tiến bộ được.

— Mọi quyền hành ở trong tay chính phủ thuộc địa, dân không có quyền gì; vì thế không thể chấn khởi chí khí của dân nên dân hèn yếu.

— Chỉ có xuất dương du học, tận mắt trông thấy sự tiến bộ của nước người, tận tâm quyết chí học tập điều hay của người là kế nhanh hơn cả.

Tuy nhiên người đi du học, không được chính phủ giúp đỡ, lại còn bị cấm đoán, lấy đâu ra phương tiện để du học. Ông thuyết phục người trong nước nên xuất tiền góp vốn lập hội giúp cho các thanh niên du học, và tin vào tương lai: một khi nhân tài thịnh đạt thì trong số những người ấy chắc sẽ có nhiều người có khả năng gánh vác được việc đất nước, "chắc chắn cũng có những người gánh lấy được cái việc tối trọng tối đại của nghìn muôn đời, lập nên được cái công tối gian khổ của nghìn muôn năm và đương lấy được cái nhục tối hiếm tối lạ của nghìn muôn thuở." (*Lưu-Cầu huyết-lệ tân-thư*)

Ông dặn dò các thanh niên được du học phải biết nghĩ rằng:

Còn những người thiếu niên du học, cần phải có cái lòng "gian khổ không sờn", phải có thế "tiến thẳng không lùi". Tất cả những ý nghĩ xằng bậy như: rượu chè, cờ bạc, trai gái, đĩ bợm đều hết sức ngăn ngừa. Tất thảy những sự thực dụng đã nói trong chương trình nhà trường đều ra sức nghiên cứu. Chăm chú học tập làm sao cho khỏi phụ tấm lòng nhiệt thành giúp đỡ của đồng bào.

Thanh niên Việt-Nam sang du học bên Nhật muốn vào trường phải có giấy phép của chính phủ. Trường công sẽ gặp rắc rối với chính phủ Pháp nên Phan Bội Châu nhờ Đông-Á Đồng-Văn-Hội là một dân đảng không chịu sự kiểm soát của chính phủ để mở chương trình học cho học sinh Việt-Nam. Chương trình học tại Đông-Á Đồng-Văn như sau:

— học quân sự chuyên môn;

— học kiến thức phổ thông, ngoài Nhật-văn, Nhật-ngữ, học toán, địa dư, lịch sử, hóa học, vật lý học, luân lý, v.v...

Mỗi cuối tuần, vào ngày chủ nhật, toàn thể học sinh tụ họp lại, mượn trường làm nơi diễn thuyết. Nhờ những buổi diễn thuyết này mà các học sinh quen biết nhau, giữ liên lạc và củng cố tình đoàn thể.

Khi Phan Chu Trinh—hiệu là Tây-Hồ—sang Nhật, thấy trình độ của dân Nhật nhờ giáo dục mà tăng tiến, ông mong sao các du học sinh sang Nhật học khi trở về cũng có tinh thần tiến bộ như họ. Đối với Phan Tây-Hồ, Đông-du là phương tiện mà khai dân trí là mục đích. Ông nói với Phan Bội Châu như sau: "Trình độ dân Nhật-bản như thế mà trình độ dân ta như thế, không nô lệ làm sao được! Được bấy nhiêu học sinh vào nhà học Nhật-bản là sự nghiệp rất lớn của ông. Từ nay nên lưu Đông yên nghỉ, chăm việc làm sách, bất tất nói bài Pháp làm gì. Chỉ nên đề xướng dân quyền, đã biết có quyền thì việc khác có thể tính lần được." (*Phan Bội Châu niên-biểu*)

Phan Chu Trinh trong khi ở Nhật, bàn bạc với Phan Bội Châu, cùng đến Khánh-Ứng nghĩa-thục khảo sát cách tổ chức của nghĩa-thục, rồi về nước. Về Hà-Nội, ông gặp Lương Văn Can để bàn việc sáng lập một nghĩa-thục tương tự Khánh-Ứng nghĩa-thục cốt mở mang dân trí và đào tạo nhân tài. Lương Văn Can làm thục-trưởng, Nguyễn Văn Vĩnh và Phạm Duy Tốn đảm nhiệm việc xin giấy phép mở Đông-Kinh nghĩa-thục. Chương trình tại nghĩa-thục gồm trí dục, đức dục và thể dục. Trường lập ban tu-thư, soạn sách và dịch sách. Trường dạy miễn phí nhờ sự yểm trợ tài chính của các hội thương, các nhà buôn bán và sự đóng góp của các hội viên.

Nhiều nghĩa thục thành hình thêm, ở đấy không có chương trình hàng năm, không cần thi cử và phát bằng cấp, học sinh đến trường để khai trí chứ không học để sinh nhai.

Học Duy Tân rốt lại chỉ là học để biết, để mở mang, để có những kiến thức mới; (...) không cần đào tạo các ông tú, ông cử, ông phán, ông thông, mà chỉ muốn mở cái óc mê muội, muốn gõ tiếng chuông duy tân, muốn gây một thế hệ cách mạng trong quần chúng. (*Phong trào Duy Tân*, Nguyễn Văn Xuân)

Lúc đó là đầu thế kỷ thứ 20, chính sách giáo dục ở Việt-Nam chưa có nhiều thay đổi. Nhìn thấy gương Nhật-Bản, các sĩ phu Việt-Nam nô nức học hỏi theo Tây-phương. Họ khởi xướng phong trào duy-tân ở cả ba kỳ và được sự hưởng ứng của dân chúng. Phong trào Đông-du mở đường cho thanh niên sang Nhật. Phong trào duy-tân mau chóng bị dập tắt vì chính phủ thuộc địa kết án các sĩ-phu duy-tân đã chủ mưu *Trung-kỳ dân-biến* (1908) và *Hà-thành đầu độc* (Hà-Nội 1908).

Từ năm 1906, toàn-quyền Paul Beau cho thành lập Nha Giám-đốc Học-chánh và Hội-đồng Cải-thiện Bản-xứ để ấn định một học trình mới phù hợp với tình thế. Năm 1908, một chương trình học mới được ban ra với hai chương trình: chương trình Hán-Việt-Pháp cho các trường làng, phủ huyện, tỉnh ly, và chương trình Việt-Pháp cho các tỉnh ly.

Dù được học tiếng Pháp và văn hóa Pháp, giới trí thức tân học lúc này khi bàn về vấn đề văn hóa, vẫn quay trở lại lấy gương của Nhật vì nước Nhật là một nước đồng-văn với Việt-Nam và cũng là nước thành công đầu tiên ở Á-châu.

Năm 1931, khi học giới Việt-Nam tranh luận về vấn đề quốc học, nhà văn Nguyễn Trọng Thuật đã đứng ra "Điều đình cái án quốc-học". Tác giả *Quả Dưa Đỏ* đã cho biết là trong quốc học nước Nhật, học thuyết nhà Nho và đạo Phật đều có ảnh hưởng ở nước Nhật nhưng vì mỗi học thuyết đều có khuyết điểm cho nên người Nhật "mới xướng lên đem quốc-giáo thần-đạo, quốc-sử (mà quốc-sử đến bấy giờ cũng mới đủ), hòa-văn, cổ-điển hợp làm một môn học gọi là quốc-học, để đối với Nho-học Phật-học mà không quên quốc-túy vậy."

Ông nói tiếp rằng nước Nhật -một nước cường thịnh nhờ thâu thái văn minh Tây-phương mà vẫn tự hào về quốc-túy quốc-hồn của họ- đã biết đặt quốc-học vào địa vị chủ nhân để tiếp nhận các học thuyết từ ngoài vào như Nho và Phật.

Xem thế thì người Nhật bấy giờ họ sở-dĩ xướng-lập ra khoa quốc-học là đem những cái cố-hữu tầm-thường mà cốt-cách của tổ-bang từ thiên-cổ ra, đánh thức cho bọn quốc-dân bập-bẹ "Tử-viết, Thi-vân", "bát-nhã ba-la-mật" kia, đối với cái học chung thế-giới ấy mà nhớ có mình, nhớ vì mình mà học. Tức là dựng chủ-nhân dậy, đứng hẳn ra ngôi đông-đạo mà tiếp rước lấy hai đại-sư Nho Phật vào mà giáo-hóa con cái, chứ không phải đưa chủ-nhân ra để chực đóng cửa cài then không cho sư-tân tới nhà, hoặc là chực giờ lối chữ nghĩa cùn để đối chọi với thầy, thì lại càng ngăn-trở sự thụ-giáo cho con-cái.

Muốn cho rõ cái ý ấy hơn nữa, tôi xin mượn lời chủ-nhân là quốc-học, bố đẻ của cậu học-trò là quốc-dân Nhật-bản bấy giờ, nói với hai ông thầy học của con là Nho với Phật như sau này, cho thêm vui:

Kính Phu-tử, bạch Thế-tôn, vì tôi đây hâm mộ giáo-hóa của Phu-tử cùng Thế-tôn mà mời hai ngài về đây để dạy bảo cho cháu. Nhưng nhà tôi đây tổ-tông truyền dõi chỗ hải-đảo tốt đẹp này. Một dòng chất-phác, trung-hậu mà khí-khái, đã thành lề-thói, đã có thể-thống nhất-định. Vậy xin ngỏ cùng Phu-tử với Thế-tôn, thế nào là hiếu-trung nhân-nghĩa, thế nào là trí-tuệ từ-bi, xin Phu-tử với Thế-tôn cứ tự-do hết lòng mà đào tạo cho cháu. Nhưng chỉ xin hai ngài ngó tới cái gia-truyền của nhà tôi trên kia mà liệu cảm-hóa cho cháu. Cháu được thành-tài đạt-đức, đua ganh với đời mà hằng biết nghĩ đến tôi. Ấy là tôi cám ơn Phu-tử với Thế-tôn. ("Điêu-đình cái án quốc-học", *Nam-Phong* Novembre/Décembre 1931)

Chủ-bút *Nam-Phong Tạp-chí*, Phạm Quỳnh, cũng đã đem văn hóa nước Nhật để so sánh với quốc-học nước Việt. "Như nước Nhật ở Á-đông ta cũng vậy, thật là "con tinh-thần" (fils spirituel) của nước Tàu, đồng-văn đồng-hóa với Tàu, nhưng vẫn có một cái lối học riêng của họ, tuy cũng xuất ở Tàu mà ra, mà có cái đặc-sắc khác với Tàu, có thể gọi là quốc-học của Nhật-bản được." ("Bàn về quốc-học", *Nam-Phong* Juin 1931)

Theo Phạm Quỳnh nhận xét, cả ba đạo Nho, Lão, Phật đều đã có ảnh hưởng ở Việt-Nam và ở Nhật, và người Nhật đã khéo thâu thái phần tinh túy của mỗi đạo.

Như trong đạo Khổng thì nước Nhật chỉ lấy cái phần đạo-đức thuần-túy, còn phần chính-trị cùng những chế-độ do đó mà ra, thì nhất-thiết bỏ hết, nhất là cái chế-độ khoa-cử đã di-hại cho nước Tàu, nước Nam, cho chí nước Cao-ly biết bao nhiêu mà kể. Chế-độ khoa-cử là một cái chế-độ lung-lạc tinh-thần người ta bằng một cái học phiền-toái, bằng một cách giáo-dục thuần dùng trí nhớ, chỉ chủ có một cái mục-đích, là dạy cho thuộc nhiều chữ sách để đi thi mà thôi. Chế-độ đó ở nước Nam này khuếch-trương ra thành một cái đại-điển của quốc-gia, rất thịnh-hành, rất long-trọng, khiến cho bao nhiêu kẻ thượng-lưu trí-thức trong nước chỉ khuynh-hướng cả về một đường đi thi để làm quan, cho là ngoại-giả không còn nghề gì xứng-đáng nữa, và phàm học-vấn chỉ quanh-quẩn trong mấy pho kinh-truyện, đời ấy sang đời khác bàn đi giải lại, biện-nạn chú-thích hoài, cho là ngoại-giả không còn cái gì đáng nghiên-cứu nữa. Chế-độ ấy vào trong tay người cầm-quyền, hoặc là vua-chúa, hoặc là kẻ tiếm-nghịch, kẻ quyền-thần, thành một cái lợi-khí chính-trị rất mạnh để đàn-áp kẻ thức-giả.

Ngoài con đường khoa-cử không còn có lối nào mà xuất-thân nữa, mà khoa-cử thì do quyền chính-trị qui-định rất nghiêm, thành ra không có cái học tự-do, cái học ngoài mục-đích thi-cử nữa, mà cả nước ví như một trường thi lớn, bao nhiêu nhân-tài đổ xô cả vào đấy, để tranh-khôi đoạt-giáp, cầu lấy chút ơn vua lộc nước làm danh-dự, mà nào có mấy khi được, vì người thi vô-hạn và kẻ đậu có chừng vậy.

Còn những trước-tác của các học-phái ngoài phái nhà nho, thời tuyệt-nhiên không ai biết đến. Ngay trong Nho-giáo, hoặc có thuyết nào hơi sai-biệt với thuyết 'chính-truyền' của Quốc-gia đã công-nhận (tức là cái học Chu-Trình), học-giả cũng không hề để ý đến; như phái Vương Dương-Minh, là một nhà triết-học đời Minh, về thế-kỷ thứ 15, người Nhật gọi là OYOMI, xướng lên cái thuyết 'tri-hành hợp-nhất' (biết với làm là một, biết đến nơi tất làm được, làm được tất phải biết), thuyết này ảnh-hưởng ở Nhật sâu-xa lắm, mà ở nước Nam mãi đến gần đây tịnh không ai biết.

Nói tóm lại thời cái lối khoa-cử của phái nhà Nho thật là tệ-hại vô-cùng, đem một cái đạo rất cao-thượng mà lạm-dụng về chính-trị, về giáo-dục sai-lầm.

Nay cái tệ-đoan đó, nước Nhật tuyệt-nhiên không mắc, chỉ biết hưởng-thụ những cái hay của đạo Khổng, mà không phải chịu-đựng, những cái dở của đạo Khổng.

Đối với đạo Lão cũng vậy: phàm những mậu-thuyết đã làm cho đạo này biến thành một đạo thần-tiên mê-tín, nhất-thiết bỏ cả, mà chỉ giữ lấy cái chủ-nghĩa khao-khát lý-tưởng, ham-muốn tuyệt-đích, yêu-chuộng thiên-nhiên, trọng sự thuần-túy tự-nhiên đối với những lễ-văn kiểu-sức, mến tự-do mà ưa thần-bí, đó là mấy cái đặc-sắc của tư-tưởng họ Lão họ Trang và tức là một cái nguồn sâu của mĩ-thuật Đông-Á vậy.

Sau đến đạo Phật, thời người Nhật cũng thâu được cái tinh-túy, nhiễm được những lý-tưởng tu-luyện từ-bi, trầm-tư mặc-tưởng, nhập-định tinh-tiến, mà phát-đạt nhất là về phái Thiền-tôn (tiếng Nhật là Zen), phái này có ảnh hưởng rất sâu xa ở nước Nhật, không những về đường mĩ-thuật mà cả về cách sinh-hoạt trong dân-gian nữa. ("Gương nước Nhật", *Nam-Phong* Janvier 1930)

Sau cùng, ông chủ bút *Nam-Phong* kết luận sự thành công của nước Nhật là nhờ lý do sau: 'Nhật-bản cũng là học-trò của Tàu, cũng mô-phỏng văn-hóa của Tàu trong mấy mươi đời, nhưng họ biết lựa-lọc kén-chọn, họ không có phóng-chép một cách nô-lệ như mình. Cho nên tuy về đường tư-tưởng học-thuật họ vẫn chịu ảnh-hưởng của

Tàu nhiều, nhưng họ cũng có một nền quốc-học của họ, dù không được rực-rỡ cho lắm, mà vẫn có đặc-sắc khác người.' ("Bàn về quốc-học", *Nam-Phong* Juin 1931)

Hiện tượng nước Nhật đạt sự phồn thịnh nhanh chóng trong vòng nửa thế kỷ khiến cho những nước Á-châu chung quanh kinh ngạc. Phan Chu Trinh đã đặt câu hỏi: "Dân tộc Nhật Bản được giàu mạnh như ngày nay là chỉ theo cái văn minh hình thức của Âu-châu hay là có sửa đổi gì luân lý không?" Tây-Hồ tiên-sinh đã nhận ra chìa khóa cho sự thành công của người Nhật chính là **trau giồi đạo đức, sửa đổi luân lý**.

Người nước ta thường tự xưng là đồng loại, đồng đạo, đồng văn với Nhật Bản; thấy họ tiến thì nức nở khen chớ không khi nào chịu xét vì sao mà họ được tiến tới như thế? Họ chỉ đóng tàu đúc súng mà được giàu mạnh hay là họ còn trau giồi đạo đức, sửa đổi luân lý mới được như ngày nay? Ai có đọc đến lịch sử Nhật Bản mới biết Nhật Bản họ cũng bồi đắp nền đạo đức của họ lắm. Từ lúc Minh-trị duy-tân cho đến 24 năm sau hạ chiếu lập hiến trong nước Nhật biết bao nhiêu người lo khuynh Mạc-phủ lo lập hiến pháp, biết bao nhiêu kẻ đổ máu rát cổ mới gây dựng nên một nước tân tiến rất giàu rất mạnh như bây giờ. Tôi rất lấy làm lạ cho những người đã qua Nhật Bản về! Không biết họ qua bển làm gì!? Người ta có câu: 'Gần mực thì đen gần đèn thì sáng'. Sao những kẻ sang Nhật không đem cái hay cái tốt về cho dân Việt Nam nhờ, mà chỉ làm giàu thêm tính nô lệ như thế? Rất đỗi những việc hèn hạ, một người dân tầm thường không làm, mà những kẻ ấy cũng làm được hết thảy! Hay là đạo đức luân lý đã chết mất trong lương tâm của người mình rồi, cho nên không hấp thụ được đạo đức luân lý của người chăng? Hay là người mình như kẻ đã hư phổi rồi, cho nên một nơi có thanh khí như nước Nhật mà cũng không thở nổi chăng? ("Đạo đức và luân lý Đông Tây", bài diễn thuyết của Phan Chu Trinh tại nhà hội Việt-Nam ở Sài-Gòn, đêm 19-11-1925)

Nhật-Bản là nước Á-đông đầu tiên thành công trong việc kỹ nghệ hóa theo Tây-phương. Nhật đánh bại nhà Thanh của Trung-Hoa năm 1894 và thắng Nga năm 1905. Cả đảo Đài-Loan và Cao-Ly cũng từng bị sát nhập vào Đế-quốc Nhật. Năm 1931, Nhật đã hoàn thành sự phát triển kỹ nghệ và có thể tự lực để đi xâm chiếm Trung-Hoa. Lúc bấy giờ, hải-quân Nhật-Bản hùng mạnh nhất trong vùng Thái-bình-dương và không có nước nào trong vùng đối đầu được.

Tượng Phật bằng đá
Sưu tập riêng

Phạm Quỳnh nhắc đến lời của một nhà báo Pháp, bút hiệu là Jacques Danlor, tên thật là Georges Garros, đã khuyên giới trí thức Việt-Nam như sau đây:

> Hỡi các bạn Việt-Nam, hiện nay đương khao-khát muốn được cái vinh-diệu có ngày làm dân một nước tự-trị, các bạn nên lấy hai quyển sách sau này làm kinh nhật-khóa, hằng ngày tụng-niệm để học khôn ở đời: một là sách luân-lý của ông thánh Khổng, để học lấy cái đạo làm người; hai là sử duy-tân của nước Nhật-bản, để học lấy cái đạo trị nước. Các bạn nên đem tâm-hồn mà tiêm-nhiễm lấy cái đạo-đức của ông hiền-triết thiên-cổ kia, mà soi chiếu vào cái gương sáng của cái dân-tộc vẻ-vang này, người kia nước này đối với các bạn có cái quan-hệ đồng-chủng đồng-văn vậy. (*Nam-Phong* Janvier 1930)

Nhìn vào những kinh nghiệm nước Nhật đã trải qua, giới trí thức Việt-Nam đã nhận ra được điều gì?

Năm 1853, chiến thuyền Mỹ vào bờ biển Nhật đe dọa đã khiến nước Nhật tỉnh ngộ, hiểu được sức mạnh của Tây-phương và sự nguy hiểm đang đến cho nước Nhật. Người Nhật vội vàng thay đổi theo Tây-phương để có được sức mạnh như người Tây-phương. Người Nhật quyết chí duy-tân, bãi bỏ ngay chế độ phong kiến, hi sinh hết cả tài lực để thực hiện một quân đội với lục-quân và hải-quân mạnh, đặt trọng tâm vào giáo dục. Nước Nhật đã đạt nhiều thành quả xuất sắc về khoa học, kỹ thuật, công nghệ nhờ ở sự phối hợp, hợp tác của chính quyền và doanh thương, của chính phủ và dân chúng. Người Nhật đặt lợi ích quốc gia lên hàng ưu tiên. Họ có tinh thần cạnh tranh và có tinh thần cầu tiến. Họ có lòng tôn trọng pháp luật và có tinh thần kỷ luật rất cao.

Từ thời Minh-trị, người Nhật đã hiểu là họ phải sống chung với các dân tộc khác, và phải cùng lúc vượt qua những khó khăn và yếu kém đương thời của họ. Nước Nhật đã giải quyết được những vấn nạn của thời hiện đại: tổ chức một quốc gia đa dạng, trong một thế giới đang tiến rất nhanh và tùy thuộc lẫn nhau.

Các sĩ-phu duy-tân và trí-thức tân-học Việt-Nam đã nhận ra rằng người Nhật biết bí quyết để đạt đến thành công nhờ các yếu tố sau đây: — giáo dục tăng tiến, — kỹ thuật phát triển, — tinh thần quốc gia, — xướng lên quốc-giáo thần-đạo, — đặt quốc-học vào địa vị *chủ-nhân*, — và trau giồi đạo đức luân lý.

V

Học kinh nghiệm của sĩ-phu Trung-Hoa

Sau khi thất trận trong chiến tranh nha-phiến, phải ký những hiệp-ước bất bình đẳng và đối phó với nội loạn, triều đình nhà Thanh đã tỉnh ngộ và chấp nhận phải thay đổi để giữ cho triều đình nhà Thanh khỏi suy sụp và giúp Trung-Hoa hùng mạnh. Giới trí thức Trung-Hoa bắt đầu học hỏi và dịch các sách Tây-phương từ thập niên 1840. Trong các trường học, có dạy về ngôn ngữ và khoa học Tây-phương. Học sinh còn được gởi ra ngoại quốc du học với hy vọng đem về những kiến thức Tây-phương để giúp đất nước.

Trong số các nhà duy-tân Trung-Hoa, nhiều người đã từng du học ở Nhật hay Tây-phương. Nghiêm Phục (1854–1921) đã từng sang Nhật du học rồi sang Anh. Ông cho thấy sự khác biệt của hai nhân sinh quan: lý tưởng Trung-Hoa chú ý về sự hài hòa và vững bền trong xã hội trong khi Tây-phương khuyến khích cá nhân tranh đấu, tranh đua và tiến lên. Nghiêm Phục dịch nhiều sách Âu-Tây về chính trị và kinh tế ra Hán-văn, sách của T.H. Huxley, John Stuart Mill và Adam Smith. Ông chủ trương cắt đứt với truyền thống nho-học và áp dụng hình thức chính phủ lập hiến Tây-phương.

Khang Hữu Vi (1858–1927) đỗ tiến-sĩ nhưng chưa ra làm quan. Ông dâng lên vua Quang-tự nhà Thanh đề nghị thực hiện *biến-pháp duy-tân*. Lương Khải Siêu (1873–1929) viết rất nhiều về các nhà chính trị và tư tưởng Tây-phương với hy vọng mở một chân trời mới cho người Trung-Hoa và biến đổi họ thành những con người mới. Cả hai ông Khang và Lương được vua Quang-Tự mời vào cung để trình bày những cải cách. Sau đó vua Quang-Tự cho ban hành việc cải cách "toàn biến" và "tốc biến". Những cải cách này chỉ mới được thực hiện trong ba tháng thì bị thái-hậu Từ-Hy cản trở. Vua Quang-Tự bị đem đi giam. *Bách-nhật duy-tân* bị hủy bỏ. Sử gọi là *chính-biến Mậu-Tuất 1898*. Các sĩ phu duy-tân khởi xướng bị bắt giết, trong đó có *lục-quân-tử*. Khang và Lương trốn được sang Nhật. Mười năm sau, triều đình nhà Thanh ban bố hiến-pháp và đưa ra một chính quyền lập-hiến, nhưng vẫn không tránh khỏi cuộc cách mạng 1911 đưa đến sự sụp đổ của nhà Thanh.

Hàng nghìn học sinh đã ra nước ngoài du học trong thập niên đầu của thế kỷ thứ hai mươi. Họ mang những tư tưởng cấp tiến hơn các nhà duy tân. Mục đích của họ là làm một cuộc cách mạng lật đổ triều đại nhà Mãn-Thanh và thành lập một nền cộng-hòa. Trong số này có bác-sĩ Tôn Dật Tiên (1866–1925). Bác-sĩ Tôn Dật Tiên, nguyên danh là Tôn Văn, di cư sang Hạ-uy-di (Hawaii) khi mới 12 tuổi, ở cùng với anh đang buôn bán ở đây. Ông đi học tại một trường đạo của Anh và sau này về Hương-Cảng (Hong Kong) học y khoa. Ông ra bác-sĩ nhưng không hành nghề lâu. Ông đi vào con đường chính trị, muốn cách mệnh nước Trung-Hoa. Tôn Dật Tiên muốn lập ra một nước Trung-Hoa mới, với một hiến-pháp phỏng theo hiến-pháp của Hoa-Kỳ và giữ lại một số truyền thống Trung-Hoa.

Năm 1912, ông lập ra Quốc-dân-đảng và đảng này sẽ đóng vai trò quan trọng về chính trị sau này. *Tam-dân chủ-nghĩa* của Tôn Dật Tiên có thể được tóm tắt như sau:

1. **Dân-tộc chủ-nghĩa** (*tinh thần dân tộc*): phải lật đổ nhà Mãn Thanh vì các vua nhà Mãn Thanh không phải là người Trung-Hoa, và chống lại sự bành trướng chủ nghĩa đế quốc của các cường quốc Âu Tây. Sự xâm chiếm của ngoại quốc không phải chỉ có tính cách chính trị mà có cả kinh tế vì các cường quốc muốn biến Trung-Hoa thành một thuộc địa. Tôn Dật Tiên cho rằng dân Trung-Hoa thiếu tinh thần quốc gia, và chỉ là đống cát rời rạc. Trung-Hoa phải tự cứu bằng chủ nghĩa quốc gia, để tránh bị hủy diệt, và làm tăng tiến địa vị quốc tế của Trung-Hoa.

2. **Dân-quyền chủ-nghĩa** (*tinh thần dân chủ*): nước Trung-Hoa cần tiến bộ về đường chính trị, có một chính phủ cầm quyền trung ương mạnh và chủ quyền của người dân được thực hiện qua lá phiếu.

3. **Dân-sinh xã hội**: có mục đích tấn tới về đường kinh tế. Việc sở hữu ruộng đất phải công bằng và chính phủ kiểm soát để ngăn ngừa sự độc quyền của giới tư bản.

Năm 1904, khi Phan Bội Châu cùng với Tăng Bạt Hổ và Đặng Tử Kính sang Nhật, Sào-Nam đã đến gặp Ẩm-Băng-Thất chủ-nhân Lương Khải Siêu. Lương Khải Siêu đã lánh sang Nhật sau *chính biến Mậu-Tuất 1898*. Ẩm-Băng chủ-nhân đã kể lại buổi gặp gỡ giữa ông và Phan Sào-Nam. Ẩm-Băng chủ-nhân khuyên Sào-Nam truyền bá những ý kiến của ông qua các bài văn. Sau đó Sào-Nam soạn tác phẩm *Khuyến Quốc-dân Du-học Văn* rồi nhờ Tăng Bạt Hổ và Đặng Tử Kính đem về nước phổ biến và vận động du học sinh sang Nhật du học. Trong thời gian này, Sào-Nam soạn thảo *Việt-Nam Vong-quốc Sử* và tác phẩm này được Lương Khải Siêu viết lời giới thiệu.

Lời Phát Đoan (của *Việt-Nam Vong-Quốc Sử*), Sào-Nam Phan Bội-Châu:

> Con người, đau khổ nhất là mất nước; càng đau khổ hơn nữa khi con người mất nước đó lại phải nói đến việc quốc-gia mình.
>
> Đã từng bao lâu nay tôi muốn dự-thảo một cuốn lịch-sử Việt-Nam Vong-Quốc. Vậy mà bao lần huyết khô lệ cạn, tôi vẫn chưa hạ bút được một chữ nào.
>
> Nay nhân Ẩm-Băng Tiên-sinh nói với tôi rằng: "Tôi với ông thật là đồng bệnh. Và chăng, chính-sách tàn-ác của người Pháp lâu nay thi-hành tại Việt-nam, cả thế-giới vẫn chưa ai biết rõ. Ông nên vì tôi trình-bày ra ánh-sáng; tôi sẽ vì Ông mà phổ-biến rộng rãi cho mọi người, hầu thế-giới có thể am-tường cái thảm-trạng ấy trong muôn một. Kìa như người Mỹ phát-khởi được phong-trào giải-phóng nô-lệ, chính cũng là nhờ ở sự đóng góp khơi nguồn của những nhà viết sách viết văn. Cho đến trong cuộc chiến-tranh giữa Nga và Thổ-nhĩ-kỳ, ảnh-hưởng của báo-chương cũng không nhỏ. Nếu như Ông là người không còn lưu tâm trí ý đến tiền-đồ tổ-quốc của Ông thì khỏi nói làm chi, còn không, thì càng nên trình-bày hiện-tình của nước nhà cho mọi người thêm rõ. Riêng tôi,—Ẩm-Băng chủ-nhân nói tiếp—cũng muốn tâm-sự với Ông một điều: Trung-quốc chúng tôi hiện nay thật cũng chẳng khác gì người nằm trên đống củi mà ở dưới thì lửa đỏ đang lần lần nhen-nhúm lên. Ấy vậy mà người nước tôi, ai nấy vẫn an-nhàn say-sưa hưởng-thụ như là không có việc gì sắp xảy ra. Nếu có nghe người bàn đến nguy-cơ vong-quốc thì mặt cũng dửng-dưng như không. Giờ đây, ông hãy viết và kể chuyện Việt-nam mất nước, may ra một phần lớn đồng-bào Trung-quốc chúng tôi nghe vậy mà giựt mình thức-tỉnh giấc mơ; ngày kia thấy lại ánh-sáng. Được như vậy, chẳng những nước chúng tôi được nhờ, mà Việt-nam của các ông cũng có lợi".

Nghe lời tâm-sự của Ấm-Băng chủ-nhân, tôi cảm-động vô cùng. Xin lau nước mắt mà chép thiên *Việt-Nam Vong-Quốc Sử* này.

Nhờ sự giới thiệu của Lương Ấm-Băng, Phan Sào-Nam được gặp Khuyến Dưỡng-Nghị và Khuyến Dưỡng-Nghị đưa Sào-Nam gặp đại-tướng Phúc-Đảo (Fukushima) để bàn việc nhận thêm học sinh vào Chấn-Võ học-hiệu. Đã có bốn học sinh Việt-Nam vào học ở Chấn-Võ. Tướng Phúc-Đảo nói rằng với tư cách quan Tham-mưu-bộ tổng-trưởng của chính-phủ Nhật thì ông không thể nhận thêm, nhưng ông sẽ nói với dân đảng Đông-Á Đồng-văn Hội giúp cho. Tướng Phúc-Đảo nhận xét về tình hình quân sự giữa Việt-Nam và Pháp trong buổi nói chuyện với Sào-Nam.

Ta là một nhà quân nhân, theo những việc quan hệ trên chiến lược thì người Việt-Nam có hai phần được hơn người Pháp nếu có một ngày khai chiến thì thắng toán tất nhiên người Việt nhiều hơn: Đất Việt-Nam gần về nhiệt đới, chịu được nóng sốt, binh sĩ nước Pháp là người nước rét, sang ở dưới trời nắng đất nực, sức chiến đấu tất nhiên hèn hơn dân Việt, đó là phần hơn về thiên thời. Quân lính ở Âu-châu qua tiếp-tế, tất phải đi đường bể, mà quân cảng ở Việt-Nam dung được tàu chiến to, chỉ có cửa Cần-giờ; nếu dùng một đại-đội chiến hạm, lấp quách cửa ấy thì ngăn được viện binh ở Âu-châu qua. Đó là phần hơn về địa lợi. Chỉ còn không chắc được thế nào là nhân tâm nữa mà thôi. Hễ các ngài kiên trì nhẫn nại được đến nơi thì có ngày quang-phục.

Nghe tướng Phúc-Đảo nhận xét thì ngoài hai yếu tố thiên thời và địa lợi, Việt-Nam thắng được Pháp hay không là ở nhân tâm. Tướng Phúc-Đảo nhấn mạnh rằng "Nhân tâm là một giống có thế lực rất to lớn. Muốn xem nhân tâm thì phải chứng ở nơi hay nhẫn lao nại khổ hay không? Phen này Nhật-Bản đánh được Nga, nguyên nhân tuy nhiều, nhưng người Nhật-Bản hay nại lao nhẫn khổ là cái nguyên nhân rất to."

Việt-Nam Công-hiến-hội được thành lập để lo cho các du học sinh có tài chánh và nơi ăn chốn ở tại Nhật. Kỳ-ngoại-hầu Cường Để là hội-trưởng. Phan Bội Châu là tổng-lý của hội kiêm học-sinh giám-đốc. Hội chia ra làm bốn đại bộ: kinh-tế bộ, kỷ-luật bộ, giao-tế bộ, văn-thư bộ.

Tuy nhiên không bao lâu việc du học bị chính phủ Nhật hủy bỏ vì Nhật và Pháp ký kết hiệp-ước ngày 10 tháng Bảy năm 1907.

Lương Ấm-Băng là người nhìn xa, muốn hai dân tộc Tàu và Việt liên kết theo thế môi hở răng lạnh để chống các nước Âu Tây. Khi Tăng Bạt Hổ sắp về nước, Sào-Nam và Tăng Bạt Hổ đến gặp Ẩm-Băng để từ biệt. Ẩm-Băng giới thiệu với hai ông một thanh niên xuất xứ Vân-Nam tốt nghiệp Chấn-Võ vì ông cho là Vân-Nam và Việt-Nam cũng cùng một tình cảnh với nhau.

Quyền thiết-lộ Vân-Nam mất với người Pháp, người Vân-Nam vẫn giận sẵn, ngày nay học-sinh Vân-Nam lưu Nhật học khá đông, mà hạng học-sinh vào học trường Chấn-Võ phần nhiều hạng có chí. Hạng ấy học thành về nước sẽ làm quan binh. Tương lai các ngài cử sự, có lẽ được người Vân-Nam giúp nhiều. Nay các người nên kết giao sẵn với họ, ấy chính là nước cờ đặt trước của nhà đánh cờ vậy.

Sau khi các du học sinh ở Nhật bị buộc phải về nước, chương trình Đông-du coi như tan vỡ. Công-hiến-hội lúc trước lo việc liên lạc và gây dựng cho du học sinh cũng không cần thiết nữa. Phan Sào-Nam thấy chương trình của Hội Duy-Tân không thích hợp nữa nên có ý muốn thay đổi: "muốn khôi phục đảng vụ lại, tất phải một phen chỉnh đốn". Ông đưa ra ba giai đoạn: 1/ "phải quyết định một chủ-nghĩa và vấn-đề quốc-thể"; 2/ "kén chọn ủy-viên phái về trong nước đi khắp tam kỳ vận-động; 3/ "liên-lạc các người cách-mạng đảng Trung-Hoa, đặt thành cơ-quan, mời các người có thế lực cầu viện về việc trợ thương-giới. Bởi vì lúc đó đảng-nhân mình, tất thảy hai bàn tay trắng, nếu không nhờ nước ngoài không biết làm sao."

Trong thời gian ở Nhật, Sào-Nam có cơ hội gặp Tôn Dật Tiên lúc ấy mới ở Hoa-Kỳ về, lưu lại Hoành-Tân (Yokohama, là thủ phủ tỉnh Kanagawa, Nhật-Bản) để tổ chức hội Trung-quốc Đồng-minh. Khuyển Dưỡng Nghị khuyên Sào-Nam nên tiếp xúc với những người cách mạng Trung-quốc.

"Quý quốc có độc-lập nữa, tất sau Trung-quốc cách-mạng thành-công, đảng họ với các ngài đồng bệnh tương lân, ông nên gặp mặt người ấy làm địa-bộ cho ngày sau."

Sào-Nam cầm theo danh thiếp và giấy giới thiệu của Khuyển Dưỡng Nghị đến gặp Tôn Dật Tiên. Hai ông -Tôn Dật Tiên và Phan Bội Châu- bút đàm với nhau từ 8 giờ tối đến 11 giờ đêm, tranh luận quan trọng nhất là dời bỏ tư tưởng về chủ nghĩa quân chủ.

Tôn vì đã đọc qua bản *Việt-Nam Vong-quốc-sử*, ông biết trong óc tôi chưa thoát khỏi quân-chủ tư-tưởng, nên ông hết sức bài bác đảng quân-chủ lập-hiến là hư nguỵ, mà kết thúc thì cốt muốn đảng-nhân Việt-Nam gia nhập đảng cách-mạng Trung-quốc; hễ đến lúc Trung-quốc cách-mạng thành-công thì đem cả tuyến lực kéo dắt hết các nước bị bảo-hộ ở Á-châu đồng thời được độc-lập, mà nước thứ nhất là viện-trợ cho Việt-Nam trước. Còn đến lời đáp của tôi thì cũng thừa nhận dân-chủ cộng-hòa là hoàn mỹ, mà chú ý lại muốn Trung-quốc cách-mạng đảng trước trợ giúp cho Việt-Nam, lúc Việt-Nam độc-lập rồi thì xin lấy Bắc-kỳ cho đảng Trung-quốc mượn làm căn cứ địa, sẽ tấn công vào lưỡng Quảng mà lấy đến trung-nguyên. (*Phan Bội Châu Niên-Biểu*)

Năm 1911, quân cách mạng Trung-Hoa đánh đổ triều Mãn-Thanh. Ngày 1 tháng Giêng năm 1912, tại Nam-Kinh, Tôn Dật Tiên tuyên bố thành lập Trung-Hoa Dân-quốc và được cử làm Trung-Hoa lâm-thời Đại Tổng-thống. Hai người quen của Sào-Nam là Hồ Hán Dân làm Quảng-Đông đô-đốc, Trần Kỳ Mỹ làm Thượng-Hải đô-đốc.

Tin cách mạng Trung-Hoa thành công lan về trong nước Việt-Nam khiến cho các đồng chí cách mạng của Sào-Nam thêm hăng hái. Kỳ-ngoại-hầu ở Hương-Cảng, Mai Lão Bạng ở Xiêm, Nguyễn Trọng Thường ở Hà-Nội, cùng với khoảng 100 đảng viên kéo sang Tàu để họp.

Tuần đầu tháng Hai năm 1912, các đồng chí của Phan Bội Châu ở cả ba kỳ đều tập hợp tại từ-đường Lưu-thị ở Sa-Hà, mở đại-hội-nghị. Việc đầu tiên cần giải quyết là nên chọn chủ-nghĩa dân-chủ hay quân-chủ. Trong thời gian ở Nhật-Bản, Sào-Nam đã tìm hiểu về nguyên nhân cách mạng Đông Tây và những ưu điểm cũng như khuyết điểm của chính thể, ông cũng xem cả lý luận trong tác phẩm của Lư-Thoa (Jean-Jacques Rousseau). Phan Tây-Hồ khi trước cũng đã từng nói với Sào-Nam là "cái tệ quân chủ chuyên chế không trừ thì tuy phục quốc cũng chưa phải là hạnh phúc". Ngay cả ở Trung-Hoa, chủ-nghĩa quân-chủ cũng đang bị chỉ trích. Thấy đã đến lúc phải thay đổi chính thể cho hợp với trào lưu dân chủ, Sào-Nam đề nghị trong buổi đại-hội-nghị là chuyển từ chủ nghĩa quân-chủ sang dân-chủ. Hầu hết đồng chí Bắc và Trung-kỳ đồng ý dân-chủ, chỉ có vài người Nam-kỳ phản đối vì người Nam-kỳ vẫn còn tin tưởng ở Kỳ-ngoại-hầu Cường Để. Tuy nhiên đa số đồng chí hiện diện đồng ý chọn chủ-nghĩa dân-chủ cho nên hội Duy-Tân bị giải tán để thay bằng một hội mới: Việt-Nam Quang-phục-hội.

Sự thành lập Việt-Nam Quang-phục hội là một bước tiến quan trọng trên con đường dân chủ hóa của Việt-Nam, dời xa hẳn chính thể quân-chủ chuyên-chế và quân-chủ lập-hiến, và lý tưởng chính trị khác biệt hẳn với các phong trào Cần-vương kháng Pháp hồi cuối thế kỷ thứ 19. Việt-Nam Quang-phục hội là đảng chính trị đầu tiên của người Việt, đưa ra một đường hướng mới cho việc tổ chức các đảng chính trị Việt-Nam sau này.

Việt-Nam Quang-phục hội được thành lập khoảng tháng 5 hay 6 năm 1912. Hội chỉ có một tôn chỉ duy nhất là "khôi phục Việt-Nam, kiến lập Việt-Nam Cộng-hòa Dân-quốc". Hội đặt ra ba bộ phận để điều hành hội:

a. Tổng-vụ-bộ: Hội-trưởng là Kỳ-ngoại-hầu Cường Để, phó hội-trưởng là Hội Tổng-lý Phan Sào-Nam.

b. Bình-nghị-bộ: có ba bộ-viên, mỗi kỳ chọn một người đại diện.

— Bắc-kỳ: Nguyễn Thượng Hiền

— Trung-kỳ: Phan Sào-Nam

— Nam-kỳ: Nguyễn Thần Hiến

c. Chấp-hành-bộ: có 10 ủy-viên về các phương diện quân-vụ, kinh-tế, giao-tế, văn độc (văn hóa), thư-vụ (thư ký). Ngoài ra, có thêm ba ủy-viên về vận động trong nước, mỗi kỳ một người.

Hội có hai địa điểm để tụ họp là: Sa-Hà Lưu gia-từ và Hoàng-Sa Chu-thị-quán.

Hội quyên góp được một số tiền nhỏ từ những người Trung-Hoa để hoạt động. Chương trình và tuyên ngôn thư của Quang-phục-hội được đem đi in và đưa cho ba ủy-viên đem về nước phân phối. Một thời gian ngắn, thu được 2000$ từ đóng góp của cả ba kỳ.

Đô-đốc Thượng-Hải Trần Kỳ Mỹ giúp ngay 4000$ để Sào-Nam chi phí việc hội, nhưng Trần Kỳ Mỹ khuyên Sào-Nam không nên bạo động mà chú tâm việc giáo dục: "hễ quốc-dân không giáo-dục thì chẳng bao giờ bạo-động mà có công-hiệu". Sào-Nam phản đối nói rằng: "Quyền giáo-dục nước tôi hoàn toàn ở trong tay người Pháp, học đường dựng ra, hoàn toàn là giáo-dục bằng cách nô-lệ: cấm tư-lập học-đường, cấm học-sinh xuất dương, thảy những công việc giáo-dục chúng tôi không một tý gì tự-do; người nước tôi cầu một cái sống trong vạn cái chết, chỉ duy có bạo-động. Bạo-động là môi-giới để cải-lương giáo-dục đó."

Hoàng-Hưng trong chính phủ Nam-kinh viết giấy giới thiệu đến đô-đốc Quảng-Đông là Hồ Hán Dân để nhận học sinh Việt-Nam vào học đường Trung-Hoa. Hồ Hán Dân chấp thuận việc thu nhận học sinh Việt-Nam. Lại thêm, Quảng-Đông gần với Việt-Nam, học sinh qua học được dễ dàng.

Các học sinh ở Việt-Nam sang Trung-Hoa từ vài năm trước đã được nhận vào các học hiệu quân sự của Trung-Hoa như Bắc-kinh sĩ-quan học-hiệu, Bắc-kinh quân-nhu học-hiệu, Quảng-tây cán-bộ học-đường. Với thành phần sĩ-quan và cán-bộ sẵn sàng, Việt-Nam Quang-phục-hội muốn thành lập Quang-phục-quân. Theo dự tính của Sào-Nam, có quân thì phải nghĩ đến quân-kỳ. Có quân-kỳ, phải có quốc-kỳ. Quốc-kỳ Việt-Nam khởi đầu có từ lúc này.

Việt-Nam Quang-phục-quân phương-lược được biên dịch thành sách, hơn 100 trang, trang đầu sách in quốc-kỳ và quân-kỳ. Nội dung sách gồm 5 chương:

a. Chủ-nghĩa và tôn-chỉ Quang-phục-quân

b. Kỷ luật của Quang-phục-quân

c. Cách biên chế của Quang-phục-quân

d. Chức viên và lương bổng của Quang-phục-quân

đ. Những kế hoạch tiến hành của Quang-phục-quân

Hai chương đầu do Sào-Nam viết, còn ba chương sau do Hoàng Trọng Mậu thảo.

Sau khi sắp xếp xong việc tổ chức nội bộ của Quang-phục-hội và Quang-phục-quân, Sào-Nam phải nghĩ đến việc kinh doanh để có tiền tài trợ các hoạt động. Một người Quảng-Đông, bạn cách mạng của Sào-Nam, từng đem quân đảng vào trấn Nam-quan, tên Tô Thiếu Lâu, chỉ Sào-Nam cách dùng quân-dụng-phiếu. Quân-dụng-phiếu này dự định đem ra phân phối ở miền Nam Trung-Hoa và về trong nước, nhờ người ủng hộ mua phiếu để có tiền chi phí việc hội.

Quân-dụng-phiếu được đem in bí mật, kỹ càng như giấy bạc Tàu, có mệnh giá 5$, 10$, 20$, 100$. Mặt sau giấy bạc có in chữ Hán và quốc-ngữ như sau: "Giấy bạc này là do Việt-Nam, quang-phục-quân lâm-thời chính-phủ phát-hành, y chữ số mặt giấy mua đổi bạc thật, chờ lúc chính thức Dân-quốc chính-phủ thành lập, đem bạc thật thu-hồi cấp lời một thành hai, cấm mạo giả và lạm phát, ai phạm sẽ bị phạt nặng". Người ký tên là Phan Sào-Nam, người kiểm phát Hoàng Trọng Mậu.

Các đồng chí người Hoa đề nghị với Phan Sào-Nam lập ra Chấn-Hoa Hưng-Á-Hội để cho người Quảng-Đông đóng góp vào. Phan Sào-Nam viết tuyên-ngôn-thư, đại ý là Trung-Hoa bị các cường quốc xâm chiếm, bây giờ sức còn yếu, nếu có chiến tranh, Việt-Nam là nước lân bang, ở sát Trung-Hoa có thể giúp Trung-Hoa được cho nên bây giờ phương châm hay nhất là *viện Việt bài Pháp*, giúp cho Việt-Nam đánh đuổi Pháp thì Việt-Nam giúp lại được Trung-Hoa hiệu quả.

Chỉ không đầy một tháng sau, Chấn-Hoa Hưng-Á-hội có được gần 200 người đến dự hội nghị. Đặng Cảnh Á, một đồng chí của Sào-Nam, cùng với Sào-Nam và Lâm Đức Mậu lên diễn thuyết. Hội nghị bầu Đặng Cảnh Á làm hội-trưởng, Sào-Nam làm phó hội-trưởng, các viên chức trong hội có cả người Hoa lẫn Việt. Mục đích của Hội cốt chấn Hoa, hưng Á, trước hết giúp Việt-Nam, sau đến Ấn-Độ, Diến-Điện, Triều-Tiên. Đặng Cảnh Á đứng ra quyên góp tiền bằng cách yêu cầu dân chúng mua Quang-phục-quân quân-dụng-phiếu. Số tiền quyên góp sau đó lên đến vài nghìn đồng. Việt-Nam Quang-phục-hội thay đổi nhân sự, có người Hoa vào hội, đa số là người Quảng-Đông. Tỉnh-trưởng Quảng-Đông là Trần Quýnh Minh ủng hộ hội, để yên cho hội được tự do hoạt động.

Năm 1913, Trần Quýnh Minh bị Long Tế Quang thay thế. Long Tế Quang là người của Viên Thế Khải, lúc ấy quân Quốc-dân-đảng đánh quân của Viên. Trần ra đi, tình hình chính trị Quảng-Đông thay đổi. Cơ quan của Quang-phục-hội bị Long Tế Quang bắt giải tán. Mùa thu năm 1913, toàn-quyền Đông-Dương Albert Sarraut sang tận Quảng-Đông, gặp Long Tế Quang và yêu cầu dẫn độ các đảng viên cách mạng Việt-Nam, nhất là Cường Để, Phan Bội Châu và Mai Lão Bạng. Kỳ-ngoại-hầu bị Anh bắt ở Hương-Cảng, nhờ có tiền ủng hộ của dân Nam-kỳ, Kỳ-ngoại-hầu lên tàu buôn Nhật-Bản sang Âu-châu. Sào-Nam và Mai Lão Bạng không đi kịp, bị bắt vào ngục Quảng-Đông. Nhờ có tổng-lý ở Bắc-Kinh là Đàm Kỳ Thụy can thiệp nên Long Tế Quang không dám dẫn độ Sào-Nam về Việt-Nam. Năm 1916, Long Tế Quang bị quân Hộ-quốc đuổi đánh, nên Sào-Nam được tha. Trong bốn năm Sào-Nam ở trong ngục, Việt-Nam Quang-phục-hội tan rã.

Sào-Nam hoạt động ở bên Tàu đến năm 1924, gặp lúc Tưởng Giới Thạch làm hiệu-trưởng Hoàng-Phố quan-quân học-hiệu, Lý Tế Thâm làm hiệu giám-đốc. Sào-Nam và Nguyễn Hải Thần vào yết kiến hai ông, có ý định đưa học sinh Việt-Nam vào học. Cả hai ông Tưởng và Lý đều chấp thuận. Nhân dịp này, Sào-Nam bàn với các đồng chí bãi bỏ Quang-phục-hội và đổi ra là Việt-Nam Quốc-dân-đảng. Ông khởi thảo một bản chương trình Việt-Nam Quốc-dân-đảng và đảng cương, in lời tuyên bố cho đồng chí trong nước biết. Ông cũng đưa cho đảng viên Quốc-dân-đảng Trung-Hoa xem. Chương trình được châm chước và phỏng theo khuôn mẫu của Quốc-dân-đảng Trung-Hoa.

Bên trong đảng chia làm năm đại bộ: — Bình-nghị-bộ, — kinh-tế-bộ, — chấp-hành-bộ, — giám-đốc-bộ, — giao-tế-bộ. Trong chấp-hành-bộ đặt ra 6 ty: — văn-độc, tuyên-truyền, — quân-sự, — tài-chánh, thư-vụ, — huấn-luyện.

Tháng 9, Sào-Nam đưa chương trình và đảng cương của Việt-Nam Quốc-dân-đảng cho Hồ Tùng Mậu tìm cách đem về trong nước. Tháng 5 năm 1925, Sào-Nam định đi lên Thượng-Hải gởi tiền cho một du học sinh ở Berlin, mới đến Hàng-Châu thì bị mật thám Pháp bắt đem về Việt-Nam.

Ở Bắc-kỳ, cuộc tổng khởi nghĩa của Việt-Nam Quốc-dân-đảng do Nguyễn Thái Học và các đồng chí khởi xướng năm 1930 và biến cố ở Nghệ-Tĩnh do công nhân và nông dân nổi loạn trong thời gian 1930–1931 bị chính phủ bảo hộ đàn áp mạnh tay, và mọi hoạt động chính trị phải đi vào bí mật. Khi những hoạt động chính trị đi vào bí mật, thì sinh hoạt văn hóa được triển khai.

Đến thập niên 1930, ảnh hưởng tư tưởng của Lương Khải Siêu—Ẩm-Băng-thất chủ-nhân—vẫn còn ở Việt-Nam, nhưng không phải ở phạm vi chính trị mà ở phạm vi văn hóa. Thay vì làm chính trị, các nhà trí thức đương thời cảm thấy phải tìm hiểu kỹ hơn về các nền văn hóa để học hỏi những điều hay và áp dụng cho xã hội Việt-Nam.

Phạm Quỳnh đã so sánh hai nền học thuật Đông-phương và Tây-phương để thấy rằng mỗi nền học có phần ứng dụng riêng. Ông nói rằng cái học Đông-phương chủ đích là *Đạo-học*, còn cái học Tây-phương chủ đích là *Khoa-học*. Thượng-Chi tiên-sinh đã đem lời của Lương Ẩm-Băng để phân biệt cho thấy *Đạo-học* và *Khoa-học* khác nhau thế nào.

> Đạo-học với khoa-học khác nhau thế nào, Lương Khải-Siêu trong bài tựa bản tiết-yếu sách *Minh-nho học-án* có phân-biệt như sau này, tưởng cũng xác-đáng lắm.
>
> *Đạo-học với Khoa-học, phải nên phân-biệt cho rất rõ. Đạo-học là cái học thụ-dụng, tự mình tìm lấy được, chú không phải đợi ở ngoài, cổ kim đông tây cũng chỉ có một, chú không có hai. Khoa-học là cái học ứng-dụng, nhờ cách biện-luận tích-lũy mà thành ra, tùy cái trình-độ văn-minh trong xã-hội mà tiến-hóa. Cho nên khoa-học chuộng mới, đạo-học thời những lời nói cũ tự trăm nghìn năm về trước, kẻ hiền-triết đời nay vị-tất đã nói được hay hơn; khoa-học chuộng rộng, đạo-học thời một lời nói một nửa câu, có thể đem ra mà thụ-dụng suốt cả đời không hết. Lão-tử nói rằng: Vi học nhật ích, vi đạo nhật tổn (làm việc học thì càng ngày càng nhiều lên, làm việc đạo thì ngày càng ít đi). Học ấy là nói khoa-học, mà đạo ấy là nói đạo-học vậy.*
>
> Lương Khải-Siêu nói mấy câu đó, kể cũng là khám-phá lắm vậy. Đông-phương với Tây-phương khác nhau chính là ở cái quan-niệm về sự học đó. ("Bàn về quốc-học", *Nam-Phong* Juin 1931)

Nam học trường, École de garçons, họa sĩ Đỗ Quý Linh Đan ©1999
Sưu tập riêng

Tuy nhiên, vào thời gian ấy *đạo-học Đông-phương* đang suy tàn trước trào lưu của *khoa-học Tây-phương*. Giới trí thức tân học, xuất thân từ các trường Pháp-Việt, từ các trường Pháp ở Đông-Dương, hay du học từ Pháp về, bắt đầu một khuynh hướng mới dựa vào căn bản kiến thức Tây-phương mà họ đã thu nhận được: đó là khuynh hướng xét lại mọi hình thức và mọi khía cạnh của nền văn hóa cổ Đông-phương.

VI

Học hỏi từ văn minh và văn hóa Âu Tây, nhất là từ Pháp

Người Pháp rất hãnh diện về văn hóa của họ và tự nhận mang *sứ mệnh khai hóa* (*mission civilisatrice*) đến các dân tộc lạc hậu. Nhà chính trị Pháp Jules Ferry, từng là thủ-tướng, đã lên tiếng năm 1882 là trách nhiệm của văn minh đối với dân bản xứ ở thuộc địa là truyền bá luật lao động đến họ, truyền dạy những tiêu chuẩn cao thượng hơn về luân lý đạo đức, phổ biến và truyền thụ văn minh Âu-châu. Nói văn tắt như đô-đốc Charner năm 1861 là "đem đến những ân sủng của văn minh Âu-châu".

Charles Castre đã thu gọn hai quan niệm về bản năng xã hội và sứ mệnh cho nhân loại của người Pháp mà cho rằng: Trong tâm của người Pháp có lòng mến mộ tự nhiên đối với sứ-mệnh khai-hóa. Nhà chính trị Albert Sarraut định nghĩa "Khai hóa là tăng tiến cho kẻ khác, kẻ khác ấy là thuộc về nhân loại, thời tức cũng là tăng tiến cho cả nhân loại."

Trong buổi Hội-nghị Toàn-quốc về Thuộc-địa năm 1889–1990, nghị-sĩ Issac, chủ tịch Hội-nghị, đề nghị: "Mọi sự cố gắng trong việc cai trị thuộc địa phải đạt được việc truyền bá đến người bản xứ ngôn ngữ của chúng ta, phương pháp làm việc của chúng ta, và dần dần tinh thần của nền văn minh chúng ta."

Tuy nhiên, sự du nhập văn hóa Pháp lúc khởi đầu không dễ dàng như người Pháp chờ đợi. Khi Pháp đánh Việt-Nam, những cuộc kháng chiến chống Pháp kéo dài dẳng trong nhiều năm bằng những phương tiện của chính người dân, trong đó có Huỳnh Mẫn Đạt, Đỗ Đình Thoại, Trương Công Định, Phan Văn Đạt, Nguyễn Trung Trực.

Nguyễn Trường Tộ, một người Công-giáo được vua Dực-tông tin tưởng gởi đi sang Pháp với giám-mục Gauthier để thuê thợ và mua máy móc (1866), đã từng viết các bản điều-trần dâng lên vua, nhưng các đề nghị của ông cũng chỉ được thực hiện một phần nào. Về ngoại giao, Nguyễn Trường Tộ đề nghị nên hòa với nước Pháp và giao hiếu với nhiều nước khác nhau để họ kiềm chế nhau. Về kinh tế, ông đề nghị chấn hưng nghề nông, nghề buôn, khai mỏ. Về giáo dục, ông đề nghị: — học chữ Quốc-âm Hán-tự, nghĩa là chữ Hán phiên âm ra tiếng Việt; — dạy các môn khoa học thực dụng: canh nông, cơ khí, luật lệ, thiên văn; gửi học sinh sang học bên các nước Âu-châu; dịch các sách ngoại quốc, nhất là sách về kỹ thuật, in và phát các sách ấy để phổ biến trong dân chúng.

Sau khi Francis Garnier chiếm Hà-Nội năm 1873 và triều đình Huế phải ký Hòa-ước năm Giáp-Tuất (1874), sĩ phu ở mạn Nghệ Tĩnh nổi lên đánh phá chống Pháp và những ai theo Pháp. Ở Nghệ-An, có hai người tú-tài là Trần Tấn và Đặng Như Mai hội họp các văn-thân trong hạt, làm một bài hịch gọi là *Bình tây sát tả*, đại ý rằng: "Triều đình dầu hòa với Tây mặc lòng, sĩ phu nước Nam vẫn không chịu, đánh đuổi người Tây cho hết, để giữ lấy cái văn hóa của ta đã hơn một nghìn năm nay, v.v..." Họ tụ họp được hơn ba nghìn người đi đốt phá những làng có đạo. Tổng-đốc Nghệ-An cũng dung túng Văn-thân cho nên thế họ càng mạnh. Triều đình bắt quan quân đánh dẹp. Văn-thân bèn đánh chiếm Hà-Tĩnh và vây phủ Diễn-Châu. Triều đình phải cử người ra dẹp trong bốn tháng mới yên.

Cũng vì sự chống đối của người dân bản xứ và những cuộc bạo động kháng Pháp vẫn tiếp tục dù lẻ tẻ, chính phủ Pháp phải áp dụng một chính sách mềm mỏng hơn. Đô-đốc Bonard khi được cử đến Sài-Gòn vào cuối năm 1861, đã tiên đoán: "Người bản xứ cai trị người bản xứ dưới sự kiểm soát của chúng ta, theo ý tôi, là phương sách duy nhất để giải quyết vấn đề. Nếu chúng ta đem đến đây một số sĩ quan mà đa số không am hiểu ngôn ngữ và phong tục bản xứ để phục vụ các chi tiết của nền hành chánh An-nam thì chúng ta sẽ tạo nên một tình trạng hỗn loạn."

Trong tác phẩm *La Cité Antique* (1864), Fustel de Coulanges đã phản đối ý kiến cho rằng những truyền thống xa xưa có thể bị tan rã bởi những trào lưu mới và không để lại dấu vết nào của quá khứ. Năm 1881, văn sĩ Gustave Le Bon trong tác phẩm *L'Homme et les sociétés, leurs origines et leur histoire*, cho rằng đặc tính của một dân tộc làm thành căn bản cho những tập tục và thể chế của dân tộc ấy.

VI HỌC HỎI TỪ VĂN MINH VÀ VĂN HÓA PHÁP   81

"Prise de la citadelle de Hanoï."
La Guerre du Tonkin, L. Huard (1890)

Một phần do những ý kiến này, chính phủ Pháp đã phải nghĩ đến một giai đoạn chuyển tiếp. Sau năm 1887, khi chế độ toàn-quyền được lập ra ở Đông-Dương, nền giáo dục và khoa cử nho-học vẫn tiếp tục, sĩ tử vẫn đi thi, thi đỗ được vinh qui về làng và ra làm quan với triều đình Huế, song song với các trường do chính phủ thuộc địa đặt ra dạy chương trình Việt-Hán-Pháp và Việt-Pháp để đào tạo công chức và một thế hệ người mới phù hợp với kế hoạch lâu dài ở thuộc địa. Nhưng cha mẹ không mấy người muốn con cái học các trường của chính phủ thuộc địa.

Về triều Thành-thái, Nguyễn Lộ Trạch dâng vua *Thời-vụ-sách thượng, Thời-vụ-sách hạ* và *Thiên-hạ Đại-thế-luận* (1892) để nghị cải cách về nhiều phương diện mà quan trọng nhất là đặt một nền giáo dục lấy chính-đạo và khoa-học kỹ-thuật để đào tạo nhân tài.

Bất ngờ, một số biến cố ở Á-châu đã làm xoay chiều nền giáo dục ở Việt-Nam. Sau ba thập niên duy-tân thời Minh-trị, nước Nhật chiến thắng Trung-Hoa (1894) và Nga (1904–1905). Người Nhật cổ võ phong trào "Á châu của người châu Á". Khoa cử nho-học bị bãi bỏ ở Trung-Hoa (1905).

Năm 1911 xảy ra cuộc Cách-mạng Tân-Hợi ở Trung-Hoa, và năm 1917 cuộc Cách-mạng Tháng Mười ở Nga. Trông gương Nhật-Bản, Nga và Trung-Hoa, sĩ phu Việt-Nam nô nức học hỏi theo Tây-phương. Phan Chu Trinh chủ trương *"Bất phế Hán tự, bất túc dĩ cứu Nam quốc"* (không bỏ chữ Hán, không cứu được nước Nam). Sau này Phương-Sơn viết rằng *"Bất chấn Hán học, bất túc dĩ cứu Nam quốc".*

Phong trào cải cách ở Trung-Hoa do hai học giả Khang Hữu Vi và Lương Khải Siêu đứng đầu đã có ảnh hưởng lớn đến sự tiến hóa tư tưởng khắp vùng Viễn-đông. Những tác phẩm như *Cuộc du hành trong 11 xứ Âu châu* của Khang Hữu Vi và *Ẩm-băng tập* của Lương Khải Siêu trở thành sách gối đầu giường của giới nho sĩ cựu học Việt-Nam. Các nhà nho ham mê đọc những sách dịch *Contrat social, L'Esprit des Lois,* v.v... và bỏ các sách nho-học sang một bên. Trong những lúc nói chuyện, ai nấy chỉ nhắc đến các thầy Khang và Lương. Thầy Lư (Lư-thoa dịch từ tên Rousseau), thầy Mạnh (Mạnh-đức-tư-cưu dịch từ tên Montesquieu) có địa vị gần như ngang với Khổng-tử và Mạnh-tử.

Thế hệ trẻ Việt-Nam không muốn giữ lại nho-học vì, theo họ, nho-học đã là nguyên nhân gây ra sự thua kém của Việt-Nam. Các thanh niên Việt-Nam bất mãn vì họ cho là học chế đương thời không thích hợp với sự thay đổi thời cuộc nên trốn ra nước ngoài để học hỏi. Toàn-quyền Albert Sarraut phải cho thay đổi học qui và bỏ các chương trình Việt-Pháp-Hán và Việt-Pháp có từ thời toàn-quyền Beau (1908). Triều đình Huế bãi bỏ khoa cử nho-học. Các kỳ thi bằng chữ Hán bị bỏ: khoa thi Hương năm 1915 và khoa thi Hội năm 1918 là những khoa thi cuối cùng bằng chữ Hán.

"Trước chiến tranh, những người cách mạng An-nam tạm trú ở Hong Kong, ở Tàu, Nhật và học ở các trường Đại-học Nhật-bản hay Anh... Khi người ta hỏi họ tại sao không theo học ở Đông-dương, họ trả lời: thực dân không làm gì để dạy dỗ vì chỉ mở một thứ học chính thấp lẹt bẹt. Cho nên tôi đã mở những lycée, trường cao-đẳng cho người An-nam để không ai được quyền nhắc lại câu trên và trốn khỏi Đông-dương để đi học những bài dạy làm loạn ở chỗ khác." (Albert Sarraut, *Grandeur et Servitude coloniales*, Paris 1931)

Lúc đầu khi các trường học mới mở, người dân chê là chương trình học mới "lố lăng", cha mẹ bắt con về học chữ nho. Nhưng kể từ khi khoa cử nho-học chấm dứt (1918) thì phụ huynh thay đổi quan niệm. Họ thấy rằng phải cho con theo tân-học mới dễ kiếm việc làm.

Từ năm 1918, khi nho-học bị bãi bỏ, các trường công dạy toàn bằng tiếng Pháp từ ấu-học. Năm 1924, chữ quốc-ngữ được dùng để dạy trong ba năm sơ-học, sau đó học các lớp trên bằng chữ Pháp. Vì tiếng Pháp được dùng làm chuyển ngữ, thanh niên tân-học lúc ấy nói và viết tiếng Pháp khá giỏi. Nhiều thanh niên Việt có thể thi đỗ vừa bằng tú-tài bản-xứ vừa bằng tú-tài Pháp. Vào thời gian chưa có bằng tú-tài, Phạm Quỳnh chỉ có bằng diplôme (cao-đẳng tiểu-học); khi sang Pháp, Phạm Quỳnh diễn thuyết bằng tiếng Pháp tại École Coloniale (Trường Thuộc-địa), École des Langues Orientales (Trường Đông-phương Bác-ngữ) và tại Hội Hàn-lâm Pháp. Ở Sài-Gòn, trong buổi tiệc khoản đãi tổng-trưởng Thuộc-địa Paul Reynaud, Bùi Quang Chiêu đã đọc một bài diễn văn bằng tiếng Pháp rất hay đến nỗi tổng-trưởng Reynaud khen rằng: "Nghe lời diễn thuyết của ngài mà tôi ngờ rằng trong hai chúng ta đây có lẽ ngài Tây hơn tôi..." (*Nam-Phong* Août & Septembre 1931).

Những năm 1927, 1928, số học sinh du học sang Pháp tăng lên: năm 1924 có 177 du học sinh, năm 1929 có đến 1700 du học sinh.

Nhờ nền học chính mới, thanh niên được mở mang kiến thức về khoa học và kỹ thuật. Họ học những điều mà các bậc tiền bối của họ không hề biết: toán, lý học, hóa học, thiên văn, địa dư, sử thế giới, triết học Tây phương. Họ được biết những quan niệm mới về chính trị và nhân sinh như cộng hòa, dân chủ, dân quyền, nhân quyền, tự do luyến ái, nam nữ bình đẳng. Họ học những sách viết bằng tiếng Pháp và biết thưởng thức những cái hay cái đẹp của văn chương Pháp qua văn thơ của các văn hào và thi hào Pháp như Molière, Corneille, Victor Hugo, Alfred de Musset, Alfred de Vigny, Lamartine, Verlaine, Baudelaire, v.v... Khi ra đi làm, họ có tủ sách đầy những sách Pháp đủ loại mà họ đặt mua từ Pháp. Những người hay lui tới thư viện École Française d'Extrême-Orient (EFEO) có thể tìm đọc những sách như *Divine comédie* của Dante, *Don Quichotte* của Cervantès, *Những truyện kỳ quái* của Edgar Poe, ...

Phan Chu Trinh đỗ phó-bảng rồi ra làm quan. Ông thấy rõ những sự hủ bại trong quan trường: việc nước không mấy ai nghĩ đến, chỉ lo làm thi phú; xuất thân nho-học ra làm quan mà không có tư cách đạo đức; học nho-học mà không hiểu nho-học là gì, để cho đến nỗi *phong tục đồi bại, lễ nghĩa mất hết*.

Bảng vàng bia đá còn lấy làm vinh ư? Nghĩ lại hai mươi thế kỷ đời nay, Đông-Á một vùng ở đây hãy còn man tục.

Việc nước nạn vua nào ai thèm hỏi đến, chỉ thấy ba trăm nam nhi đầu bự xúm nhau làm phú Tần Khanh. (*Phan Chu Trinh*, Đào Trinh Nhất, 1956)

Ông tự lực mưu sinh để sống ở Pháp cốt tìm hiểu văn hóa Tây-phương và điều mà ông chú trọng là tìm học về luân lý và đạo đức Âu-châu.

Mới xem ngoài mặt thì ta đều cho dân Âu-châu là một dân tộc háo thắng, độc ác, dữ tợn; nhưng không, ta lầm đấy, ta ở lâu mới biết họ có một nền đạo đức cao hơn ta nhiều. Nền đạo đức luân lý của họ cao hơn ta là nhờ họ đã thâm nhiễm những tư tưởng tự do truyền bá từ đời Hy-lạp, La-mã trở xuống. Họ cũng đã qua một hồi chuyên chế nhưng dân khí của họ không như dân khí của ta. Dân khí của họ rất phấn phát, người của họ rất anh hùng. Càng chuyên chế bao nhiêu lại càng nảy ra những nhà hiền triết oanh liệt làm sách, làm ca để truyền bá tư tưởng tự trọng dân bấy nhiêu. Dẫu hành hình khổ sở cũng không đủ làm cho họ khiếp sợ, cho nên tên tuổi họ mới còn sống tượng đồng bia đá đến ngày nay. Anh em đây ai đã đi qua Paris một lần tất cũng đã xem thấy những cái hình đồng mấy nhà triết học đã chống với đạo Da-tô[1] vậy.

Nói đại khái thì về thế kỷ XVII như ông Jean Jacques Rousseau làm ra *Dân-ước*[2], ông La Fontaine làm ra *Ngụ ngôn*[3], ông Montesquieu làm ra *Pháp-ý*[4], ông Pascal, ông Voltaire v.v... đều là những tay kiếm

---

1 Da-tô: đạo Thiên-chúa
2 *Dân-ước*: Contrat social
3 *Ngụ ngôn*: Fables
4 *Pháp-ý*: Esprit des Lois

Ký vãng, họa sĩ Robert Boyle
Sưu tập riêng

hết cách mở cái khóa chuyên chế để giúp đồng bào ra chỗ tự do. Tôi kể bấy nhiêu ông đó là chỉ tỏ ra rằng trong đời chuyên chế mà vẫn còn có người ra lo việc đời như thế, chí như đời bây giờ được tự do ngôn luận, được tự do xuất bản, được tự do diễn thuyết thì những người ra lo việc nước, việc đời bên họ biết là bao nhiêu.

Đem so với Á-đông thời xưa thì duy có mấy ông trong đời Xuân Thu, Chiến Quốc bên nước Tàu như là ông Khổng, ông Mạnh, ông Mặc, ông Lão, ông Trang có thể ngang được với mấy ông kia còn từ đời Tần trở về sau thì cả Á-đông cũng không có người như thế nữa, chớ đừng nói đến nước Việt Nam ta. (...)

Ông Montesquieu có nói: "Dân sống dưới quyền chuyên chế của nhà vua thì chẳng biết gì là đạo đức cả, chỉ lấy thế vị lớn nhỏ làm danh dự mà thôi; duy dân chủ mới thật còn có đạo đức." ("Đạo đức và Luân lý Đông Tây", bài diễn thuyết của Phan Chu Trinh tại nhà hội Việt-Nam ở Sài-Gòn, 19 Novembre 1925)

Phan Chu Trinh đã nhận thấy điều Montesquieu nói là đúng: phải đổi sang chính thể dân-chủ, dân không bị sống dưới sự chuyên chế của nhà cầm quyền thì mới có thể có đạo đức được.

Tuy nhiên, trước khi có sự chuyển hướng về tư tưởng, để có những tác phẩm như *Dân-ước*, *Pháp-ý*, người Âu-châu đã "có một cuộc cách-mệnh về tinh-thần, đề-xướng lên cái quyền tự-do phê-phán, đem cả các học-thuyết sát hạch lại, rồi dần dần mới nẩy ra cái quan-niệm về khoa-học đời nay." ("Bàn về quốc-học", Phạm Quỳnh, *Nam-Phong* Juin 1931)

Phạm Quỳnh giải thích *quan niệm về khoa học của Tây-phương* như sau:

Khoa-học đây là nghĩa rộng, không phải là nói về các khoa chuyên-môn, như lý-học, hóa-học, thiên-văn-học, địa-lý-học đâu. Khoa-học đây là nói về cái phương-pháp, cái tinh-thần của sự học do người Thái-Tây khởi-xướng ra. Khoa-học là lối học phân ra khoa-loại, đặt thành phương-pháp, để cầu lấy kết-quả đích-xác, tìm lấy chân-lý sự-vật.

Ông đề nghị những điều cần học hỏi từ người Pháp để áp dụng vào việc tìm hiểu văn minh và văn hóa Việt-Nam, làm căn bản cho việc thẩm định giá trị của nền văn hóa và văn minh Việt.

Người Việt Nam sẽ học được của nước Pháp những phương-pháp phê-bình nghiên-cứu đích-đáng, kiêm cả cái trí tinh-nhuệ (esprit de finesse) cùng cái trí khúc-triết (esprit de géométrie), đem cái luận trực-giác (intuitionisme) tuyền-chuyến mà chế cho cái luận duy-lý

Nữ học trường, École de filles, họa sĩ Đỗ Quý Linh Đan ©1999
Sưu tập riêng

> **MỘT TIN MỪNG CHO NỮ HỌC-SINH HÀ-THÀNH**
>
> Đến mồng 10 tháng giêng ta, tại trường Hoài-Đức sau nhà in Trung-Bắc sẽ mở:
> 1°) Đủ ban sơ-đẳng tiểu học.
> 2°) Lớp luyện học-trò thi sơ-đẳng về kỳ thi tháng Juin 1934.
> 3°) Lớp luyện tập Pháp-văn và to in-pháp.

"Một tin mừng cho nữ học-sinh Hà-thành"
Phong-Hóa số 88

(rationalisme) nghiêm-khắc, rồi dùng những phương-pháp đó mà khảo-sát về căn-nguyên lịch-sử, tôn-giáo, tư-tưởng, mĩ-thuật của nước mình, cùng những kỷ-cương luân-lý làm bản-lĩnh cho cá-nhân cùng dân-tộc mình, những chế-độ xã-hội chính-trị đã làm cho quốc-gia mình được lâu bền thuần-túy vô cùng. ("Nước Nam 50 năm nữa thế nào", *Nam-Phong* Septembre 1930)

Phong trào duy-tân và chính sách giáo dục thời thuộc Pháp đã chú ý đến việc giáo dục phụ nữ. Khi phong trào duy-tân lan tràn (1908), các nơi như Đông-Kinh nghĩa-thục, trường Phú-Lâm v.v... đều có lớp dạy riêng cho nữ sinh. Thập niên 1920, trong hầu hết các gia đình, cha mẹ vẫn dạy con cái theo nho-giáo, nhất là đối với con gái, các bà mẹ vẫn chú trọng vào *công, dung, ngôn, hạnh*. Theo với thời gian, số nữ sinh trong các trường Pháp và Pháp-Việt càng ngày càng đông. Trường Pháp-Việt dành cho nữ sinh tại Hà-Nội, École Brieux, lúc mới mở năm 1908, chỉ có 35 nữ sinh, những niên học sau đó lên 50, rồi sau đó 210, ... Ngoài ra còn có những tư thục có lớp dành cho nữ sinh như Thăng-Long, các trường nữ học Hoài-Đức, Pimprenelle.

Cho nên không ai ngạc nhiên khi thấy phụ nữ Việt-Nam có học cũng chịu ảnh hưởng của văn hóa Pháp.

Trong muôn việc bổn phận người đàn bà, có lẽ chỉ việc thương con yêu chồng là quan hệ hơn cả. Mới nghe tưởng là nhỏ mọn, nhưng có nghĩ sâu mới biết bao nhiêu cái hay cái đẹp bởi đấy mà ra. Ông A. France có nói rằng: "Người ta tạo được vũ trụ bằng khoa học và ái tình". (Avec la science et l'amour on crée le monde.) Cứ như lời nói

"Trường nữ-học lớn Pimprenelle"
Ngày Nay số 179

ấy thì công việc vĩ đại kia, đàn bà đã giúp được nửa phần rồi. ("Thư cho con gái du học bên Tây", Vân-Hán, *Nam-Phong* Septembre1929)

Người ta đã nhận ra rằng xã hội Tây-phương thành công không phải chỉ nhờ ở sức đóng góp của nam giới mà còn nhờ ở tính tình êm dịu của người phụ nữ.

Ai cũng biết văn-minh của các nước Thái-Tây ngày nay vừa có sức mạnh mẽ mà vừa có vẻ thanh-tao, vẻ này điều-hòa cho sức kia được mềm mại êm đềm, khỏi thành ra cái võ lực thô bỉ mà tàn bạo. Cái sức mạnh mẽ ấy là công của đàn ông đặt máy móc, lập công trình, đào sông xẻ núi, lội bể vượt không; cái vẻ thanh-tao kia là công của đàn bà, trong bể vật-chất cạnh tranh ngày nay, gây thành một chốn bồng-lai tiên-đảo, gồm hết cái ái-tình, cái phong-thú của đời người mà bầy ra những cảnh nên thơ nên mộng. ("Sự giáo-dục đàn bà con gái", Phạm Quỳnh, *Nam-Phong* Octobre1917)

Nhìn qua xã hội Tây-phương, vì vấn đề kỹ nghệ hóa, cả cha và mẹ đều đi làm, không ai chăm sóc trẻ con. Ấu-trĩ-viên do đó đã được thành lập để dạy dỗ và chăm nom trẻ con trong ngày khi cha mẹ đi làm. Đầu thế kỷ thứ 19, ấu-trĩ-viên được thành lập ở Đức, đầu thế kỷ thứ 20, ở Hoa-Kỳ. Ở Việt-Nam, không những cả cha lẫn mẹ đều phải đi làm mà đời sống người dân ở thôn quê rất vất vả, đầu tắt mặt tối mà vẫn không đủ ăn. Đời sống khốn khổ của người dân thôn quê ảnh hưởng rất nhiều đến đời sống trẻ thơ miền quê. Trẻ con không được chăm nuôi tử tế hay bị bệnh tật, không giữ phép vệ sinh, lây bệnh lẫn cho nhau, cho nên số trẻ con yếu tử cao, những đứa còn sống thì yếu đuối, bệnh tật. Trẻ con còn hay lêu lổng chơi những trò dại dột nguy hiểm, có thể xảy ra tai nạn như trèo cây hái trái, xuống ao sông tắm lội, v.v... Trẻ con không có người trông coi, có thể bị bắt cóc, hay đàn đúm tập nhiễm tính xấu. Hội Khai-trí Tiến-đức đã đứng ra khởi xướng việc thành lập Ấu-trĩ-viên vào năm 1922 để cho trẻ em có hoàn cảnh thuận tiện để phát triển trí đức và thể chất.

Nói đến giáo dục, không thể nào không nói đến môn thể dục là môn học hoàn toàn mới xuất phát từ Tây-phương. Người đầu tiên phát triển môn thể dục ở Bắc-kỳ và tổ chức việc huấn luyện thể dục theo phương pháp Âu Tây là Nguyễn Quí Toản. Từ đầu thập niên 1910, ông được gia đình cho sang Pháp du học tự túc và ông đã chọn học về khoa thể dục. Trong những năm du học bên Pháp, ông nhận thấy các nước văn minh như Pháp, Anh, Hoa-Kỳ đều chuộng thể dục, đặt thể dục ngang hàng với đức dục và trí dục. Năm 1917, ông

"Tonkin. — Intérieur d'une ferme."
La Guerre du Tonkin, L. Huard

về nước, được bổ làm giáo-sư trường Bảo-hộ kiêm dạy khoa thể thao. Cuối năm 1917, ông khởi sự thi hành việc lập trường thể dục. Đốc-lý Hà-Nội và thống-sứ Bắc-kỳ cho ông thuê đất với một đồng tiền thuê để lập trường. Năm 1919, ngôi trường Thể-dục hoàn thành nhờ sự kiên trì của ông và sự tài trợ của những nhà hảo tâm đất Bắc-kỳ.

Nguyễn Quí Toản còn làm tập sách *Thể-dục chỉ-nam*, chỉ dẫn tuần tự phép tập thể dục, từ 7 tuổi đến 13, 14 tuổi. Phép tập này theo "phương pháp tự nhiên" (méthode naturelle) của Hébert xướng ra ở Pháp. Phép tập này gọi là tự nhiên vì chỉ áp dụng những sự vận động tự nhiên của thân thể, không cần sử dụng nhiều đến các dụng cụ để tập.

Từ năm 1922, chính phủ ban hành lệnh dạy thể thao trong các trường. Tập *Thể-dục chỉ-nam* được các thầy giáo các trường Pháp-Việt dùng để dạy học sinh. Dân chúng quen dần với sinh hoạt thể dục và thể thao. Hoạt động này trở thành một cái "mốt" được dân chúng ưa thích. Hà-Nội, Sài-Gòn và các tỉnh lớn, có hội thể thao, sân đánh quần hay sân đá bóng. Chẳng hạn ở Vĩnh-Yên, hội thể thao sinh hoạt rất hăng hái. Vĩnh-Yên có sân vận động; nơi đây mỗi buổi sáng sớm các công chức, những người già cả và phụ nữ đều ra sân tập các môn điền kinh và thể thao. Vĩnh-Yên có hội bơi thuyền, hội quần vợt và hội đá bóng.

Thể thao trở thành một phong trào rất thịnh hành và phát triển nhanh chóng từ Nam chí Bắc. Cả ba miền Nam, Trung, Bắc, thanh niên nam nữ để công phu học tập chơi bóng vợt (tennis), bóng bàn (ping pong), nhảy cao, đi bộ, đi xe đạp. Thanh niên được khuyến khích tập thể dục và chơi thể thao. Những lúc rảnh rỗi, họ trổ tài đánh bóng vợt trên sân quần. Môn đánh bóng vợt rất phổ biến trong giới trẻ. Thứ năm hoặc chủ nhật nào có cuộc thi "banh tròn" (football) hay "banh vợt" (tennis), học trò ở các trường lũ lượt đi xem như ngày hội.

Một trong những người đầu tiên chú ý đến tình trạng sinh sống thiếu vệ sinh của dân chúng là y-sĩ Trần Đình Nam. Ông nhận thấy bao nhiêu bệnh tật của người mình sinh ra từ vấn đề thiếu vệ sinh. Ở đâu ông cũng nhận xét thấy "trẻ con dơ dáy, người lớn xanh xao, đồ ăn hôi hám, quần áo mốc meo, góc nhà đầy những rác, ruồi muỗi khắp mọi nơi, buồng chái chật hẹp, cửa chớp đóng im, trông cái cảnh lang tạ, vào đến nơi mà ngột." (*Nam-Phong* Février 1923). Trần Đình Nam biết giới y sĩ Pháp ra một tờ báo để truyền bá phép vệ sinh nên ông đề nghị ra một tờ báo phổ thông về vệ sinh, bán giá rất rẻ, in rất nhiều để truyền bá được khắp mọi nơi. Dù cơ quan Y-tế chính phủ đã lập những phòng chẩn bệnh, không gì bằng ngừa bệnh.

Vũ Văn-Cẩn (trong ban Truyền-bá Vệ-sinh và Tân-y-học của Tổng hội sinh-viên trường Đại-học) đã đưa ra một chương trình tổ chức vệ-sinh ở thôn quê như sau:

Trước hết cần có một ban tổ chức. Ban tổ chức đứng ra lập các ban như sau: a/ ban khảo sát các vấn đề vệ sinh trong làng, và lập thống kê; b/ ban vệ-sinh; c/ ban trông nom tiểu-nhi và sản-phụ; d/ ban y-tế; e/ lớp huấn luyện nhân viên vệ-sinh. ("Vệ-sinh ở thôn quê", *Thanh-Nghị* số 15: Ngày 16 Juin 1942)

Nguyễn Tường Tam, còn được biết với bút hiệu Nhất-Linh, sau khi đi học bên Pháp về, cùng mẹ và em gái đi một chuyến du lịch từ Bắc vào Nam. Đi tới đâu, ông cũng kêu "nước mình chậm tiến quá, hằng bao nhiêu thế kỷ cũng chả có gì thay đổi." Theo ông, một trong những yếu tố dùng để xét đoán trình độ văn minh của một dân tộc là xem cách ăn ở, cách sống của họ như thế nào. Ông nhận thấy, "chín phần mười nhà An-nam ta là nhà hang tối". Ông muốn cho người dân nghèo hiểu rằng tuy nghèo nhưng người ta vẫn "có cách sống một đời đáng sống", "không cần phải tốn nhiều tiền đổi thành một căn nhà sáng sủa, sạch sẽ, có cả vẻ mỹ thuật nữa." (*Ngày Nay* số 74, 29 Août 1937)

Để giúp cho người dân cải thiện đời sống, Nguyễn Tường Tam và một số trí thức trẻ đã thành lập Hội Ánh-Sáng, và việc làm đầu tiên của Hội là làm nhà cho dân nghèo và thợ thuyền ở.

Trại Ánh-Sáng đầu tiên được thành lập ở làng Phúc-Xá, Hà-Nội. Hội Ánh-Sáng dự định thành lập Thôn Ánh-Sáng ở gần đến Voi Phục. Nhưng những biến chuyển thời cuộc vì thế chiến thứ nhì (1940–1945) đã làm gián đoạn công cuộc cải cách xã hội của Hội Ánh-Sáng.

Phong tục chính là phương diện bị đem ra xét lại nhiều nhất theo nhãn quan Âu-Tây của giới trí thức tân học. Thế hệ thanh niên từ 1910 đến 1930 thu thập được rất nhiều kiến thức Âu-Tây. Trong số họ, có những người đã du học bên Pháp trở về. Họ có được một căn bản nhân sinh quan mới đủ vững chắc để có thể chỉ trích những quan niệm truyền thống mà họ cho là cổ hủ, và áp dụng những tư tưởng mới mẻ của Âu-Tây vào cuộc sống. Hơn ai hết, họ đã nhận thấy sự khác biệt giữa đời sống của người dân Pháp và người dân Việt: từ không khí trong sạch trong thành phố đến cách ăn ở nơi nhà quê, từ cách cư xử giao thiệp hằng ngày đến cách buôn bán làm ăn. Chính họ đã nhận ra rằng đời sống văn minh Âu-Tây đó có dễ chịu hơn, sung sướng hơn. Họ cảm thấy cần phải thay đổi chứ không thể sống như trước được, phải sửa đổi cả tinh thần chứ không phải chỉ vật chất. Họ quyết đem cuộc sống văn minh về cho người mình, nhất là người dân thôn ổ.

Đã từ lâu, những người nhiễm học mới, nhiều lần được thấy, khi đọc sách đọc báo, xem tranh ảnh hoặc trong các rạp chiếu bóng, hay khi du lịch nước ngoài những cảnh đời khác hẳn những cảnh đời ảm đạm, buồn nản của dân quê trong những túp nhà hang tối chung quanh mình, những người đó chắc đã nhiều lần nẩy ra trong trí câu hỏi đau đớn này: — Liệu có thể đổi khác được không?

Nhưng ai nấy cũng chỉ chua chát nhận ra rằng việc ấy khó khăn quá, gần như không thể tưởng được.

Câu hỏi kia nẩy ra trong óc các bạn chỉ như một tia sáng yếu ớt lòa ra trong đêm tối dày đặc, chỉ như một giây phút hy vọng biến ngay thành một nỗi thất vọng dài và chua xót.

Nhưng bao giờ cũng vậy, đã nghĩ đến sự thay đổi thì rồi sẽ có sự thay đổi. (Nguyễn Tường Tam, *Ngày Nay* số 74, 29 Août 1937)

Gần như mọi tập tục xưa đều bị chê bai, chỉ trích, kể cả những thói quen vô hại như Nguyễn Văn Vĩnh đã chê cái tật "Gì cũng cười" của người Việt. Nguyễn Văn Vĩnh đã từng đi Pháp, có vợ "đầm" (Pháp), là hội viên trong Hội-đồng Thành-phố Hà-Nội và Hội Tư-vấn Bắc-kỳ. Ông giao thiệp với nhiều người Pháp, làm báo với Schneider, lập tủ sách Âu Tây tư-tưởng với Vayrac, ra tờ báo *Annam Nouveau*. Một người "rất Tây" như ông không thể nào chịu nổi những cố tật của người mình. Trong loạt bài *Xét tật mình* (Đông-dương tạp-chí từ số 6 đến số 29), ông phơi trần những sự hủ lậu xấu xa của người Việt; ông chê từ sự hủ bại của thôn xã do hương chức gây ra, thói mê tín dị đoan, đến sự học nông cạn và sai lầm của người đi học ở xứ mình; ông còn kể ra nhiều tật xấu của người Việt như ham cờ bạc, vụng nói chuyện, ... để cho người mình biết mà sửa đổi, học hỏi theo Tây-phương. Ông mở ra mục *Nhời đàn bà* để vạch những thói xấu của phụ nữ: từ cách ăn ở, sinh đẻ, tục nằm bếp, cách nuôi con luộm thuộm, đến cách sống hằng ngày như cách đối xử với chồng con bè bạn, nói bẩn nói tục, thói quen ăn trầu, ...

Đồng thời với Nguyễn Văn Vĩnh, Phạm Quỳnh cũng là một người tiếp xúc nhiều với người Pháp. Sau khi đỗ bằng Diplôme (cao-đẳng tiểu-học), ông vào làm việc ở École Française d'Extrême-Orient. Ông đã sang Pháp dự cuộc đấu xảo ở Marseille, diễn thuyết bằng tiếng Pháp ở nhiều nơi. Hẳn nhiên ông đã chú ý đến cách giao tế của người Tây phương và khi về nước ông đã diễn thuyết ở hội quán Khai-trí Tiến-đức về cách giao tế trong xã hội, thế nào là lễ phép và lịch sự. Ông đã châm chước cách giao tế của người Pháp với tinh thần cổ nước Việt. Ông nhắc đến một khuyết điểm mà người Việt khó sửa chữa nhất là sự trễ hẹn. Ông bảo rằng người Pháp có câu "L'exactitude est

VI HỌC HỎI TỪ VĂN MINH VÀ VĂN HÓA PHÁP

"Đoàn Ánh Sáng đặt viên gạch đầu tiên"
Phong-Hóa số 106

"Ngày Ánh Sáng"
Phong-Hóa số 148

la politesse des rois", ý muốn nói vua chúa còn phải đúng giờ, huống chi là người thường.

Nguyễn Bá Học cũng nhiều lần bày tỏ ý kiến về những phong tục cần thay đổi. Ông đề nghị người dân quê, đàn ông hay đàn bà, khi ra khỏi nhà để làm việc nên đội mũ nón để bảo vệ đầu óc. Ông chê tục lấy chồng lấy vợ sớm và đề nghị nên bỏ tục này. Ông thấy có nhà con trẻ mới 14, 15 tuổi đã sinh con. Ông nhận xét: cây bói sớm thì quả non, con cháu nhiều mà giáo dục không được là một cái hại lớn trong gia đình. Chưa kể hôn giá sớm lại sớm phải nặng gánh gia đình, người yếu đi mà bệnh tật cũng lắm. Ông đề nghị bỏ việc dùng roi vọt để sửa phạt con trẻ, bỏ thói thề nguyền chửi rủa, bỏ tật tin mệnh vận, và khuyên người mình nên tập tính thẳng thắn, ngay thật. Trước khi mất, ông dặn lại người nhà rằng: "Tôi muốn cải lương lễ giỗ trong gia đình, về sau này hễ đến ngày cúng giỗ tôi thời chỉ lược chép lấy cái lịch sử một đời và lời di ngôn của tôi, lúc cúng thời trải chiếu ở gian giữa từ đường, rót vài chén nước, đốt một nén hương, họp trưởng ấu cả nhà lại, rồi trưởng tử hay đứa đích tôn, đứng ở trước chiếu làm lễ rồi quay mặt lại đối với mọi người đọc cái lịch sử và lời di ngôn của tôi một lượt, cuối cùng bảo một câu rằng: Chúng ta con cháu, nên trông gương mà bắt chước những điều hay của ông cha đời trước, mà điều dở thời đổi đi. Ngày giỗ tôi chỉ thế là xong, còn điều gì tôi cũng không ưa thích cả." (*Nam-Phong*, Août 1921)

Đông-Châu Nguyễn Hữu Tiến cũng viết về hôn lễ; ông dịch từ *Văn-công gia-lễ* ra quốc-ngữ và lấy tục lệ Pháp để châm chước cho hợp thời và giản dị. Ông đề nghị tăng tuổi giá thú cho con trai là 20 tuổi, con gái 18 tuổi trở lên mới lấy nhau. Giới tân trí thức phần nhiều là hội viên hội Khai-trí Tiến-đức. Cùng ý kiến với Đông-Châu, họ đề nghị Hội-đồng hội Khai-trí Tiến-đức xin chính phủ ấn định lại tuổi giá thú.

Đông-Châu bảo nên bỏ thói tục tệ của việc hôn nhân ở nước mình là hay để ý đến của cải, chưa lấy mà đã dòm dỏ xem người mình định lấy là giàu hay nghèo. Ông cho như thế là lấy của chứ không phải lấy người. Ông cũng đề nghị nên bỏ tục thách cưới vì đó là một lý do đã từng ngăn trở nhiều cuộc hôn nhân.

Đỗ Thận đã từng diễn thuyết về vấn đề quan hôn tang tế ở Hội Trí-tri Hà-Nội. Ông đã xét đến những điều tệ hại trong việc hôn nhân khiến hôn nhân mất đi ý nghĩa tốt đẹp và có lắm điều phiền phức trở ngại:

— *ác tập mãi mại* đem con cái làm món hàng để bán lấy tiền;

VI HỌC HỎI TỪ VĂN MINH VÀ VĂN HÓA PHÁP 97

"Nhà diễn-đường Hội Khai-Trí Tiến-Đức Hà-nội mới khánh-thành ngày 10 Avril 1927."
Kính ảnh T.-C. Khuyến

— *doãn nặc* là kết hôn do cha mẹ quyết định trước: *dự ước hôn nhân* là gả con cho nhau từ khi con còn trong bụng mẹ; *tảo hôn*[1] là gả con khi con còn nhỏ;

— xa xỉ trong hôn nhân;

— tục chăng dây, đóng cửa nhà thờ để đòi tiền.

Về tang lễ, ông chê cái lối khóc lóc giả vờ mỗi khi có người đến viếng. Ông chỉ trích sự xa xỉ nhân lúc tang chế mà ăn uống linh đình để trả nợ miệng và được tiếng khen. Ông đề nghị phải đem người chết đi mai táng trong vòng 24 giờ đồng hồ để giữ vệ sinh; bỏ kèn trống inh ỏi, khóc lóc ầm ĩ, giữ nét mặt trang nghiêm; bỏ minh tinh, võng chủ, trướng, câu đối, liễn; bỏ tục lăn đường vì không hợp vệ sinh; bỏ tục nợ miệng ăn vạ người chết.

Ông đề nghị nên giảm bớt hư văn nghi tiết việc lễ tế. Tế tự ở tư gia, vào những ngày giỗ, ý kiến của ông tương tự như Nguyễn Bá Học: họp con cháu tại nơi thờ phụng làm lễ và kể rõ công đức của người đời trước cho con cháu nghe. Lễ phẩm thì tùy giàu nghèo, nhưng không nên ăn uống như ngày yến hội.

Phạm Quỳnh đã so sánh lễ giỗ, lễ kỷ niệm của người Việt và người Pháp và nhận xét như sau:

> Người Âu Tây có lễ kỷ niệm, khác nào như người Đông phương ta có lễ giỗ vậy. Duy người mình làm giỗ thời cổ bàn linh đình, phần nhiều là cuộc vui cho người sống hơn là dịp nhớ đến người chết. Người Tây thời gặp ngày kỷ niệm tất tìm cách nhắc đến công việc người xưa cho người nay nhớ lấy, thế mới là hợp nghĩa hai chữ kỷ niệm. (*Nam-Phong*, Décembre 1922)

Về lễ kỷ niệm danh nhân lịch sử, ông nhắc nên chọn kỷ niệm nào chính đáng, kỷ niệm những người và việc có ảnh hưởng đến tương lai hậu thế.

Tháng Chín năm 1924, hội Khai-trí Tiến-đức làm lễ kỷ niệm văn hào Tiên-điền Nguyễn Du vừa theo cũ vừa theo mới: trưng đăng kết thể, bày hương án, đặt đỉnh trầm, hai vị học giả Phạm Quỳnh và Trần Trọng Kim diễn thuyết về thân thế và sự nghiệp văn hào Nguyễn Du, sau đó có ngâm thơ, ca nhạc.

Từ khi có Hội-quán (cercle), hội Khai-trí Tiến-đức thường tổ chức mỗi tháng một buổi tiệc, vừa ăn uống vừa nói chuyện văn chương, bắt chước "các tiệc văn chương" (*diners litéraires*) của người Pháp.

---

1 về tảo hôn, xin đọc *Bóng Tre Xanh*, tác giả Đỗ Thúc Vịnh, Giải thưởng văn chương Gia-Long 1942–1943.

VI HỌC HỎI TỪ VĂN MINH VÀ VĂN HÓA PHÁP

Bang Bạnh
Phong-Hóa số 177

Một trong những người chú trọng nhất vào việc thay đổi phong tục là Phan Kế Bính. Ông đã soạn nguyên một quyển sách về *Phong tục Việt Nam* mà trong đó ông chỉ trích tất cả những khuyết điểm trong phong tục nước ta theo nhãn quan của ông, một nhà cựu học nhiễm tư tưởng Tây-phương. Tất cả những chuyện mê tín dị đoan, thầy phù thủy, tướng số, phong thủy đều bị ông phản đối. Ông bênh vực phụ nữ, cho rằng phụ nữ nước ta bị đàn ông—các ông chồng—áp chế. Ông đem câu tục ngữ Pháp để bênh vực họ: "On ne doit pas battre les femmes même avec des fleurs". Ông cho thấy những sự bất công và bất bình đẳng mà phụ nữ nước ta phải chịu. Ông phản đối kịch liệt tục lấy vợ lẽ vì cho rằng tục này là lạc hậu, làm cho con người mất tự do, mất bình đẳng.

Quyển *Phong tục Việt Nam* (1915) chứa đựng những quan niệm mới của giới tân trí thức—mà Phan Kế Bính là một đại diện—đối với những tập tục của Việt Nam từ xưa đến lúc này.

Để giúp cho sự thay đổi phong tục nhanh chóng hơn và những phong tục mới dễ được chấp nhận, Nhất Linh, Hoàng Đạo, một số bạn văn và họa sĩ chủ trương làm tờ báo *Phong-Hóa* (1932–1936). *Phong-Hóa* là tờ báo trào phúng đầu tiên trong làng báo Việt-Nam. Dựa vào sự ưa thích đọc báo của dân chúng, nhóm chủ trương *Phong-Hóa* đã biết dùng ảnh hưởng của báo chí để thay đổi phong tục với những hình ảnh dễ nhớ và hài hước của Lý Toét, Xã Xệ, Bang Bạnh, những nhân vật đại diện cho xã hội cũ.

Người ta ai cũng cười ông Lý Toét, ghét ông Bang Bạnh (...)
Người ta trách ông sao cứ đem theo hoài con roi mây, lăm lăm chỉ định vụt không khí (...)
Và cây roi ấy có nhiều nghĩa lắm: các ông giáo thì gõ đầu trẻ, còn các ông bang Bạnh thì gõ đầu dân. Như rứa, dân biết điều thì coi các ông bang như bậc thầy, nếu không thì roi kia phải dùng đến vậy. Cây roi ấy còn là biểu hiệu của nền văn minh cũ, của sự tôn ti trật tự xưa, của những hình cụ cổ, mà triết nhân đã có câu: hiện kim chỉ là kết quả của quá khứ ...
Người ta lại trách ông tự phụ là hơn người, đến chỗ nào ông cũng đòi ăn cao ngồi trốc. (...) Ông Bang Bạnh là một ông quan, như vậy, ông ấy tự cho là hơn người bạch đinh là phải lắm. Đến chỗ nào ông ấy chiếm ghế nhất chỗ ấy chỉ là ông ấy dùng quyền của ông ấy vậy. ("Ca tụng Bang Bạnh", *Phong-Hóa* số 190, 5 Juin 1936)

Tứ Ly đã "Ca tụng Bang Bạnh" nhưng thực sự là giễu cợt Bang Bạnh; trong *Phong-Hóa*, nhân vật trào phúng Bang Bạnh là hình ảnh của những người trong giới quan trường hống hách, kiêu căng, kiêu kỳ, ăn trên ngồi chốc, đè nén, áp bức dân nghèo.

Các nhà văn trẻ của nhóm *Phong-Hóa* cho là việc thay đổi phong tục để theo kịp đà văn minh đời nay là một bổn phận của mỗi cá nhân cũng như đoàn thể trong xã hội.

Trong bài thơ gửi đến độc giả báo *Phong-Hóa*, nhóm chủ trương cho biết mục đích của họ:

> Làm người cần ở nhân-cách trước,
> Rồi sau văn-minh mới tiến bước,
> Vì chăng phong-hóa để suy đồi,
> Mong gì chống chọi với đời được.
>
> Vì đó PHONG-HÓA phải ra đời,
> Quyết với anh em ghé một vai,
> Giữa đường PHONG-HÓA đêm mù mịt,
> Mong tìm phương hướng ta cùng noi.
>
> Phàm việc quan hệ hạnh phúc chung,
> Bất luận cổ-hóa hay tân-phong,
> Nhất thiết: phải, khen, trái, phá bỏ,
> Xoay kim mục-đích cho thích trung.

VI HỌC HỎI TỪ VĂN MINH VÀ VĂN HÓA PHÁP

Xã Xệ và Lý Toét
Phong-Hóa

Bang Bạnh
Phong-Hóa

VI HỌC HỎI TỪ VĂN MINH VÀ VĂN HÓA PHÁP

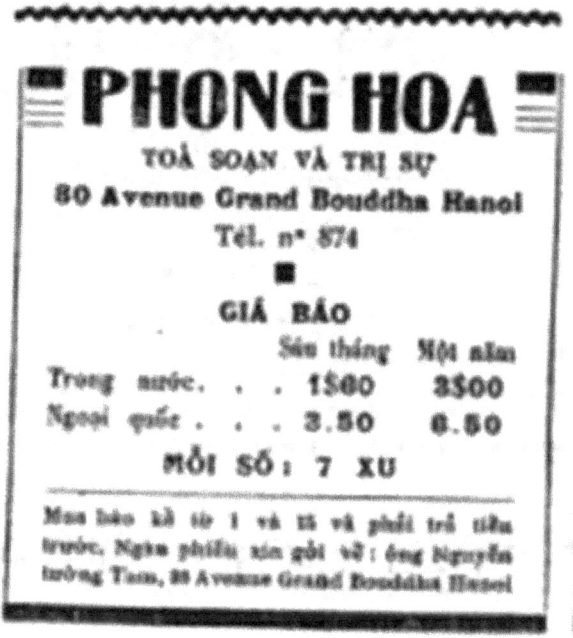

Toà soạn và trị sự *Phong-Hóa*

Xã Xệ[1] và Lý Toét[2]
Phong-Hóa

---

1 xã đoàn: người đứng đầu việc tuần phòng ở trong xã; — xã: một khu vực hành chính thuộc quyền cai quản của một lý trưởng.

2 lý dịch: các người làm việc trong làng; — lý trưởng: người đứng đầu thừa hành việc quan trong làng.

Bìa báo *Ngày Nay*

VI HỌC HỎI TỪ VĂN MINH VÀ VĂN HÓA PHÁP

Bìa báo *Ngày Nay*

Tên tờ báo *Phong-Hóa* là chữ ghép từ hai chữ phong-tục và giáo-hóa, chủ ý của nhóm *Phong-Hóa* là chỉ đường cho dân chúng theo về những phong tục hay, bảo tồn thuần phong mỹ tục.

PHONG là thanh danh, là dư luận, lại là những gương tốt hay xấu về giáo dục và luân lý.

TỤC là thói thường, là bình dân, là công chúng. Phong tục tức là luân lý bình dân, một nền luân lý rất chất phác, rất phổ thông, bắt đầu có ngay từ đời Thái Cổ, cha truyền, con nối, một ngày một bồi đắp mãi lên. Vậy thì Phong Tục là gồm cả những tập quán, những điều thông dụng, những cách cử chỉ, những sự phải làm và không được làm, có liên can tới bổn phận mà cỗi dễ (rẽ) ở lương tâm của cá nhân và đoàn thể. (*Phong-Hóa*, 16 Juin 1932)

Mục đích mà nhóm Phong-Hóa để ra là thay đổi phong tục để làm cho xã hội tốt đẹp hơn. Nhất là với những phong tục mà người ta cứ làm theo mà không hiểu, lại càng cần thay đổi cho hợp với thời đại, Phong-Hóa cương quyết "không nên nô lệ tập tục."

"Lễ đối với người chết" là tựa đề bài viết của Nhị-Linh (*Phong-Hóa* số 61, 25 Août 1933) trong đó Nhị-Linh dứt khoát khuyên: "Cải cách mau mau. Chớ nên do dự." Ông đặt câu hỏi, đối với những người đã khuất, "những linh-hồn thanh-khiết", làm sao ta chứng tỏ lòng kính cẩn hay hiếu thảo? Ông bảo không nên bày thịt trâu, thịt bò, thịt dê mà ruồi bâu đầy đấy cùng với rượu, "một thứ thuốc độc", để đem dâng lễ người đã khuất.

Vậy ta còn đợi đến bao giờ mới dám cải-cách sự tế-lễ, cúng bái. Còn đợi đến bao giờ mới vứt những miếng thịt trâu, thịt lợn máu chảy nhễ-nhại làm tởm cả con mắt người trần-tục kia đi, mà đem hoa quả thơm tho thay vào.

Còn đến bao giờ mới chịu **phế những nước rượu nồng-nực hơi men** làm cho anh em say sưa, rồi chửi nhau, đánh nhau, giết nhau trước mặt tổ tiên!

Ta phải phế ngay đi mà **dùng nước mưa trong sạch** của đấng Tạo-hóa tối cao ban cho ta để kính dâng lên linh-hồn thì mới là hợp lẽ, thì mới đủ tỏ lòng thành kính.

Trường hợp Ứng-Hoè Nguyễn Văn Tố, khi ông cắt bỏ búi tó tóc của ông, báo *Phong-Hóa* đã đăng lên như một tin mừng. Cắt búi tó tóc đó biểu hiệu cho một ý muốn đổi mới của một người hoạt động văn hóa danh tiếng ở Việt-Nam lúc bấy giờ, là một tấm gương sáng cho những thế hệ đi sau.

Chưa nghĩ chín, ai cũng tưởng cái búi tó đó không có can hệ gì đến ai, ông Tố cắt nó hay để nó cũng vậy. Ừ, thì ông Tố ông muốn để búi tó, nuôi đến hàng trăm, hàng nghìn con chấy trong đó cũng là truyện ông, nhưng ... nhưng cái búi tó ấy làm tiêu biểu cho trăm nghìn cái búi tó khác, cái búi tó của cụ Lý Toét, anh Xã Xệ, cái búi tó của 'ký vãng', chẳng khác gì cái mũ fez của xứ Thổ nhị-Kỳ khi xưa tiêu biểu cho sự dốt nát yếu hèn của các cụ già xứ ấy. (*Phong-Hóa* số 77, 15 Décembre 1933)

Trong mục Giòng Nước Ngược trên báo *Phong-Hóa* số 80 (5 Janvier 1934), nhà thơ trào phúng Tú-Mỡ làm bài "phong rao mới": *Chấy mất tổ* để chế giễu những người còn tiếc nuối cái búi tó tóc như của Ứng-Hoè.

Ông Tố thiến búi tóc rồi,
Còn ai dám bảo là người cổ sơ.
Chỉ thương đàn chấy bơ vơ,
Như chim mất tổ nương nhờ vào đâu.
Chấy ơi, bay hãy rủ nhau,
Lần đến trên đầu Đỗ-Thận[1] tiên-sinh.
Hãy còn búi tó củ hành,
Họa chăng được chốn nương mình thảnh thơi,
Kẻo mà rét mướt đến nơi,
Lấy đâu sinh nở gây nòi chấy con.

---

1 Đỗ-Thận: nhà soạn sách giáo khoa bộ Luân-lý giáo-khoa thư và Quốc-văn giáo-khoa thư cùng với các ông Trần Trọng Kim, Nguyễn Văn Ngọc, Đặng Đình Phúc.

Phong-Hóa số 80 (5 Janvier 1934) đăng một mẩu tin từ Luân-đôn (London) thời đó của một người có yêu cầu thay vì chờ đến khi người ấy chết mới viếng vòng hoa và hoa tươi thì hãy gửi tiền cho người ấy khi còn sống. Nhà văn Tứ-Ly[1] đã có lời châm biếm rằng:

> Ừ, mấy vòng hoa to đem tặng lúc người ta đã chết, bằng sao được vòng hoa nhỏ đem biếu người ta lúc còn sống? Nếu có thể, chắc các cụ ta đã mất, có nhiều cụ trong quan tài ngồi nhỏm dậy mà cho con cháu một bài học của người đăng quảng cáo kia! Nhưng, tiếc thay, các cụ không có ai ngồi nhỏm dậy được, nên con cháu nhiều người lúc các cụ còn, thường không nhớ, mà đến lúc các cụ muốn một, bày ra mâm cao cỗ đầy ... để con cháu xơi!

Báo *Phong-Hóa* số 146 (26 Avril 1935) có đăng như sau:

> Không bao giờ tôi quên được lời một người Âu về thăm một làng Annam nói với ông đầu tỉnh: 'Dân hắc chủng bẩn nhưng dân Annam bẩn hơn'. (...)
>
> Bọn trí thức rởm của ta họ bảo chỉ cốt có tâm hồn sạch sẽ, còn thân thể, y phục, nhà cửa thì có hề gì. Nhưng để thân thể, y phục, nhà cửa không sạch sẽ là không biết tự trọng. Mà đã không biết tự trọng thì còn ai trọng mình...

---

1 Bút hiệu các nhà văn chủ trương và cộng tác trong Phong-Hóa: Tứ-Ly, Nhất, Nhị-Linh, Tú-Mỡ, Thế-Lữ, Lêta, Thạch-Lam, Khái-Hưng, Chàng Thứ XIII, Đông-Sơn và Nhát-Dao-Cạo

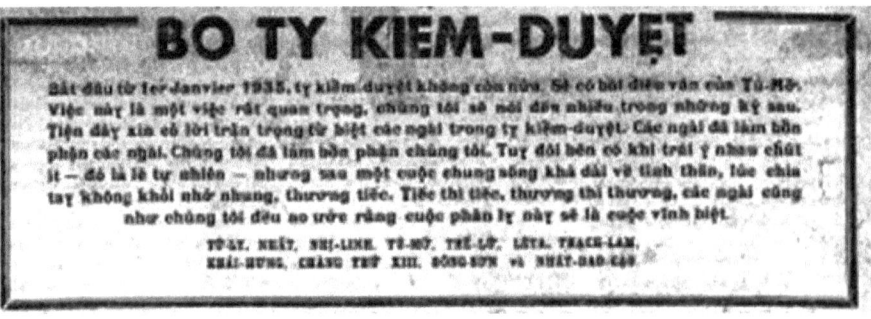

"Bỏ ty kiểm-duyệt"
Báo *Phong-Hóa* số 131, 4 Janvier 1935

VI HỌC HỎI TỪ VĂN MINH VÀ VĂN HÓA PHÁP

"Annamites se préparant à partir au marché."
La Guerre du Tonkin, L. Huard, 1890

(...) Vậy dân tộc Annam muốn được người nước ngoài kính trọng, thì trước hết nên tự trọng đã, nghĩa là giữ cho thân thể, y phục, nhà cửa được sạch sẽ. ("Sạch sẽ là văn minh", Nhị-Linh)

Các cây bút trẻ và các cộng tác viên của *Phong-Hóa* đã thành lập Hội Ánh Sáng để xây những căn nhà mới và sạch cho người dân quê mua trả góp, đã nghĩ ra những kiểu áo đẹp và gọn cho phụ nữ, đã đề nghị người dân quê đào giếng để có nước sạch ăn uống, tập trung chuồng nuôi heo vào một chỗ xa cách nơi nhà ở, cách biệt việc đào ao nuôi cá, v.v... Những sự thực hiện và đề nghị ấy nằm trong chủ trương giúp người dân, cả dân quê và dân thị thành, có một đời sống vệ sinh, mỹ thuật và văn minh hơn.

Nguyễn Tường Long lấy bút hiệu Tứ-Ly và Hoàng-Đạo. Ông dùng cả hai bút hiệu ngược nghĩa nhau như đêm với ngày để cho thấy là ông không tin vào lý số, và vào thời hiện đại, lý số là một vấn đề mê tín dị đoan. Trong khoa lý số, giờ hoàng-đạo là giờ tốt nhất trong ngày, còn ngày tứ-ly không phải là ngày tốt vì phải kiêng tránh làm một số điều vào ngày này.

Nhị-Linh cũng đồng ý rằng sự mê tín dị đoan của dân quê là một cản trở rất lớn cho mọi sự cải cách.

Tôi nói qua thế là vì rằng lần này tôi bàn về vấn đề nhà ở và nước uống, hai vấn đề có can hệ mật thiết với những sự mê tín, dị đoan cổ sơ của mình. Thí dụ: tìm được nơi cao ráo để khơi giếng mà những ông lý Toét, xã Xệ kêu la ầm ĩ rằng chỗ đó nhắm vào long mạch thì công việc cũng là phải bỏ, nếu không sẽ sinh ra đánh nhau mất mạng.

Còn như về việc làm nhà mà dẫu mình tìm cho người ta cái hướng tốt, sáng sủa và thuận gió, song nếu hướng ấy không hợp tuổi người làm nhà thì họ cũng chẳng theo. Một là họ chọn một hướng khác hay là họ chờ mấy năm nữa cho được tuổi hợp với hướng mà mình bắt họ phải theo. (...)

Chúng tôi chỉ nghĩ sự ích lợi cần thiết của vệ sinh chung và vệ sinh riêng mà thôi. Mà về vấn đề vệ sinh thì bao giờ nước uống với nhà ở cũng đứng đầu. (*Phong-Hóa* số 86, 23 Février 1934)

Giới trí thức tân học trong nhóm *Phong-Hóa* không những không tin tưởng vào thần thánh mà còn cho rằng mọi sự những nhiễu dân chúng ở thôn quê là do việc thờ phụng thần thánh sinh ra. Nhà văn và cải cách xã hội Hoàng Đạo đề nghị nên dẹp bỏ những ông thần xấu vì họ làm gương xấu cho dân chúng.

"Một nếp nhà ánh sáng, một gia đình ánh sáng
Một cảnh ao ước sắp có, nhờ về hội Ánh Sáng"
Ngày Nay số 72

Còn các ông thần? Trời ơi, các ông thần đã ra oai tác quái ở xứ này lâu lắm rồi, mà còn cứ cố 'có phúc được ngồi dai' mãi. Các ông hình như quên mất rằng thời đại của khoa học, cố mà ăn bám mãi vào sự mê tín của các ông lý toét.

Này ông thần dâm làm bại hoại phong hóa cả một làng, này ông thần ăn cắp, này ông thần ăn mày, và bao nhiêu ông thần khác nữa làm hại cho dân như sâu cắn lúa, như bão, như nước lụt, như trùng tả, các ông đã biết thời rồi, biết điều thì về đi thôi! ("Về đi thôi! các ông thần", *Ngày Nay* số 160, 1 Mai 1939)

Hoàng Đạo nhận thấy hàng năm mỗi làng đều cử lễ tế thần, gây tốn kém cho dân vì dân đã nghèo mà lại còn phải đóng góp cho việc tế thần. Sau khi tế, đàn anh được hưởng phần chia, địa vị càng cao phần chia càng nhiều. Hoàng Đạo đã nhìn ra sự bất công ấy, những thiệt thòi của dân làng, đóng góp nhiều mà chẳng được hưởng bao nhiêu.

Ngoài việc tế lễ thần thánh, cách bàn việc làng cũng cần phải thay đổi, bàn việc làng không phải là cơ hội để bày ra việc ăn uống. Nhóm *Phong-Hóa* đã chế giễu tệ tục ăn uống mỗi khi họp bàn việc làng của các hương chức.

> Việc làng bên ta
> Trong làng, sau cái lũy tre xanh,
> To tát, nguy nga có ngọn đình,
> Các cụ trong dân thường họp đó,
> Bàn về hương chính, việc linh tinh.
>
> Mỗi một lần bàn, một bữa chén,
> Xôi, gà, rượu, thịt, chè và phiện.
> Trời sinh ra sống để mà ... ăn
> Bụng có no say, đạo mới tiến...
>
> Cùng nhau bàn dại, lại bàn khôn,
> Nỏ miệng hung hăng, lý sự cùn,
> Tửu nhập bè nhè ngôn dễ xuất,
> Nhiều khi kết quả đến ... công-môn.
>
> Trải mấy trăm năm, nay vẫn thế,
> Mấy bô kỳ nát, mặt vai vế,
> Tranh rành thủ lợn với phao câu,
> Mưu mô cá lớn nuốt cá bé.

VI HỌC HỎI TỪ VĂN MINH VÀ VĂN HÓA PHÁP   113

Đám rước ở làng
Tranh thêu, thế kỷ thứ 19

Việc lớn ngàn nỗi, nát hơn tương...
Cũng bởi dân rời đục tận xương.
Chỉ khổ thân đời thằng khố rách
Còng lưng, gục cổ, có ai thương.

(*Phong-Hóa* số 76, 8 Décembre 1933)

Nhị-Linh và Hoàng-Đạo đều chủ trương phải phá bỏ lũy tre xanh của làng. Từ trước, mỗi làng đều có một lũy tre xanh vừa để giữ an ninh cho dân làng vừa để phân biệt ranh giới của làng. Nhóm *Phong-Hóa* cho rằng đến thời đại này lũy tre xanh biểu hiện cho việc ngăn chặn văn minh Thái-Tây khiến dân quê chậm tiến. "Nó làm biểu hiệu cho sự sợ sệt cái mới. Nó là cái bình phong cao mà dầy để che những hủ tục. Nó là cái túi rộng thênh thang để giấu những chén rượu, miếng thịt, những ngôi thứ ăn trên ngồi trốc." (Nhị-Linh, *Phong-Hóa* số 83, 26 Janvier 1934)

Thay vào những buổi họp hương chính kèm ăn uống tốn của của dân, Nhị-Linh đề nghị nên nhìn vào nhu cầu thực tế của người dân quê. *Có thực mới vực được đạo*, như lời ông nhắc nhở. Nhị-Linh đề nghị thay vì chỉ trồng lúa không thôi, ông khuyên người dân nên trồng đủ các loại hoa màu khác để tự túc cho cuộc sống của những người trong làng. Ví dụ: gạo, khoai, sắn, lá dâu để nuôi tằm, lấy tơ dệt lụa may quần áo, hoa quả để ăn, tre để làm nhà, đan rổ, đan thúng, ... Các ao hồ trong làng nên đặt ống cống ngầm để ăn thông với nhau, nuôi cá bán lấy tiền đóng thuế thân cho dân trong làng. Vì là lợi ích chung, sẽ không ai câu cá trộm.

Người nhà quê hầu hết không có nghề, chỉ biết có một nghề là nghề trồng lúa. Nhưng không phải ai cũng biết làm công việc đó, cho nên cần tìm nghề cho người dân quê. Nghề dệt vải khi trước có lợi nay bị vải của nước ngoài cạnh tranh không còn đem lợi về cho người dân quê. Có những nghề khác hãy còn có thể giúp cho người dân quê kiếm sống: nung nồi, nung gạch, dệt chiếu, làm nón, đan rổ rá, làm giỏ, ... và nghề mới như thêu, ren. Nhờ ai cũng có nghề mà những thói xấu như cờ bạc, rượu chè, thuốc phiện, trộm cướp không còn. Làng dư dả tiền, tiền này dùng vào những việc có ích cho dân như xây nhà họp và lát gạch đường làng. Mỗi làng đều *tự-lực* để cho dân sinh được tốt đẹp hơn. "[L]àng tôi như một tổ ong, một tổ kiến mà ai ai cũng đều làm việc. Vui lắm, sung-sướng lắm." (*Phong-Hóa* số 82, 19 Janvier 1934)

Khi ai cũng có nghề, tiền bạc dư dả, mức sống của người dân được nâng cao. Nhất-Linh ước mong nhà cửa dân quê sẽ được thay đổi, người dân quê cũng sẽ hưởng sự tiện nghi và vệ sinh như những dân tộc Âu Tây. "Nếu ta đem

Kiểu nhà do kiến trúc sư Nguyễn Cao Luyện vẽ cho một người tại làng Vẽ (Đông-Ngạc)
Ngày Nay

so sánh những nhà cửa đám nông dân, thuyền thợ bên các nước thái tây với những nhà bên ta, ta thấy sự cách biệt rõ ràng lắm. Song nếu ta chưa có tiền làm nhà gạch như họ, ta cũng có thể làm nhà tranh mà hợp vệ sinh và sạch sẽ như nhà gạch vậy." (*Phong-Hóa* số 97, 11 Mai 1934)

Nhất-Linh mang một lý tưởng cao cả, ông không muốn im lặng, để mặc người dân quê khi thấy họ sống khổ sở như vậy. Ông thông cảm với nỗi khổ của họ, ông ước mong làm sao cho đời họ bớt khổ. Ông thấy cần phải lên tiếng và hành động. "Các nhà thủ cựu tất sẽ nói: ở thế nào xong thôi dễ thường bây giờ ở thế người ta chết cả đấy. Chết thì chẳng chết, song những người dân nghèo cũng là người như tôi với ông, nghĩa là cũng biết thế nào là khổ, là sướng, cũng có quyền được hưởng những sự dễ chịu trong cách ăn ở. Nếu họ không biết và không thể được thì ta giúp cho họ, bảo cho họ. Đó là những điều chúng tôi muốn làm. Chúng tôi không có cái gan lặng yên mà trông họ khổ sở—khổ sở đủ điều—lặng yên để xem họ có thể chịu khổ đến bậc nào, như ta thí nghiệm xem con ngựa kéo nặng đến bao nhiêu thì kiệt sức." (*Phong-Hóa* số 97)

Người dân quê không những cần thay đổi đời sống vật chất mà cần sửa đổi cả tư cách. "Ngoài cái hủ nó ăn cáu vào óc, dân quê ta phần nhiều lại còn cái tính hay ghen-ghét, thấy ai hơn thì chỉ định tìm cách dìm đi, hoặc làm cho người ta tàn hại. Hại trước mắt không được thì hại ngầm, hại bằng một cách gián-tiếp: đốt nhà, vu-vạ, tư thông với trộm cướp, bỏ rượu lậu, thuốc phiện vào rồi đi báo ... v.v..." (Phú-Túc, *Phong-Hóa* số 63)

Có người cho rằng trước khi làm cuộc cải cách xã hội phải nghĩ sinh kế cho người dân, "việc kinh-tế phải lo trước việc chính-trị". (Việt-Yên, *Phong-Hóa* số 64)

Về vấn đề cải tạo thôn quê, *Phong-Hóa* đã mượn lời của một giáo sư trẻ bên Trung-Hoa lên tiếng: "Dân nước chúng tôi trụy lạc dần. Nếu chúng tôi không tự cứu lấy nhau thì ai cứu?" (*Phong-Hóa* số 105, 6 Juillet 1934)

Vua Bảo Đại đi Pháp học từ khi 9 tuổi, ông học ở Pháp 10 năm, và chịu ảnh hưởng của nền giáo dục Pháp rất rõ rệt. Khi vua Bảo Đại ra chiếu bỏ tục lệ lạy, các nhà văn trong nhóm *Phong-Hóa* đều đồng thuận về vấn đề này và khuyên mọi người nên theo. Theo tin của *Phong-Hóa*, "Đức Bảo-Đại đã bỏ lạy, là vì lạy hạ phẩm giá con người xuống gần như loài vật. (...) Vậy mong các ông thần sớm tỉnh ngộ bỏ lệ lạy đi thôi. Các ông thần sống[1] nên làm gương trước cho các thần đã chết. Lệ 'lạy' lại còn lưu lại ở những đám thọ hay đám cưới. Vua đã không nhận lạy, mà mình còn nhận lạy bố mẹ vợ, bố mẹ

---

1 thần sống: quan lại (ghi chú của tác giả Ngô Thị Quý Linh)

VI HỌC HỎI TỪ VĂN MINH VÀ VĂN HÓA PHÁP

"Réception de M. Tricou par l'empereur d'Annam."
La Guerre du Tonkin, L. Huard

chồng, ông bà hay cha mẹ mình thì thực là một sự vô-lý." (*Phong-Hóa* số 136, 15 Février 1935)

Về y phục phụ nữ, những nguyên tắc về y phục đã thay đổi. Quần áo may theo các nhà may lớn ở Tây-phương có quan niệm quần áo là để tô điểm, làm tăng vẻ đẹp chứ không phải chỉ để che thân. Người ta thường nhắc đến Nguyễn-cát-Tường, biệt danh Lemur, trong nhóm *Phong-Hóa* và *Ngày Nay*, đã nổi danh nhờ có sáng kiến thay đổi kiểu áo dài truyền thống thành ra kiểu mới làm tăng những nét đẹp của thân hình phụ nữ Việt. Theo họa sĩ Cát-Tường, y phục phản ảnh "trình độ trí thức của một nước. Muốn biết nước nào có tiến bộ, có mỹ thuật hay không, cứ xem y phục của người nước họ, ta cũng đủ hiểu. Y phục của người các nước Âu, Mỹ không những rất gọn gàng, hợp với khí hậu xứ họ, mà kiểu mẫu lại rất nhiều và rất đẹp. Như thế đủ tỏ ra rằng họ có một cái trình độ trí thức rất cao, một nền văn minh rất rõ rệt và luôn luôn có tiến bộ." (*Phong-Hóa* số 86, 23 Février 1934)

Họa sĩ Cát-Tường nhận thấy phụ nữ Việt mặc quần áo giống quần áo người Tàu. Ông nói rằng y phục cần phải hợp với phong thổ. Bên Tàu khí hậu lạnh nên người Tàu may ống tay áo chật và cổ khít lại để cài khuy. Ông nhận thấy phụ nữ ở Bắc mặc áo có cổ mà ít khi chịu cài khuy cổ cũng vì nóng nực. Cho nên ông chê kiểu quần áo cũ của phụ nữ Việt không thích hợp với phong thổ của người Việt: " Toàn thân thể của bộ áo nước nhà chỗ nào cũng đáng chỉ trích. Kiểu mẫu đã giống cái "áo chai", đôi tay lại giống như cái "ống nứa" mà còn cái cổ lại ... "vô nghệ nghiệp". (...) Áo ta sở-dĩ nhiều điều bất tiện và trái ngược với sự thiết dụng là vì nó không phải của ta. Nếu nó không phải hẳn của người Tàu, thì nó cũng phỏng theo kiểu mẫu của họ." (Tây hay Tàu, *Ngày Nay* số 14)

Tờ *Ngày Nay* số đầu tiên đã nhắc đến công khởi xướng thời trang y phục phụ nữ của họa sĩ Nguyễn-cát-Tường.

> Cái danh dự khởi xướng lên cuộc cải cách quần áo của phụ-nữ về phần ông Nguyễn-cát-Tường được hưởng nhận. Tuy sự cải cách của nhà họa-sĩ này chưa được sâu sa và hoàn toàn, tuy ông không định rõ rệt những cái nguyên nhân cốt yếu của sự cải cách ấy—ông không nói đến những cái ấy nữa—nhưng những kiểu mẫu áo của ông được nhiều người theo và châm chước, và những kiểu đó đã gây nên sự thay đổi trong quần áo của phụ-nữ hiện giờ. ("Quần áo mới", Việt-Sinh, *Ngày Nay* số 1, 30 Janvier 1935)

Theo ký giả bài báo thì khi trước phụ nữ Việt-Nam chỉ biết trang phục bằng bộ áo lụng thụng, nón quai thao và đôi dép cong, nhưng họa sĩ Cát-

VI HỌC HỎI TỪ VĂN MINH VÀ VĂN HÓA PHÁP

Tay trái: cổ hành hồ — Giữa: cổ lưỡi dao — Tay phải: cổ viền.

Các kiểu áo do họa-sĩ Cát-Tường vẽ
Phong-Hóa

"Bà Trịnh-Thục-Oanh nói về thời trang"
Ngày Nay số 1

Tường đã đem lại sự thay đổi bằng "chiếc san, áo mùi, quần trắng". Những phụ nữ đầu tiên mặc các kiểu áo quần theo thời trang phụ nữ Tây-phương là các "me tây[1]": "cái san quấn đầu, cái ví da cầm tay, đôi giày cao gót, hàng mùi rực rỡ, loè loẹt". Tuy nhiên, chính nhờ các họa sĩ biết cách làm tăng vẻ đẹp thướt tha dịu dàng của phụ nữ bằng y phục mà phụ nữ có được những kiểu mẫu áo hiện đại. "Biết đến sự mềm mại, tha thướt của dáng điệu, rồi làm thế nào cho ống quần, tà áo theo cái mềm mại, tha thướt đó, để làm tăng vẻ đẹp của thân hình cô thiếu nữ trẻ trung."

Cùng với họa sĩ Cát-Tường, họa sĩ Lê Phổ cũng được xem là một người có công trong việc cải cách y phục phụ nữ.

Kiểu áo thích hợp với thân thể, kiểu áo trang nhã mà có thể biến hóa được ấy, hai nhà mỹ thuật Cát-Tường và Lê-Phổ đã chế nghĩ ra cho chị em. Đã có nhiều người theo, đã thành một mốt mới." (*Ngày Nay* số 1)

---

1 me tây: phụ nữ Việt lấy người Pháp (Tây)

Ký giả Đoàn-tâm-Đan của báo *Ngày Nay* đã thực hiện một cuộc phỏng vấn giáo-sư Trịnh Thục Oanh, một phụ nữ có tân-học được xem là đẹp và tân thời, về thời trang lúc ấy.

Sai người cầm chiếc áo len mùi sám và cái quần trắng ra cho chúng tôi xem, bà Oanh nói: — Đây là kiểu quần áo tôi đã nhờ ông Lê-Phổ vẽ hộ. Chiếc áo may thuôn thuôn theo giáng người, kích dài xuống không hở lườn, thành kín đáo nhã nhặn hơn, vạt dài và tà cong, thướt tha yêu kiều hơn. Áo mùi nhạt, nên phải viền màu sẫm cho nổi mình áo lên. Khuy thì thật là thay đổi hẳn: nó là khuy các đàn bà tây phương thường dùng, mà nay ta lấy thay vào bộ khuy tròn trước. (*Ngày Nay* số 1, 30 Janvier 1935)

Việc cải cách thời trang này được phụ nữ hoan nghênh lắm vì họ cho là giúp họ giữ hạnh phúc gia đình. Lối trang điểm và phục sức theo lối cổ làm cho phụ nữ chóng già. Nếu theo quan niệm mới không cho chồng lấy vợ lẽ thì người vợ phải biết thuật giữ gìn sắc đẹp, trong đó có cả việc ăn mặc, để trông trẻ lâu hơn, vì có khi phải cạnh tranh cả với các cô gái tân thời ăn mặc "tợn hơn các me Tây" khi xưa.

Những thiếu nữ trong giới trí thức và tư sản từ chối nhuộm răng đen và bỏ dần thói quen nhai trầu mặc dù cả hai thói tục này trước kia rất phổ thông. Các cô để răng trắng, trang điểm và phục sức theo Tây-phương. Họ đua nhau làm đẹp, nhổ lông mày hoặc cạo hẳn đi để vẽ đường lông mày cho hợp với khuôn mặt hơn. Họ thích dùng phấn son để tô điểm dung nhan, đánh phấn hồng trên đôi má và tô môi đỏ thành "môi quả tim". Họ chọn hàng màu ("hàng mùi") để may áo. Những loại vải họ ưa chuộng là vải có nhiều màu, vải có hoa, hàng "Bông-bay" (Bombay), nhiễu tây, gấm Thượng-hải, nhung, ...: các hàng tơ lụa nội hóa như "the La, lĩnh Bưởi, nhiễu Qui-nhơn, lụa Cổ-đô" cũng có đủ các màu để làm hài lòng phụ nữ. Họ bỏ đôi dép để bẹt lẹp xẹp để đi đôi giày cao gót và sắm ví "đầm" bằng da cùng màu với giày.

Cách ăn nói đi đứng của phụ nữ cũng thay đổi theo Tây-phương, mạnh dạn chứ không khép nép như trước. Dĩ nhiên họ bị phái cũ chê là "nói năng quá sỗ sàng", "đi đứng ngông-nghênh". Các cô tân-học bị chê là "tây quá", "quá ư văn minh", "quá ư tự do" vì dáng điệu của họ ngoài công chúng "nói thì khoa chân, khoa tay, so vai rụt cổ, nghiêng mặt, bĩu môi; đi thì xông-xáo, tráo-trâng như *công-tử bột* vào đám gái lạ".

Dù nhóm chủ trương là các nhà văn nam giới, *Ngày Nay* quả là tuần báo chú trọng đến phụ nữ. Ngoài những bài nói về y phục phụ nữ, cách trang điểm, *Ngày Nay* còn chỉ dẫn phụ nữ cách xử sự ngoài xã hội. Trong bài *Tiếng Oanh*

(*Ngày Nay* số 22)—tiếng oanh để chỉ giọng nói của phụ nữ—Cô Duyên dặn dò phụ nữ nên tập giọng nói sao cho vừa phải, không to và ồn ào, lấn át cả tiếng nói của người khác mà cũng không nên nói khẽ quá chứng tỏ sự rụt rè nhút nhát. Trong bài *Cử chỉ phụ nữ* (*Ngày Nay* số 23), Cô Duyên khuyên không nên làm một số điều ngoài công chúng như ăn nói ồn ào, hỉ mũi, xỉa răng, khạc nhổ, cạy móng tay, nhấm nước bọt dở tờ báo trang sách, vươn vai, vặn mình, bẻ đốt tay, v.v…

Phụ nữ được khuyến khích làm sao để cho "đẹp, trẻ, và khoẻ mạnh. Có cả ba điều ấy mới là có nhan sắc hoàn toàn." Phụ nữ được nhắc nhở nên thường ngày tập thể dục, thể thao, luyện tập thân thể như phụ nữ phương Tây mà không ngày nào các phụ nữ này quên luyện tập để giữ gìn sức khoẻ và sự trẻ trung. Trong báo *Ngày Nay*, có mục *Phụ Nữ*, chỉ dẫn cho phụ nữ cách làm đẹp, trang điểm như đánh phấn, tô môi, vẽ mắt, đánh móng tay móng chân. Phụ nữ được khuyến khích giữ cho ý chí mạnh mẽ, không nên âu sầu, uỷ mị. Họ phải chứng tỏ họ là "phái đẹp" chứ không phải là "phái yếu" như bị gán trước đây nữa. (*Ngày Nay* số 21, Chủ Nhật 16 Août 1936)

Một lời khuyên chí lý nhất cho phụ nữ áp dụng thời nào cũng đúng là: "Có một thứ phục sức mà bao giờ cũng nên dùng, và nên dùng thực nhiều, ấy là cái nụ cười của cặp môi, của đôi mắt và của cả vẻ mặt". (*Ngày Nay* số 24)

Hội Trí-Tri Bắc-kỳ đã tổ chức một buổi Phụ-nữ Hội-nghị ngày 24 tháng 9, 1936 cho giới phụ nữ để cho phụ nữ cơ hội giãi bày những tình cảnh của họ trong xã hội đương thời. Buổi tổ chức đã được xem là thành công vì phụ nữ đã hăng hái lên tiếng, "phụ nữ ta đã tha thiết nghĩ đến số phận mình, nghĩ tới quyền lợi mình, đã hiểu mình "muốn" những gì và đã biết nhân cơ hội này tìm cách cho người ta rõ chí nguyện". (*Ngày Nay* số 28)

Sự thay đổi qui mô nhất về phương diện cá nhân và gia đình chịu ảnh hưởng sâu xa của giới tân trí thức cấp tiến như Phan Khôi, Tứ-Ly, Nhất Linh, Khái Hưng.

Phan Khôi đã bày tỏ ý kiến của ông trên tờ *Phụ-nữ Tân-văn* về việc cải tiến sinh hoạt của phụ nữ (1929). Ông nhận xét rằng trở ngại lớn nhất trong việc giải quyết vấn đề phụ nữ là chế độ đại gia đình. Theo ông, cần phải bỏ chế độ đại gia đình, "grande famille", để lập ra tiểu gia đình, "petite famille". So sánh chế độ gia đình của người Pháp và của ta, ông thấy: "Theo lối tiểu gia đình của người Tây, cứ hễ con trai, con gái có vợ có chồng là ở riêng ra, tự chủ lấy làm lấy mà ăn, khỏi luỵ đến cha mẹ và cũng không ở dưới quyền của cha mẹ nữa. Cái nhân quyền và dân quyền cũng được phát triển ở đó". Ở xã hội nước ta, ông thấy: "Còn ta, theo lối đại gia đình, đã có vợ có chồng, đẻ năm ba mặt con vẫn ở chung với cha mẹ, mọi sự không được tự chủ. Theo chế độ ấy người con trai

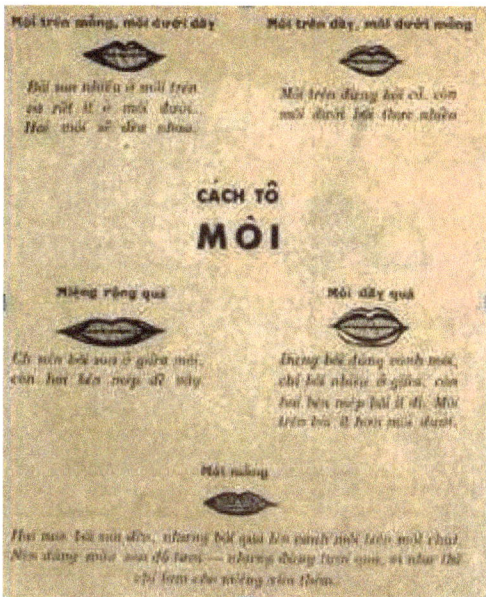
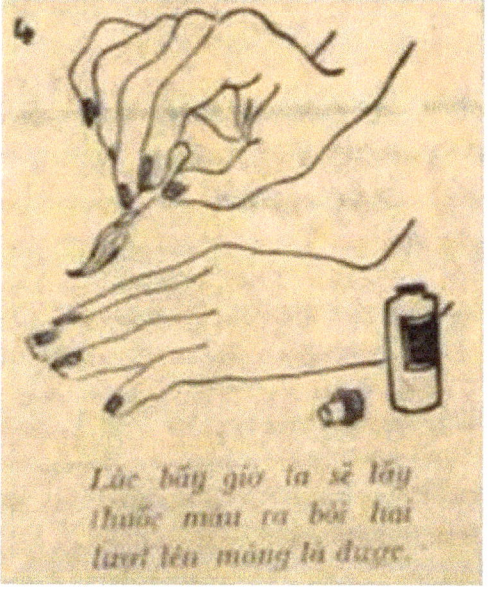

Chỉ dẫn phụ nữ làm đẹp
Ngày Nay

cũng bị áp chế chứ chẳng không. Song về phần phụ nữ sẽ bị áp chế hơn nhiều". Ông đi đến kết luận rằng "cái lối đại gia đình đã đày đọa cái thân người đàn bà như một người nô lệ và cất hết cả cái nhân phẩm của họ đi".

Tứ-Ly cũng không bênh vực chế độ đại gia đình. Ông viết như sau:

> Còn chế-độ đại gia-đình? Chỉ hay-ho ở chỗ bó-buộc người ta vào trong một khuôn nhỏ hẹp, nhất định. Hỏi ai còn phát-siển được những sáng-kiến trong cái không-khí nặng-nề ấy? Đàn-ông, đàn-bà chỉ là phần-tử của gia-đình, không còn có được chút định kiến riêng, không được có tinh-thần riêng, cha thế nào, con thế ấy, đưa nhau đi mãi về con đường cổ-lỗ. Hơn người họa chăng vì làm tính ỷ-lại hóa ra một đức-tính.
>
> Có người bảo: thử trông vẻ tôn-nghiêm long-trọng của cả họ đến tế-lễ trước bàn thờ ông vải ... ấy, chính cái vẻ long-trọng tôn-nghiêm ấy, che đậy biết bao những nỗi uất-ức, đau-đớn ngấm-ngầm của người làm con, làm dân cúi đầu theo mệnh-lệnh của người trên, không còn hy-vọng mong sống một cách xứng-đáng, không còn hy-vọng mong làm người nữa...
>
> Đã khuôn vào chế-độ đại gia-đình, còn bắt người xưa sống theo hương-tục chật hẹp: miếng phao câu, cái thủ gà, chiếu trên chiếu dưới... Những hủ-tục ấy, nhờ thanh-niên đem lý-luận ra phá hoại đi, nên một ngày một mất dần, cho đến lúc thiên-hạ lấy lòng nhân-loại, tình bác-ái ăn ở với nhau, lúc đó mới là lúc thuần-phong, mỹ-tục. Ví nay lại dạy bọn thanh-niên cuồng phong những lễ-nghi, mực-thước xưa, lại khuân họ vào chế-độ đại gia-đình, vào hương-đảng, họ lại đè nén nhau, áp-chế nhau, họ lại tranh nhau chiếc thủ lợn, miếng phao-câu, lúc đó phong-hóa mới thật suy đổi. (*Phong-Hóa* số 69, 20 Octobre 1933)

Tác phẩm *Đoạn Tuyệt* được người đương thời chú trọng vì nó chứa đựng những tư tưởng rất cách mạng của Nhất Linh về chế độ đại gia đình. Một trong những mối quan hệ gia đình quan trọng nhất bị Nhất Linh chỉ trích là quan hệ mẹ chồng nàng dâu. Ông cho rằng có tháo gỡ được mối quan hệ mẹ chồng nàng dâu thì quan niệm về hôn nhân mới có thể đổi: người vợ cùng với chồng xây dựng gia đình ở địa vị hợp tác chứ không phải ở địa vị con sen con ở, hầu hạ mẹ chồng và chiều chuộng mọi người trong gia đình chồng. Hơn ai hết, Nhất Linh muốn *cắt đứt* mắt xích của cái vòng lẩn quẩn mẹ chồng hành hạ nàng dâu, nàng dâu thành mẹ chồng lại hành hạ con dâu của mình. Với

VI HỌC HỎI TỪ VĂN MINH VÀ VĂN HÓA PHÁP   125

Quảng cáo
Ngày Nay

Đoạn Tuyệt, Nhất Linh có ý định giải phóng phụ nữ ra khỏi sự kiềm tỏa của quan niệm cũ về hôn nhân và đem đến cho họ một địa vị xứng đáng hơn trong gia đình.

Quyển *Đoạn Tuyệt* của Nhất Linh được nhà văn đương thời Trương Tửu khen ngợi.

Dù sao mặc lòng, tôi vẫn tin rằng cuốn tiểu thuyết của Nhất Linh hay, hay lắm. Công trạng của ông đối với xã hội và văn học Việt Nam không phải là nhỏ.

Đoạn Tuyệt là tiếng nói cuối cùng về tấn kịch của thời đại. Nó nên được hoan nghênh như một hành vi tốt. Ngày nay nó đáng làm sách gối đầu của nam nữ thanh niên, mai sau nó sẽ được lưu truyền như một kho tài liệu phong tục cho nhà xã hội học. (*Loa*, 8 Août 1935)

Khái Hưng, trong *Nửa Chừng Xuân*, đã cho thấy những kết quả tai hại do "mớ lễ nghi đạo đức nho giáo" gây ra. "Bị kiềm tỏa trong giới hạn của nho giáo", cá nhân mất quyền tự do, không dám sống cho mình và mang mặc cảm phạm tội khi làm trái với những giáo điều của nho-học. Trong một câu truyện ngắn: *Dương Cầm* (*Phong-Hóa* số 80, 5 Janvier 1934), Khái-Hưng đã viết: "Hạnh phúc thì ai ai cũng có, cũng được hưởng, nhưng phải mất công tìm nó."

Khái Hưng quan niệm "lấy vợ là một sự quan trọng một đời, phải tự chọn lấy một người ý hợp tâm đầu thì gia đình mới được vui vẻ, thuận hòa". Ông phản đối cái cách kén dâu rể của cha mẹ khi xưa "chỉ kén những chỗ môn đăng hộ đối". Ông cho rằng cái vui vẻ thuận hòa của những cặp vợ chồng đời xưa do lễ nghi, bắt buộc vợ phải phục tùng chồng mà ra. Ông cũng phản đối việc làm lẽ, cho rằng một con người có lương tâm không bao giờ lại đi "yêu chồng người khác được".

Dư luận năm 1940 đồn về một việc hôn nhân bị hủy bỏ vì chú rể không chịu lạy bố mẹ vợ khiến cho Đoàn Phú Tứ phải than thở: "Đến bao giờ, trời ơi biết đến bao giờ, ở trong gia đình Annam người ta mới chịu hiểu một cái lẽ rất giản dị, rất hợp công lý, rất nhân đạo, là việc hôn nhân chỉ là việc của hai người con vì có ảnh hưởng lớn đến tương lai của hai người, thì chỉ riêng hai người có quyền định đoạt; bố mẹ và họ hàng chỉ có quyền giúp vào, mà không có quyền phá hoại?" (*Ngày Nay* số 208, 16 Mai 1940)

Trong một thời gian dài đằng đẵng, phụ nữ đã không có những quyền lợi và quyền hành trong gia đình và trong xã hội như đàn ông. Phụ nữ không được đi học, không được làm quan, không được làm thầy, và trong gia đình mọi quyết định ở trong tay người trưởng tộc, người cha và người chồng. Trong phạm vi hôn nhân, luật và xã hội cho phép *Trai năm thê bảy thiếp*, nhưng *Gái*

Môn đăng hộ đối
Phong-Hóa

chính chuyên chỉ có một chồng. Trong xã hội lúc ấy, người ta nhận thấy người phụ nữ hãy còn phải chịu đựng nhiều thiệt thòi:

> *Lấy chồng cho đáng tấm chồng, Bõ công trang điểm má hồng răng đen.* Thế mà thật lấy lắm ông chẳng bõ công chút nào ! Ông này đã có vợ có con, không bám vào đâu mà viện lẽ quá tam bất hiếu được, thế mà cứ ép vợ cưới hầu non, vợ bé, đến khi đã đem mối tình chia hai, sẻ bẩy, còn quay trở lại ruồng bỏ người vợ tao khang. Ông kia, sự nghiệp xuống, ăn bám vào lưng vợ, đã không lấy thế làm nhục, lại còn rong ruổi rượu chè cờ bạc, lo cho thân chẳng xong phải để vợ lo cho hộ. Anh này vác lương xuống xóm cô đầu tom chát, vợ xuống tìm mà nhẫn tâm chuồn đi mất, để mặc cô đầu "choảng" cho vợ một trận nên thân. Bác nọ hết chuyến xe bò, nhảy phắt lên ngồi chèo kheo, mặc vợ kéo cổ xe và mình về nhà—nhưng những cớ ấy cũng đủ tỏ đàn ông là giống bạc, chỉ biết ích kỷ, đáng ghét, không thể cãi vào đâu được.
>
> Ấy là chưa kể nông nỗi những người đàn bà tâm địa khảng khái, tính tình thanh cao, vô duyên lấy phải đồ tồi, thì sự bực tức ấy kể sao cho xiết. Hoặc những người đáng là trang thục nữ mà vớ phải anh chồng vũ phu, chẳng có lỗi gì mà nó cũng lôi ra đánh đập, có khi gẫy cả sống lưng, sự buồn tủi ấy cũng kể làm sao cho xiết.
>
> Như vậy, nói cho đúng lý, đàn ông họ cũng làm quá lắm thật.
>
> Người ta nói quyền gia-đình phải để to hơn quyền cá nhân, nhiên hậu xã hội mới được vững bền, nhưng nếu gia-đình mà lủng củng như thế thì xã hội đã chắc gì được vững. (*Phong-Hóa* số 36, 3 Mars 1933)

Do những sự thiệt thòi và áp chế trong gia đình, nhiều phụ nữ đã trốn khỏi nhà, rồi sau lại bị sa vào chốn lầu hồng, sinh ra tệ nạn mãi dâm. Phóng viên của *Phong-Hóa* đã thực hiện phóng sự về nạn mãi dâm ở Hà-Nội, cho thấy tình cảnh của những cô gái quê bị cha mẹ bán lấy tiền, rồi cô bị người chồng đem bán cô cho nhà chứa, hoặc là những cô gái bị sở khanh dụ dỗ rồi đem bán.

Nhờ Phan Khôi, rồi Nhất Linh và nhóm văn hữu của ông trong Tự Lực Văn Đoàn mà sau này cá nhân không bị tiêu trầm trong chế độ đại gia đình như xưa nữa và phụ nữ đã có được những "quyền làm người" như nam giới.

Lúc đầu, chịu ảnh hưởng của quan niệm nhân sinh Âu Tây, giới tân trí thức hô hào thay đổi phong tục, nhất là trong vấn đề hôn nhân, để đòi hỏi một địa vị xứng đáng cho phụ nữ. Nhưng rồi dần dần họ nhận ra rằng phụ nữ được bình đẳng không phải chỉ có lợi cho phụ nữ không thôi mà còn có lợi cho cả nam giới. Nếu nam giới đòi hỏi được nhân quyền cho phụ nữ thì phụ nữ sẽ cùng với nam giới đòi hỏi dân quyền cho mọi người trong xã hội.

À còn cái quyền về chính-trị và địa-vị của người đàn-bà Việt-nam được bình-đẳng, giải-phóng ở đâu? Có lẽ người ta sẽ bảo tôi rằng người đàn-ông Việt-nam còn chưa có quyền chánh-trị huống đàn-bà! Chúng tôi sẽ trả lời chính vì lẽ ấy mà người đàn-ông Việt-nam phải đối với người đàn-bà một cách bình-đẳng để cùng nhau đòi lấy những tự-do thường-thức cần cho đời sống của con người. (Bùi Công Trừng)

Ảnh hưởng của văn hóa Pháp rõ rệt hơn cả là trong phạm vi mỹ thuật và văn chương. Các họa-sĩ Việt-Nam xuất thân từ trường Cao-đẳng Mỹ-thuật Đông-Dương (École Supérieure des Beaux Arts de l'Indochine, 1925-1945) đã đem những nét vẽ mới vào nền hội họa Việt-Nam. Một số họa sĩ được những giải thưởng của Âu-châu như Lê Văn Đệ, Tô Ngọc Vân, ... Nhiều người trong số này đã kế tiếp Giám-đốc trường Mỹ-thuật là Victor Tardieu truyền dạy nghề họa cho không biết bao lớp họa sĩ trẻ về sau. Một số cơ quan như "Associations des corporations de Gia Dinh et Thu Dau Mot" (1933), "Société annamite d'encouragement à l'art et à l'industrie"—SADAI (1934), "Hợp-tác-xã của cựu sinh-viên trường mỹ-thuật", được chính phủ cho vay tiền làm vốn, thành lập để mở triển lãm cho các họa sĩ và giúp việc bán các họa phẩm trên thị trường quốc tế, tại Pháp trong những năm 1925, 1931 và 1937, và tại San Francisco, năm 1939. Tranh vẽ trên lụa của họa sĩ Nguyễn-phan-Chánh được báo *Illustration* bên Pháp in bằng màu, tranh của các họa sĩ Nam-Sơn, Lê-Phổ, Tô-ngọc-Vân đã bán được ở Pháp, có hai họa phẩm của Tô-ngọc-Vân vẽ cảnh trong cung vua cũng đã có người mua.

Niên hạn năm năm không phải đủ để trở thành những nhà mỹ-thuật hoàn toàn. Song đem trình-độ nghệ-sĩ của trường mỹ-thuật so-sánh với nghệ-sĩ nước ngoài thì cũng không đến nỗi quá kém. Họa-sĩ An-nam đã trưng bầy tác phẩm ở Pháp từ năm 1931, đã được nhiều chứng cớ để tin ở mình và ở tương lai tươi đẹp của mỹ-thuật Việt-nam. Một điều nữa đáng mừng là mỹ-thuật ấy đã bắt đầu len lỏi một cách bạo dạn vào đời người An-nam mà trước kia, vì nhiều nhẽ, sống sao hay vậy, không thấy cần phải tô điểm cuộc đời cho thích sống. Trong cách mặc, trong chỗ ở, trên báo chí, ảnh hưởng mỹ-thuật càng ngày càng rõ. ("Trường mỹ-thuật", Nghệ-sĩ, *Thanh-Nghị* Octobre 1941)

Chính phủ thuộc địa mở ba trường mỹ thuật ở Nam-kỳ. Trường mỹ thuật ở Thủ-Dầu-Một, mở năm 1901, dạy đóng đồ dùng bằng gỗ, đóng bàn và tủ, khảm xà cừ và khảm gỗ. Một trường mở tại Biên-Hòa năm 1903 để dạy thủ công nghệ làm đồ đồng và đồ gốm. Năm 1937 trường có 50 học sinh. Trường mỹ thuật ở Gia-Định mở năm 1913 dạy về trang trí, vẽ kiểu, khắc và in. Năm 1937, trường có khoảng từ 70 đến 90 học viên.

Hội Việt-Nam chấn-hưng mỹ-thuật và kỹ-nghệ được thành lập để đặt nền tảng cho sự hợp tác giữa các nhà mỹ thuật và công nghệ. Khi hội mở cuộc triển lãm vào tháng Hai năm 1935 ở Hà-Nội, có hơn 10500 người vào xem trong vòng mười ngày. Hội được chính phủ giao cho nhiệm vụ kiểm soát các phẩm vật về phương diện mỹ thuật trước khi được đem ra xuất cảng.

Những nỗ lực phát triển năng khiếu mỹ thuật và truyền bá nghệ thuật đã đạt những kết quả tốt đẹp. Những kỹ thuật truyền thống như sơn mài và vẽ trên lụa theo lối cổ được bảo tồn. Những kỹ thuật mới như vẽ tranh sơn dầu và vẽ theo kết cấu Âu Tây được truyền dạy cho các thế hệ họa sĩ trẻ.

Một nhận xét về hội họa thời này đã cho thấy sự chuyển mình của hội họa Việt-Nam, các họa sĩ không còn bắt chước theo lối tranh cổ của Tàu nữa.

> Tất cả phòng Triển lãm có vẻ vui tươi, đầy sinh khí. Óc thẩm mỹ không phải cái tội nhìn những bức tranh lụa giả tranh Tầu cổ nữa. Thật là một tai nạn đã qua! (...)
>
> Thay vào những màu "nước điều" và những hàng chữ nho bạ chỗ nào cũng viết, tác phẩm trưng bày đã phô ra những màu mát, êm, vui, gợi trong lòng ta những tình cảm đẹp. (...) Bây giờ nghệ-sĩ dựa vào những cảm tình chân thật khi đứng trước vạn vật để tạo ra những tác phẩm, tuy chưa đến kỳ toàn mỹ, nhưng cũng là những nguyên liệu vững vàng để xây một nền mỹ-thuật Việt-Nam cho mãi mãi. ("Hội họa và Sơn ở Phòng Triển Lãm năm nay", *Thanh-Nghị* 6/1941)

Nhiều bảo vật được đem về triển lãm tại các viện bảo tàng Đông-Dương, giúp tăng khiếu thẩm mỹ của quần chúng và gợi ý cho các nghệ sĩ. Viện bảo tàng Albert Sarraut tại Nam-Vang khai trương ngày 13 tháng Tư năm 1920, đến năm 1924, triển lãm 2202 bảo vật, có nhiều món từ thời cổ xưa. Năm 1923, viện bảo tàng Khải-Định khai trương ở Huế, ở Hà-Nội có viện bảo tàng Louis Finot, ở Sài-Gòn viện bảo tàng Blanchard de la Brosse.

Mỹ thuật Việt-Nam thời này sẽ giữ lại dấu ấn của những thăng trầm trong lịch sử như lời một nhà phê bình sau: "Tương lai của Mỹ-thuật Việt-nam sẽ không còn cái hình thức ngàn xưa nữa. Nó sẽ là phản ảnh một đoạn lịch sử

VI HỌC HỎI TỪ VĂN MINH VÀ VĂN HÓA PHÁP

> Ngày 2 Février 1935
> KHÁNH THÀNH
> **Phòng Triển lãm năm 1935**
>
> ## Những nhà Mỹ nghệ Bắc kỳ nên biết
>
> Theo lời yêu cầu ở bên Pháp, ông Thống Sứ Bắc kỳ đã định rằng từ nay trở đi, những tác phẩm gửi sang bầy tại Đông Dương Kinh Tế Cục Paris, hoặc gửi đi đấu xảo ngoại quốc khắp hoàn cầu để biểu-hiệu cho trình độ Mỹ nghệ Việt Nam hiện thời; phải có hội đồng của Hội Việt Nam Mỹ Thuật Kỹ nghệ lựa chọn cho phép mới được gửi.

"Những nhà Mỹ nghệ Bắc kỳ nên biết"
Phong-Hóa số 133, 18 Janvier 1935

"Phòng triển lãm mỹ thuật và kỹ nghệ"
Ngày Nay số 3, 20 Février 1935

của một dân tộc mang vết tích biến đổi của thời gian và số mệnh." ("Mỹ thuật Việt-nam hiện đại và tương lai hội-họa", Tô Tử, *Thanh-Nghị* 100–104)

Thoại kịch là bộ môn nghệ thuật sân khấu của Âu Tây đem đến. Khởi đầu là những buổi diễn của các đoàn kịch Pháp tại Nhà Hát Tây. Claude Bourrin đã đem thoại kịch vào nghệ thuật sân khấu Việt-Nam. Bourrin làm công chức Sở Thương-chánh Pháp ở Sài-Gòn, là một nhà viết kịch có tài. Với đam mê về thoại kịch, Bourrin lập *Groupe théâtral tonkinois* (Đoàn kịch Bắc-kỳ) gồm mười nam nữ kịch sĩ trẻ tuổi, toàn người Bắc-kỳ nhưng sống ở Sài-Gòn. Các vở kịch do Bourrin soạn bằng tiếng Pháp, sau đó được dịch ra tiếng Việt để đem diễn. Đoàn diễn những vở hài kịch ngắn bằng tiếng Việt như: *Biển lận, Nữa, Ông cò, Thợ cúp tóc*, ... Mỗi vở kịch dài 30 phút. Trong một buổi, họ diễn bốn vở, đúng hai tiếng đồng hồ. Các vở hài kịch có ý nghĩa rất sâu sắc và các diễn viên đã biết làm nổi bật lên những đoạn khôi hài khiến khán giả không thể nhịn cười được.

Những năm đầu thập niên 1920, Hội Khai-trí Tiến-đức cho diễn những vở kịch do Nguyễn Văn Vĩnh dịch, như vở *Người bệnh tưởng* (*Le Malade Imaginaire*), *Trưởng giả học làm sang* (*Le Bourgeois gentilhomme*) của Molière.

Dần dần, ngành thoại kịch đã lôi cuốn được các nhà viết kịch người Việt. Vũ Đình Long là một kịch tác gia đi tiên phong. Vũ Đình Long, giám-đốc nhà xuất bản Tân Dân, các báo *Tiểu thuyết Thứ Bảy, Phổ Thông Bán nguyệt san*, đã thành công với vở kịch *Chén Thuốc Độc* diễn lần đầu trên sân khấu Nhà Hát Tây Hà-Nội đêm 22 tháng Mười năm 1921. Sau thành công đầu tiên, ông soạn vở *Tòa Án Lương Tâm*.

Vở kịch *Ai Giết Người* soạn từ tiểu thuyết ngắn của Mân Châu, được diễn ở rạp tuồng Quảng-Lạc ở Hà-Nội.

Vi Huyền Đắc, một nhà kinh doanh thành đạt, đã từng du học ở Pháp về, có vở kịch đầu tay là *Uyên Ương*, do Thái Dương Văn Khố Hải-Phòng, một cơ sở kinh doanh của Vi Huyền Đắc xuất bản năm 1927. Năm sau, vở *Uyên Ương* xuất hiện trên sân khấu Nhà Hát Tây Hà-Nội, được diễn bốn lần. Tiếp theo là các vở *Hoàng Mộng Điệp* (1930), *Hai Tối Tân Hôn* (1931), *Cô Đầu Yến, Cô Đốc Minh* (1931), *Nghệ Sĩ Hồn* (1932). Sau này, có thêm Khái Hưng, Đoàn Phú Tứ cũng viết những vở kịch ngắn đăng trong *Phong-Hóa, Ngày Nay*.

Về thi ca, thơ Đường-luật là lối thơ thịnh hành trong giới cựu học bị giới trí thức trẻ như Trịnh Đình Rư chê là gò bó: "lối thơ Đường luật bó buộc người làm thơ phải theo cái khuôn phép tỉ mỉ, mất cả cái hứng thú tự do, cái ý tưởng dồi dào. Nếu ngày nay ta cứ sùng thượng cái thơ ấy mãi, thì làng văn Nôm ta sẽ chắc không có ngày đổi mới được vậy". (*Phụ nữ tân văn* số 33, 19 Décembre 1929)

Nhà Hát Tây Hà-Nội, họa sĩ Robert Boyle
Sưu tập riêng

Mùa thu năm 1932, *Phong-Hóa* khẳng định thái độ đối với "thơ mới": "Thơ ta phải mới, mới văn-thể, mới ý-tưởng". Từ dạo đó trở đi, *Phong-Hóa* đăng thơ mới của các thi sĩ như Lưu Trọng Lư, Tân Việt, Thế Lữ, Tứ Ly, Nhất Linh, Vũ Đình Liên, Đoàn Phú Tứ, Huy Thông.

Nhất Linh đã nhận xét như sau:

> Lối thơ mới để cho các thi nhân được rộng rãi hơn. Tuy là chỉ bắt buộc có vần thôi, nhưng muốn cho một bài thơ được hay phải cần có điệu thơ, cái điệu thơ đó thay đổi theo từng người, và là cái tính cách riêng của thơ người ấy, nó uyển chuyển chứ không bất dịch như trong lối thơ Đường. Muốn có điệu thơ, muốn cho câu văn "lướt theo ý tưởng" nếu câu thơ bảy chữ không diễn tả được thì dùng sáu bảy năm, hay mười hai chữ, bất cứ, miễn là sao cho tả được cái cảm của nhà viết thơ." Điều quan trọng hơn cả là trong bài thơ phải có "một ý tưởng gì hay, một cảm giác gì lạ, bài thơ phải là một bức tranh đẹp, một khúc âm nhạc réo rắt". (*Ngày Nay* số 36, 3 Mars 1933)

Lưu Trọng Lư, tác giả tập thơ *Tiếng Thu*, không thể chịu đựng nổi sự bó buộc của các lối thơ cổ. Đối với Lưu Trọng Lư, cái tình cảm dồi dào của người đời nay không thể khép vào trong những niêm luật khắc khổ được. Thi sĩ đồng ý với Lanson là người đã nói rằng: "À des états d'âmes nouveaux, des genres nouveaux." (Với những cái tâm trạng mới, phải có những văn thể mới) (*Tiểu thuyết thứ bảy*, 1er Décembre 1934.)

Lưu Trọng Lư công nhận "cái điệu thơ thật có quan hệ đến bài thơ. Sống ở trong cuộc đời mới mẻ, lòng thấy vài cái tình cảm khác khác, mà muốn diễn tả ra cho hết, không thể không tìm đến những cái điệu rộng rãi, mềm mại hơn." (*Tiểu thuyết thứ bảy*, 15 Décembre 1934)

Nguyễn Vỹ đi xa hơn trong hình thức "thơ mới" khi ông chọn làm thơ theo kiểu "mười chân" và "mười hai chân". Ông bị Thế Lữ chế giễu và chê ông "mang cái gông cùm mới của luật thơ Tây". Năm 1934, Nguyễn Vỹ và Trương Tửu đề xướng một qui luật cho thơ mới, gọi là "Trường thơ Bạch Nga" và diễn thuyết tại hội quán hội Khai-trí Tiến-đức bên bờ hồ Hoàn-kiếm. Sự hiện diện đông đảo của công chúng cho thấy sự háo hức của họ đối với "thơ mới".

Về văn chương, Phạm Quỳnh định nghĩa tiểu thuyết, phân loại hình thức, chỉ dẫn cách kết cấu, so sánh cách hành văn của Trung-Hoa và Pháp để tìm cách phô diễn tư tưởng trong bài "Bàn về tiểu-thuyết" (*Nam-Phong*, Janvier 1921). Ông chia tiểu thuyết ra làm mấy loại nội dung như sau:

VI HỌC HỎI TỪ VĂN MINH VÀ VĂN HÓA PHÁP 135

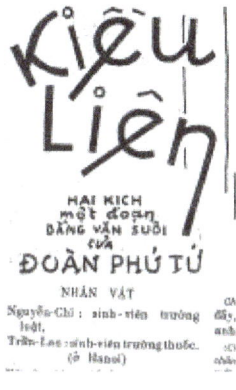

Hài kịch *Kiều Liên*
Phong-Hóa số 64

Kịch ngắn *Người Mẹ*
Ngày Nay số 18

— "lý-luận tiểu-thuyết" (romans à thèses);

— "tiểu-thuyết ngôn-tình" (romans passionnels);

— "tiểu-thuyết tả-thực" (romans de moeurs);

— "tiểu-thuyết truyền-kỳ" (romans d'aventures).

Về hình thức, có thể phân biệt trường-thiên tiểu-thuyết, đoản-thiên tiểu-thuyết (nouvelle), nhàn-đàm tiểu-thuyết (conte).

Giới tân-học khuyến khích nhau "đem những phương pháp của Thái Tây áp dụng vào sự tìm xét, sự phê bình hoặc sự sáng tạo các tác phẩm".

Tuy vậy ở văn chương Việt-nam ta cũng nhận thấy nhiều triệu chứng tiến bộ tốt: người ta đã rục rịch tổ chức những công cuộc khảo cứu có phương pháp; nhiều nhà văn có học rộng đã cộng tác cùng những bậc lão nho để đi tới sự khảo xét những chân lý của học thuật thời xưa. Bọn thanh niên trí thức thâu thái các phương pháp mới càng ngày càng nhiều và họ đang mơ tưởng đem lại cho văn chương Việt-nam những tác phẩm mới mẻ và đặc biệt. ("Những hoạt động văn chương Việt-Nam trong năm vừa qua", Diệu-Anh, *Thanh-Nghị* số 10, Mars 1942)

Trên tạp chí *Nam-Phong* (1918), Phạm Quỳnh đã giới thiệu về triết học nước Pháp bằng cách lược dịch quyển *La Philosophie française* của Henri Bergson. Sau đó, ông khảo về các luân lý học thuyết Tây-phương (1921). Phạm Quỳnh còn bàn đến học thuyết của Rousseau, Montesquieu, Voltaire, Charles Maurras, Auguste Comte, Maurice Barrès.

Triết gia mà Phạm Quỳnh chú trọng đến nhiều nhất là Henri Bergson. Trong tác phẩm *Les Deux Sources de la Morale et de la Religion* (Hai cái nguồn của luân-lý và tôn-giáo), Bergson đã phân định hai loại luân lý: "luân-lý kín" (morale close) và "luân-lý ngỏ" (morale ouverte), và hai loại tôn giáo: "tôn-giáo tĩnh" (religion statique) và "tôn-giáo động" (religion dynamique). "Luân-lý kín" và "tôn-giáo tĩnh" có mục đích duy trì nền nếp xã hội cho vững bền, trong khi "luân-lý ngỏ" và "tôn-giáo động" giúp cho tư tưởng con người có thể khải phát hơn lên.

Phạm Quỳnh đã dùng lý thuyết này của Bergson để phân tích nho-giáo và tìm hiểu tại sao nho-giáo suy vi.

Nay đạo Nho là vừa gồm cả luân-lý, cả tôn-giáo; trong luân-lý vừa gồm cả cái luân-lý kín cùng cái luân-lý ngỏ, trong tôn-giáo vừa gồm cả cái tôn-giáo tĩnh cùng cái tôn-giáo động. Phụng-sự tuyên truyền cái luân-lý kín, cái tôn-giáo tĩnh, là phận-sự nhà nho "tiểu-thừa", tức là thầy đồ ta vậy. Phụng-sự tuyên-truyền cái luân-lý ngỏ, cái tôn-giáo động là phận-sự nhà nho "đại-thừa", là những bậc bác-học, năng-văn, triết-nhân quân-tử, biết vượt ra ngoài những câu tử-văn trong sách cổ mà đạt cho tới cái chí-đạo của Thánh-hiền. ("Nhà Nho", *Nam-Phong* Mai 1932)

Theo ông, cái "luân lý kín" đã tràn ngập giới nhà nho đương thời và chính cái tâm lý *hương-nguyện* của những nhà nho "tiểu-thừa", "cái tâm lý lễ nhượng, cẩn thủ", quá trọng phần hình thức phép tắc bề ngoài khiến giới nho sĩ thành ra nhu nhược, hẹp hòi, cố chấp, và điều này đã gây thiệt hại cho đất nước. Phạm Quỳnh đã chỉ trích những kẻ *hương-nguyện* và tin tưởng rằng "đạo nho còn dùng được ở đời này, không phải là cái đạo tiểu-thừa của phái hương-nguyện, chính là cái đạo đại-thừa của nhà chân-nho vậy."

Chính sách dùng văn hóa Pháp hoàn toàn để dạy trẻ em Việt đã đưa đến những kết quả tai hại. Các thanh niên cảm thấy bơ vơ lạc lõng trong chính xã hội họ đang sống, không hiểu được xã hội mà xã hội cũng không hiểu được họ. Lan-Khai đã phải chê là "Cái cách giáo-dục, mà ta đương được hưởng, chỉ có thể khiến ta trở nên một lũ người không cội-rễ." Khi Nguyễn Mạnh Tường xuất bản quyển *Sourires et Larmes d' une Jeunesse* (*Tao Đàn* số 6, 16 Mai 1939), quyển sách này đã được xem là một bằng chứng cho sự giáo dục sai lầm của các trường Pháp-Việt.

Phạm Quỳnh đề nghị dùng phương pháp của văn hào Pháp Barrès, đã được dùng để chữa căn bệnh tâm thần của thanh niên nước Pháp vào hậu bán thế kỷ thứ 19. Căn bệnh này, Barrès gọi là bệnh "vong-bản" và phương chữa là phải "bồi-bản, như cái cây bật rễ, nay phải trồng nó lại, trồng nó vào trong đất nước của tổ tiên, là nơi đã để tạo ra mình, đã như in dấu vết vào trong tâm hồn mình vậy." ("Chuyện Tâm tình", *Nam-Phong,* Mai 1932)

Về triết học, Phạm Quỳnh cho rằng phạm trù triết học quan trọng nhất là *Phương-pháp*. Phạm Quỳnh đã "Luận về Phương-Pháp" (*Nam-Phong*, Juin 1931) dựa theo tư tưởng về "Phương-pháp luận" (La Méthode) của Descartes. Theo Descartes, "tư tưởng là đặc-tính của loài người". Con người phải biết sử dụng khả năng tư tưởng để có thể phán đoán, tư nghị và phương-pháp rất cần cho con người để tư tưởng cho đúng. Phạm Quỳnh nghĩ rằng dân Tây-phương tấn tới là nhờ có phương-pháp nên họ biết tổ chức, biết dùng kỹ thuật để thu lợi về đường vật chất. Nếu có người cho rằng khoa học là yếu tố đem lại phú cường cho Tây-phương thì Phạm Quỳnh cho rằng phương-pháp chính là yếu tố phú cường của họ, mà cũng chính là nhược điểm của người Đông-phương. Phạm Quỳnh đề nghị nên dùng phương-pháp của Tây-phương để chỉnh đốn óc hỗn độn của Đông-phương mới có thể đem dân ta đến tiến bộ được.

Vì nhận thấy "phương-pháp chính là sức mạnh", Phạm Quỳnh đề nghị người mình nên học người Pháp phương-pháp để biết tổ chức về mọi phương diện trí thức, tinh thần, chính trị, kinh tế. Theo ý kiến Phạm Quỳnh, nếu có người đã nói về vấn đề khai thác thuộc địa về đường kinh tế: "la mise en valeur économique", thì chúng ta cần chú ý vào việc "khai thác người dân về đường tinh thần" (mise en valeur morale des hommes), và chúng ta có thể mở mang giá trị con người bằng phương-pháp của Tây-phương.

Nam-Phong tạp-chí, với chủ bút là Phạm Quỳnh, một tờ báo được xem là "bảo thủ" ở Bắc-kỳ, bắt đầu từ giữa thập niên 1920, khảo nhiều về các lý thuyết chính trị Tây-phương. Trong số các lý thuyết gia chính trị Tây-phương được đề cập đến, không thể vắng bóng các nhà tư tưởng nổi tiếng của Pháp như Rousseau, Montesquieu, Voltaire đã được giới sĩ-phu duy-tân Việt ngưỡng mộ như "thầy Khổng thầy Mạnh" đời xưa. Trong các nhà tư tưởng cận đại, có Charles Maurras, Auguste Comte, Maurice Barrès, Taine và Renan.

Về phương diện này, Phạm Quỳnh thấy nhu cầu phải "bàn về cái tinh-thần lập-quốc" (*Nam-Phong*, Mars 1926) trong đó ông nhắc đến nguyên tố để cho một quốc-gia thành hình dựa theo phát kiến của nhà văn hào Pháp Ernest Renan. Theo Renan, "nước là một cái hồn, một cái tinh-thần mầu-nhiệm" (*La nation est une âme, un principe spirituel*). Hồn nước rất quan trọng cho sự thành hình của quốc-gia. "Có đất có người mà cái hồn chung ấy không có thời chưa thể thành một nước được." Phạm Quỳnh đồng ý với Ernest Renan, phản đối ý tưởng trong câu ngạn ngữ: "Ở đâu yên thân, là quốc-gia đấy" vì Renan đã từng diễn thuyết ở Đại-học Sorbonne năm 1882 rằng: "Người ta vì tổ-quốc mà phải khốn-nạn khổ-sở bao nhiêu, thì lại càng thương yêu tổ-quốc bấy nhiêu. Đối với lòng ái-quốc, thì một cái lịch-sử lầm-than đau-đớn cũng bằng một cái lịch-sử sung-sướng vẻ-vang. Cùng nhau cùng chịu khổ, có lẽ lại liên-lạc người ta mạnh hơn là sự vui chung vậy. Trong kho kỷ-niệm của quốc-gia, những cái sầu-thảm thất-vọng lại có giá-trị hơn là những cái kỷ-niệm vẻ-vang đắc-chí, vì nó buộc nghĩa-vụ cho người ta và bắt phải cùng nhau hiệp-lực vậy."

Phạm Quỳnh đã để ý đến nhu cầu tinh thần của giới trí thức trong nước muốn hiểu biết về các đảng chính trị nên đã viết bài "Khảo-luận về chính-đảng" (*Nam-Phong*, Janvier & Février 1926) trong đó ông trình bày địa vị, tính cách, sự sinh hoạt của hai đảng chính ở các nước Âu-châu là đảng tự-do (parti libéral) và đảng bảo-thủ (parti conservateur), Phạm Quỳnh nhấn mạnh yếu tố cần thiết cho sự hoạt động các chính đảng, đó là tự-do: "đảng nào cũng phải được tự-do truyền-bá cái chính-kiến của mình, và thiên-hạ được tự-do thảo-luận. Có thế mới có tiến-bộ được." Phạm Quỳnh dịch một bài "Giải-thích về nghĩa tự-do", trích dịch từ sách *Triết-học* của bác-sĩ Paul Janet, và một bài của triết gia Pháp Jules Simon về "Tự-do-luận" (*Nam-Phong*, Décembre 1925). Trong bài sau, Phạm Quỳnh nói đại ý của bài như sau: "Đại-khái nói rằng sự tự-do dẫu không phải là một cái cứu-cánh (une fin) nhưng là một sự yếu-cần (une nécessité), duy muốn được hưởng tự-do phải biết cái chân-nghĩa tự-do; yêu-cầu sự tự-do mà chưa biết cái chân-nghĩa của tự-do thì cũng vô-bổ; đã biết cái chân-nghĩa của tự-do mà không được hưởng-thụ sự tự-do thời lại là trái lẽ. Nhưng cốt nhất phải gây lấy cái quan-niệm tự-do trước đã, nhiên-hậu mới yêu-cầu cái lợi-quyền tự-do thời mới thật là xứng-đáng. Phải có cái "tự-do triết-lý (liberté philosophique), rồi mới có "tự-do chính-trị" (liberté politique) được." Tự do là yếu tố quan trọng ảnh hưởng đến sự thành lập xã hội. Theo tác phẩm "Xã-ước" (*Le Contrat Social*) của Rousseau, "phàm xã-hội là phải gồm những người có tự-do, hiểu nghĩa-lý, lấy nghĩa-lý mà đạt tự-do, lấy tự-do mà đạt công-lý."

Quốc gia khi thành lập cần phải được tổ chức trên một căn bản như thế nào để cho mọi người dân có thể sống chung với nhau một cách hài hòa mà không phải dùng đến võ lực để giải quyết những sự xung đột. Phạm Quỳnh cố gắng tìm định nghĩa cho một chính thể lý tưởng "vừa bảo-tồn được những chế-độ tập-tục hay mà lại vừa biểu-dương được công-lý nhân-quyền trong xã-hội" để cho mỗi người trong xã hội "đều được cái địa-vị làm người cho xứng-đáng." Trong các chính thể hiện đại, chính-thể đại-biểu được xem là hợp lý hơn cả vì với chính thể này người dân được quyền tự trị và tự ý lựa chọn người đại-biểu thay mình thi hành quyền tự trị. Thuộc về lối chính-thể đại-biểu có chính thể Dân-quốc hay chính thể Cộng-hòa (*République*). Chính phủ trong chính thể cộng-hòa sẽ gồm những người cầm quyền do dân chúng tự nguyện tuyển cử trong một kỳ hạn nhất định; những người trúng tuyển ấy sẽ thay mặt dân để làm việc nước theo những phép tắc nhất định. Như vậy gốc công-quyền là ở dân-ý. Chính phủ tuy có quyền hạn lớn nhưng quyền hạn bị giới hạn, không thể bắt buộc dân chúng một cách vô lý, không thể lấy "lẽ quốc-gia" (raison d'Etat) mà tỏa-chiết cái ý-nguyện riêng của người ta, ức chế quyền tự-do của người ta, lấy cớ giữ trật-tự chung mà làm trái cả công-lý."

Montesquieu đã cho rằng chính thể cộng-hòa lấy đạo-đức làm chủ. Trong chính thể này, người công dân hay nhà cầm quyền cần phải có đạo-đức: "phải biết lẽ phải, biết điều-độ, biết tôn-trọng pháp-luật, biết trung-thành với nước." ("Quốc-gia-luận", Phạm Quỳnh, *Nam-Phong*, Août 1928)

Ngoài những bài khảo cứu về chính trị kể trên, còn có các bài như "Lập-hiến là gì?", "Chế-độ lập-hiến và chế-độ đại-nghị", Giải-nghĩa hiến-pháp", Các xu-hướng về chế-độ đại-nghị" đăng trong *Nam-Phong* trong năm 1930.

Hoàng-Đạo cũng bàn về các thể chế chính trị đương thời và trích lời của tổng-thống Hoa-Kỳ Wilson cho biết là một nước cũng như một người có cái quyền sống, quyền khuếch trương và phát triển, cố giữ được sự tự do, sự độc lập về tinh thần và hình thức. Hoàng-Đạo còn nhắc đến lời của những nhà cách mạng Pháp đã tuyên bố vào năm 1790: "Nước Pháp nhất định không gây một cuộc chiến tranh nào mà mục đích là để chiếm đất nước người và không bao giờ dùng võ lực để phá hoại sự tự do của một dân tộc khác". Tổng-thống Wilson là người đã nêu ra thuyết "ủy quyền". Theo như thuyết này, "những dân tộc chưa đến trình độ tự trị vì thiếu tổ chức, không có một chánh phủ đủ uy quyền để giữ trật tự trong nước, như nước Syrie chẳng hạn, đều đặt dưới quyền bảo vệ, quyền đỡ đầu của một cường quốc do hội Quốc liên cử ra và ủy cho cái quyền và cái bổn phận tập cho dân tộc ấy biết dần cách tự trị". Mẫu-quốc cũng sẽ giúp cho các thuộc địa để cho họ dần dần có thể tự trị và có "quyền sống tự chủ của mọi dân tộc". ("Quyền sống của mỗi nước", *Ngày Nay* số 162, 20 Mai 1939)

Mặc dù hai khái niệm về nhân quyền và tự do đã được cuộc đại-cách-mạng Pháp nêu lên vào thế kỷ thứ 18, xã hội chỉ có thể tiến từ từ đến sự thực hiện hai khái niệm đó cho tất cả mọi người với sự cố gắng của cả những người cầm quyền và dân chúng. Những khái niệm về nhân quyền của cuộc cách mạng Pháp không chỉ áp dụng cho người Pháp mà cho tất cả nhân loại. Hoàng Đạo giải thích rằng "Nhân quyền theo bản tuyên ngôn ấy, là những quyền người ta sinh ra đã có rồi và không bao giờ mất được". Những quyền của con người được kể trong bản tuyên ngôn ấy rất nhiều: "quyền tự do, quyền có tài sản, quyền được sống yên ổn, quyền phản kháng sự áp chế", …, nhưng theo Hoàng-Đạo, đáng chú trọng nhất là quyền bình đẳng và tự do. (*Ngày Nay* số 168)

Không phải chỉ những người có học và dân thị thành mới có thể hưởng những tự do như thế. Hoàng-Đạo mong cho dân quê cũng được hưởng những tự do như người dân Pháp. Ông viết:

> Được những tự do đáng quí của dân Pháp, người dân quê Annam nào cũng sẽ có đủ tư cách để làm một "người" hoàn toàn. Họ sẽ là một công dân hiểu biết quyền lợi nghĩa vụ của mình không còn u u minh minh như hiện thời, chỉ biết cúi đầu phục tòng dưới sự áp chế, ngậm ngùi than thở trước sự khốn cực, sống một đời thiếu thốn về tinh thần và vật chất, một đời không đáng sống. (*Bùn Lầy Nước Đọng*)

Từ những tư tưởng này, Hoàng-Đạo bắt đầu mục *Công dân giáo dục* vào tháng Ba năm 1939 trên báo *Ngày Nay*. *Ngày Nay* là một tờ báo do các anh em nhà Nguyễn Tường và một số văn hữu chủ trương. Đầu đề của mục này là một sáng kiến của Hoàng-Đạo vì, theo ông nhận xét, người dân trong nước chỉ được xem là "thần dân" mà thôi. Hoàng- Đạo xác nhận ý tưởng công-dân đã được du nhập vào nước ta khi văn hóa Tây-phương được người Pháp đem vào Việt-Nam. Người dân trong nước bắt đầu biết đến giá trị của "con người" và nhờ đó "thần dân" bắt đầu học làm "công dân". Nhưng một điều chắc chắn là nhiều người ở thành thị và thôn quê vẫn còn chưa biết đến những quyền lợi và nghĩa vụ của một người "công dân" cho nên Hoàng-Đạo muốn phổ biến đến họ những kiến thức mà một người công dân cần biết. Hoàng-Đạo tin tưởng chính nhờ kiến thức về "công dân giáo dục" mà người dân sẽ tự làm cho đời họ được sung sướng hơn.

Nghĩa là, mỗi người dân cần phải hiểu rõ những việc có liên can đến nước nhà, hiểu rõ những chế độ hiện hành trong nước, suy nghĩ đến những nguyên tắc có thể đem lại cho họ một đời tươi sáng hơn, đến những vấn đề mà ở thời này không ai có thể để bên, vì sự giải quyết những vấn đề ấy có ảnh hưởng lớn lao đến hạnh phúc của tương lai. (*Ngày Nay* số 160, 6 Mai 1939)

Một ý niệm khác của Tây-phương cũng đã được Hoàng-Đạo đem ra phân tích: sự bình đẳng. Theo Hoàng-Đạo, mọi dân tộc trên thế giới đang tiến đến chỗ bình đẳng về chính trị, bình đẳng về pháp luật, về kinh tế. Nhiều người còn muốn bình đẳng cả về tài sản và sự kế thừa: người ta muốn con nhà triệu phú hay là con nhà thợ thuyền đều phải bắt đầu cuộc đời của họ như nhau "như trong cuộc thi chạy, các lực sĩ đều bắt đầu chạy ở cùng một vạch mà thôi." (*Ngày Nay*, số 177, 2 Septembre 1939)

Cũng chính Hoàng-Đạo đã nhận ra một cách rõ ràng rằng sự tiếp xúc với văn minh Tây-phương đã khiến cho ta phải xét lại văn minh Đông-phương, và nếu muốn xã hội có tiến bộ phải cần đến giới thanh niên tân-học hay Tây-học.

Mãi đến lúc văn minh Tây phương lan sang, ta mới thấy lòng hoài nghi xuất hiện. Lúc đó ta mới dần dà nom thấy rõ những điều khuyết điểm của xã hội cũ. Dần dà, ta mới nhận ra rằng xã hội cũ là một xã hội đã quá hủ, không thể sống được ở thời buổi mới. Ta thấy cần phải chặt phá những giây dàng buộc ta của cái xã hội ấy; ta thấy cần phải đạp đổ chế độ đại gia đình, đổ xuống biển cái chủ nghĩa kính thượng và cái tư tưởng phục tòng, vứt bỏ những thành kiến, những điều mê tín không hợp với trí não ta nữa. Ta háo hức muốn những bình đẳng, tự do muốn phát triển bản năng của ta một cách rõ rệt không muốn ai kìm lại nữa.

Sự tiến hóa ấy cần phải có mà cũng không thể không có được. Không có một sức mạnh nào có thể cản được. Mà sự tiến hóa ấy, chính là công của hạng trí thức, lần này theo học thuật Thái tây. Người ta thường chỉ trích họ, công kích cái chí hướng mới của họ, gọi họ là một bọn 'vong bản'. Nhưng người ta quên mất một điều, một điều cốt yếu, là ở nước ta không có một sự tiến bộ nào mà không cần đến họ cả. (*Bùn Lầy Nước Đọng*)

Có lẽ càng hiểu rõ nền văn hóa Pháp thì giới thanh niên trí thức Việt lại càng mong muốn thay đổi theo Âu Tây, về cả tư tưởng và phương diện chính trị, mong muốn được bình đẳng với người Pháp. "Những người trai trẻ đã hưởng thụ học-vấn Pháp, mà ngày hôm nọ còn chăm chú nghe giảng dẫn về luật, về lý, hóa học, về y-học, trong những giảng đường tôn nghiêm của trường Đại-Học, ngày nay hô hào bài trừ người Pháp. Mới hay càng những ai được nhuần thấm văn-hóa của Pháp, lại càng có lòng ái-quốc sôi nổi, và càng không thể dung thứ được chế-độ đô-hộ. Càng học, càng biết, càng thấy rằng sự quý giá vô ngần của đời người là tự-do, và càng thấy đau khổ vì nô-lệ. Chính những tư tưởng tự-do và triết-lý của Tây-Phương về giá trị con người và quyền sống của các dân-tộc đã khiến thanh niên trí thức ta thấy rõ hơn ai hết thấy cái mâu-thuẫn giữa chính-sách thực-dân của người Pháp và những lý-tưởng nhân-đạo và trọng tự-do sẵn có trong nền tư-tưởng của họ." ("Tinh thần mới của thanh niên", Đinh Gia Trinh, *Thanh-Nghị* số 108, ngày 12 tháng Năm năm 1945)

Tiến trình Âu-hóa đã hiện ra trong mọi lãnh vực và gần như ở mọi ngõ ngách trên đất nước Việt. Còn ai nói rõ hơn Hoài Thanh và Hoài Chân về vấn đề này:

> Chúng ta ở nhà tây, đội mũ tây, đi giày tây, mặc áo tây. Chúng ta dùng đèn điện, đồng hồ, ô-tô, xe lửa, xe đạp ... còn gì nữa ! Nói làm sao cho xiết những điều thay đổi về vật-chất, phương Tây đã đưa tới giữa chúng ta ! Cho đến những nơi hang cùng ngõ hẻm, cuộc sống cũng không còn giữ nguyên hình ngày trước. Nào dầu tây, diêm tây, nào vải tây, chỉ tây, kim tây, đinh tây. Đừng tưởng tôi ngụy biện. Một cái đinh cũng mang theo nó một chút quan niệm của phương Tây về nhân-sinh, về vũ-trụ, và có ngày ta sẽ thấy thay đổi cả quan-niệm của phương Đông.

Tây-phục và quốc-phục
Nam-Phong

Những đồ dùng kiểu mới ấy chính đã dẫn đường cho tư-tưởng mới. Trong công cuộc duy-tân, ảnh-hưởng của nó ít ra cũng ngang với ảnh-hưởng những sách nghị-luận của hiền-triết Âu-Mỹ, cùng những sách cổ-động của Khang[1], Lương[2]. Sĩ-phu nước ta từ xưa vốn chỉ biết có Khổng-tử, bắt đầu dẫn Mạnh-đức-tư-cưu[3] với Lư-thoa[4]. Họ bắt đầu viết quốc-ngữ, một thứ chữ mượn của người phương Tây. Câu văn của họ cũng bắt đầu có cái rõ ràng, cái sáng sủa của văn Tây. Những tư tưởng phương Tây đầy dẫy trên *Đông-dương tạp-chí*, trên *Nam-phong tạp-chí*, và từ hai cơ-quan ấy thấm dần vào các hạng người có học. Người ta đua nhau cho con em đến trường Pháp-Việt, người ta gửi con em sang tận bên Pháp. Thế rồi có những người Việt-nam đậu kỹ-sư, đậu bác-sỹ, đậu thạc-sĩ; có những người Việt-nam nghiên cứu khoa-học, triết-học; và có những người Việt-nam nghĩ chuyện xây dựng một nền học riêng cho nước Việt-nam.

Bấy nhiêu sự thay đổi trong khoảng năm sáu mươi năm ! Năm sáu mươi năm mà như năm sáu mươi thế-kỷ ! Nhưng cuộc Âu-hóa không phải chỉ có thế. Nó đã đi qua hai giai-đoạn : hình-thức và tư-tưởng; nó còn phải đi qua một giai-đoạn nữa. Nó đã thay đổi những tập-quán sinh-hoạt hằng ngày, nó đã thay đổi cách ta vận-động tư-tưởng, tất nó sẽ thay đổi cả cái nhịp rung-cảm của ta nữa. Những hình-thức mới của cuộc đời, những tư-tưởng mới và nhất là ảnh-hưởng văn học Pháp ngày một thấm thía, ấy là những lợi-khí Âu-hóa trong giai-đoạn thứ ba này." (*Thi-nhân Việt-nam*, Một thời-đại trong thi-ca, 1941)

Văn hóa Âu Tây đã tấn công vào những thành trì của nền văn hóa truyền thống trong xã hội Việt-Nam, từ chính trị đến triết lý, từ đời sống vật chất đến đời sống tinh thần, từ gia đình cho đến xã hội. Các sĩ phu và các nhà tân học đã nhìn sang Trung-Hoa và Nhật, hai cường quốc lân bang đồng thời cũng là đồng văn để học lấy kinh nghiệm. Đông-phương và Tây-phương, Đạo-học và Khoa-học, điều gì nên theo điều gì nên bỏ?

Có những người nghi ngờ rằng sự Âu hóa là điều hay mà ở lại với văn hóa cũ có khi cũng chưa biết có phải con đường đi đúng không. Họ chủ trương "nghi hoặc có phương pháp", hay là "le doute méthodique" của Descartes.

---

1 Khang: Khang Hữu Vi
2 Lương: Lương Khải Siêu
3 Mạnh-đức-tư-cưu: Montesquieu
4 Lư-thoa: Jean-Jacques Rousseau

Hôtel de Ville à Saigon, họa sĩ Robert Boyle
Sưu tập riêng

Họ cho rằng "chúng ta chưa thể dứt khoát vì mỗi người không chỉ nhìn thấy một khía cạnh sự vật (*L'homme ne voit jamais qu'un seul côté des choses*, Victor Hugo)." Thanh niên tự hỏi: "nếp cũ xấu thật? hay người lớp trước không tốt hoặc lầm?" (*Nhà quê ra tỉnh*, Đoàn Thêm)

Nói chung, giới trí thức Việt-Nam trải qua một cuộc khủng hoảng trong khi đi tìm một trật tự mới cho chính họ và xã hội. Trong cơn khủng hoảng định hướng, giới trí thức đã phản ứng khác nhau tùy theo thời kỳ.

VII

Đi tìm một hướng đi mới

A. DUY-TÂN

Giới phản đối nền văn hóa Tây-phương mạnh mẽ nhất vào buổi đầu khi người Pháp đặt chân đến Việt-Nam là giới sĩ-phu nho-học. Trong khoảng hai mươi năm đầu sau khi người Pháp chiếm Việt-Nam, ở Nam-kỳ là từ 1860 đến 1880, ở Bắc-kỳ và Trung-kỳ là từ 1880 đến 1900, nơi nơi đều có người nổi lên chống Pháp. Những người này bị xem là loạn quân, phản nghịch và bị người Pháp đánh dẹp. Không những sĩ-phu chống đối sự cai trị của người Pháp một cách công nhiên bằng võ lực, họ còn phản đối về tinh thần và không ưa thích cái gì của Tây. Nhóm phản đối mạnh mẽ nhất là Văn-thân: hễ ai theo Tây hay theo đạo Thiên-chúa bị họ coi là phản quốc vì người Tây bị coi là giống "xâm lược". Lúc ấy, chỉ có những người ít học hoặc bị xem là thiếu tư cách mới theo Pháp.

Nguyễn Đình Chiểu là một nho sĩ danh tiếng ở Nam-kỳ. Ông về phe nghĩa quân chống Pháp, ngầm giúp Trương Định. Ông từ chối không nhận bổng lộc của chính phủ Pháp và để lại nhiều thơ văn khóc hờn mất nước: *Tế sĩ-dân lục-tỉnh, Tế nghĩa-sĩ Cần-giuộc, Tế Trương Định*. Nguyễn Hữu Huân (thủ-khoa Huân) lập **chiến khu ở Đồng Tháp Mười** để kháng Pháp, sau bị bắt và bị đày đi Côn-lôn, rồi Réunion. Năm 1874, thủ-khoa Huân được tha về, lại tổ chức nghĩa quân chống Pháp. Lần này, ông bị bắt và bị xử tử tại Định-Tường.

Trương Công Định nổi lên dấy nghĩa ở Gò-Công; Võ Duy Dương (Thiên-hộ Dương) ở Đồng Tháp Mười; Trần Văn Thành ở An-Giang.

Ở Trung-kỳ, Nguyễn Hiệu (phó-bảng) chiêu mộ quân đánh Pháp ở Quảng-Nam. Mai Xuân Thưởng (cử-nhân) lập **chiến khu Linh Đông** chống Pháp ở các tỉnh Bình-Định, Phú-Yên, Ninh-Thuận, Bình-Thuận. Ở Quảng-Trị, có Trương Đình Hội, Nguyễn Tự Như; ở Quảng-Bình có tri-phủ Phạm Tuân; ở Hà-Tĩnh có cậu ấm Lê Ninh; ở Nghệ-An có quan sơn-phòng-sứ Lê Doãn Nha.

Ở Bắc-kỳ, có Nguyễn Thiện Thuật, đỗ cử-nhân (1876), chỉ huy phong trào Cần-vương chống Pháp tại **chiến khu Bãi Sậy** (Hải-Dương) trong thời gian 1887-1889. Về sau ông thất bại, phải sang Quảng-Châu (Trung-Hoa) và mất ở đấy. Nguyễn Cao phụ lực với Nguyễn Thiện Thuật huấn luyện quân lính đánh du kích quân Pháp. Khi bị bắt, Nguyễn Cao rạch bụng tự tử. Phan Đình Phùng, đỗ đình-nguyên tiến-sĩ (1877), lập **chiến khu Hà-Tĩnh**, cùng Cao Thắng làm khí giới chống Pháp từ năm 1885 cho đến khi mất năm 1895. Hoàng Hoa Thám, còn được biết bằng tên Đề Thám, lập **chiến khu Yên-Thế**, trong vùng núi non Bắc-Giang, Yên-Thế, Thái-Nguyên, Tuyên-Quang. Hưởng ứng hịch Cần-vương, hai quan lang Đinh Công Tráng, Hoàng Bật Đạt, cùng án-sát Phạm Bành và tiến-sĩ Tống Duy Tân lập **chiến khu Ba-Đình** (Thanh-Hóa). Nguyễn Xuân Ôn, tục gọi là nghè Ôn, đỗ tiến-sĩ năm 1871, lập **chiến khu Nghệ-An**, đánh thắng Pháp nhiều trận tại chợ Si; khi ông bị bắt thì chiến khu tan rã. Ở Đông-Triều có đốc Tít; ở Hưng-Yên có đề Kiều; ở Phủ-lạng-thương và Yên-Thế có cai Kinh, đốc Ngữ; ở chợ Chu có Lương Tam Kỳ, dư đảng Cờ đen, ... Tất cả đều tìm cách tự khởi nghĩa chống Pháp, phản đối sự xâm chiếm của Pháp.

Năm 1884, vua Kiến-phúc mất, hai quan phụ-chính Nguyễn Văn Tường và Tôn Thất Thuyết lập hoàng thân Ưng-lịch mới 14 tuổi lên làm vua đặt niên hiệu là Hàm-nghi. Tháng 5 năm 1885, thống-tướng de Courcy đến Huế, yêu cầu phải mở cửa chính để tất cả quan quân Pháp vào yết kiến vua Hàm-nghi. Triều đình thấy việc ấy trái với quốc lễ nên phản đối. Hai bên không nhường nhau. Bất thình lình, Tôn Thất Thuyết đánh úp đồn Mang-cá, nơi quân Pháp đóng quân. Đến sáng, quân Đại-Nam thua, Tôn Thất Thuyết hộ giá tam-cung[1] và vua Hàm-nghi ra Quảng-Trị. Nguyễn Văn Tường ở lại để thu xếp, nhờ giám-mục Caspard đưa vào gặp de Courcy. De Courcy hẹn mọi việc phải giải quyết trong hai tháng. Nguyễn Văn Tường rước tam-cung về Huế, còn Tôn Thất Thuyết phò vua Hàm-nghi truyền hịch Cần-vương.

---

1 tam-cung: mẹ vua Dực-tông và hai bà vợ vua Dực-tông.

VII ĐI TÌM MỘT HƯỚNG ĐI MỚI   149

"Guet-aspens de Hué. — Attaque du Mang-Ka."
La Guerre du Tonkin, L. Huard

Phong-trào Cần-vương được các văn-thân ở các tỉnh thành lớn như Hà-Nội, Hải-Phòng, Nam-Định, Huế, ... yểm trợ. Vì Pháp nhất quyết chiếm Đại-Nam và đem quân tiêu diệt các nhóm khởi nghĩa nên những người lãnh đạo dần dần bị bắt và giết, hoặc phải trốn đi xa hẳn, sang Trung-Hoa, sang Nhật.

Thế hệ kế tiếp văn-thân và cần-vương là các **sĩ-phu duy-tân**.

Trận chiến Hoa-Nhật (1894–1895) đã khiến giới trí thức Trung-Hoa thức tỉnh từ những truyền thống lâu đời cả nghìn năm. Họ cảm thấy đã đến lúc phải thay đổi theo thời đại mới. Họ bắt tay vào việc dịch các sách Nhật và Âu Tây để truyền bá cho đồng hương kiến thức khoa học và những tư tưởng Tây-phương. Một số lớn các sách vở này đã được du nhập vào Việt-nam và gây ra một cuộc cách mạng về tinh thần. Các nhà nho thời này đã chịu ảnh hưởng của Rousseau, Voltaire, Montesquieu, Diderot và các văn sĩ Pháp thế kỷ thứ 18 qua các sách dịch của Trung-Hoa. Các sĩ-phu trách nước Pháp, một xứ văn minh và có nhiều danh nhân, để cho dân An-Nam sống trong sự tối tăm. Ngay lúc đó, chiến tranh Nga-Nhật bùng nổ, kết quả là Nhật chiến thắng Nga. Sĩ-phu Việt-Nam hướng về Trung-Hoa và Nhật-Bản để tìm kiếm kiến thức mới. Chính các sĩ-phu nho-học, khi trước chống đối văn hóa Tây-phương kịch liệt, nay trở thành sĩ-phu duy-tân hăng hái đòi hỏi Âu-hóa xã hội Việt-Nam.

Dưới triều vua Dực-tông (1847–1883), đã có những đề nghị của sĩ phu dâng lên vua và triều đình xin cải tổ việc học và các việc chính trị kinh tế, trong số đó có Nguyễn Trường Tộ và Nguyễn Lộ Trạch. Tuy hai ông sống vào nửa sau của thế kỷ XIX, nhưng lại là những người đầu tiên có công phác họa đường hướng duy-tân được thực hiện ở đầu thế kỷ XX. Ngoài ra, còn có những sĩ phu đứng ra chủ trương lấy việc duy-tân như Trần Quý Cáp, Phan Chu Trinh, Phan Bội Châu. Các sĩ phu ấy được xem là những lý thuyết gia duy-tân của Việt-Nam.

Là những người được đào tạo và chịu ảnh hưởng của cựu học, các sĩ-phu lại phải chứng kiến sự thất bại của cựu học đối với sự thắng thế của khoa học Tây-phương. Họ cảm thấy cổ học không còn có ích. Nhưng họ không thể quên căn bản văn hóa dân tộc mà sau này họ sẽ dùng để phản kháng lại những sự quá đà của nền văn hóa Tây-phương.

Đầu thế kỷ thứ 20, trước khi người Pháp thực sự đặt chính sách giáo dục mới cho Việt-Nam thì chiều hướng duy-tân về giáo dục của người Việt đã từ từ hình thành. Các sĩ-phu duy-tân đã phải tìm cách giải quyết để cứu giúp đất nước. Câu giải đáp là: **Học để mở mang dân trí**. Vào thời điểm này, các sĩ-phu đã khởi xướng một nền tân-học với những tôn chỉ như sau:

VII ĐI TÌM MỘT HƯỚNG ĐI MỚI

"Éléphant royal et soldats annamites de Thuyet."
La Guerre du Tonkin, L. Huard

— duy-tân đất nước chính là mục đích của giáo-dục;

— duy-tân đất nước là trách nhiệm của kẻ sĩ;

— giáo-dục là nền tảng của chính trị và kinh tế;

— điều-hòa khoa học với đạo học: học hỏi văn minh Tây-phương mà vẫn bảo tồn quốc túy.

Phong trào duy-tân do các sĩ-phu nho-học khởi xướng đã để lại những dư hưởng quan trọng trong xã hội Việt-Nam về phong tục, về giáo dục và về tư tưởng chính trị.

Về phong tục, các sĩ-phu đã thay chiếc áo dài bằng bộ Âu-phục. Phan Chu Trinh khởi xướng "mốt Tây-hồ" với một cái áo "bành-tô" (manteau) và chiếc quần bằng vải nội hóa nhuộm đen, thắt cà-vạt (cravate) bằng vải đen, đi đôi giày "đôn" (jaune) mỏ vịt và đội nón "cát" (casque) trắng. Khi trước, đàn ông thường búi tóc, nay mặc Âu-phục, họ cho rằng phải cắt tóc mới thích hợp với bộ Âu-phục gọn gàng. Sĩ-phu hô hào cắt tóc bằng bài "Vè cắt tóc". Họ nhận thấy cắt tóc ngắn dễ giữ gìn sạch sẽ, bảo vệ sức khoẻ. Cắt tóc ngắn còn tỏ ý đoạn tuyệt với hủ tục, còn có nghĩa là duy-tân, ái-quốc. Trong vụ *Trung-kỳ dân-biến*, những người trong đoàn biểu tình xin giảm thuế đều rủ nhau cắt tóc ngắn. Trong bản xử án Trần Quý Cáp, ông cũng vì cắt tóc, mặc Âu-phục mà bị xem là có tội!

Khi xưa nước ta quý trọng kẻ sĩ, việc học được xếp hàng đầu trong các nghề: sĩ, nông, công, thương. Khi các nghĩa-thục và các hội hoạt động cần tài chính thì các nho sĩ không biết nghề buôn là gì cũng phải ra tập làm ăn buôn bán: buôn gạo, mở hiệu thuốc, bán tạp hóa, khai mỏ, làm ruộng, trồng quế, v.v...

Về giáo dục, phụ nữ bắt đầu được đi học. Khi phong trào duy-tân lan tràn, các nghĩa-thục đều có nhận nữ sinh. Các sĩ-phu cổ động tân-học, bỏ lối học khoa cử từ chương. Các nghĩa-thục dạy toán, các môn khoa học, sử ký, địa lý Việt-Nam và thế giới, quốc-ngữ, chữ Pháp và chữ Hán. Sĩ-phu đọc những sách Âu Tây của Rousseau, Montesquieu, Voltaire qua những bản dịch bằng chữ Hán của các sĩ-phu Trung-Hoa. Nhờ đó họ hiểu được sinh hoạt chính trị và những tư tưởng triết học mới của Âu Tây.

Năm 1905, từ Quảng-Nam, Trần Quý Cáp, Phan Chu Trinh và Huỳnh Thúc Kháng rủ nhau làm cuộc Nam-du để hô hào cổ động tân-học. Khi đi ngang Bình-Định, gặp lúc có kỳ khảo hạch học trò, đề thơ là *Chí thành thông thánh*, đề phú *Danh sơn lương ngọc*, ba ông ký tên là Đào Mộng Giác, nộp lẫn vào bài của học trò để truyền bá tư tưởng của mình.

VII ĐI TÌM MỘT HƯỚNG ĐI MỚI

Sau đó họ đi vào Cam-Ranh, Bình-Thuận. Trên đường trở về, Phan Chu Trinh bị đau nên phải ở lại Phan-Thiết dưỡng bệnh, hai ông Trần và Huỳnh trở về Quảng-Nam. Trong thời gian ở Phan-Thiết, Phan Chu Trinh kết giao với Hồ Tá Bang, lập thư xã ở đình Phú-Tài để giảng sách của Khang Hữu Vi và Lương Khải Siêu. Do ảnh hưởng của Phan Chu Trinh, Nguyễn Trọng Lợi mở hội Thanh-niên Thể-dục và nghĩa-thục Dục-Thanh, dạy học theo tinh thần mới.

Năm 1907, Trần Quý Cáp được bổ giáo-thụ phủ Thăng-Bình tỉnh Quảng-Nam. Lúc ấy, chính phủ Pháp tuy chưa định xong học chế, nhưng đã cho phép lập trường tiểu học ở các xã. Nhân đó, Trần Quý Cáp cho mời người biết chữ Pháp và chữ quốc-ngữ về dạy học trò, thường là những người ở trong Nam ra làm việc, sẵn biết chữ Pháp và chữ quốc-ngữ. Trần Quý Cáp đi diễn thuyết các nơi, cổ động các thân hào nhân sĩ mở trường. Ở Quảng-Nam, Đà-Nẵng, Hội-An đều có nghĩa-thục. Những người trong Nam hưởng ứng phong trào, cho con ra miền Trung học. Ở Nghệ Tĩnh, có Ngô Đức Kế lập trường học, thi xã, bài xích khoa cử, đề xướng tân-học, được Đặng Nguyên Cẩn giúp sức.

Phan Chu Trinh sau khi khỏi bệnh trở về Quảng-Nam, tìm gặp Nguyễn Thành và Trần Quý Cáp bàn việc ra Bắc. Trên đường ra Bắc, ông dừng ở Nghệ Tĩnh, hội kiến với Ngô Đức Kế, sau đó đến Lạng-Sơn gặp Hoàng Hoa Thám.

Lần này ra Bắc, Phan Chu Trinh đến hội đàm với Lương Văn Can, Đào Nguyên Phổ, Võ Hoành để bàn kế hoạch duy-tân, trong đó có cả việc gửi học sinh sang Nhật. Sau đó, Phan Chu Trinh sang Nhật, bàn bạc với Phan Bội Châu, lúc ấy đang ở Nhật, cùng đến Khánh-Ứng nghĩa-thục khảo sát cách tổ chức, xong rồi về nước.

Về Hà-Nội, ông gặp lại Lương Văn Can cùng bàn việc sáng lập một nghĩa-thục tương tự như Khánh-Ứng nghĩa-thục để mở mang dân trí và đào tạo nhân tài. Lương Văn Can được cử làm thục-trưởng, Nguyễn Văn Vĩnh và Phạm Duy Tốn nhận việc xin giấy phép mở Đông-Kinh nghĩa-thục.

Đại cương chương trình học ở các nghĩa-thục gồm ba phần: trí dục, đức dục và thể dục. Về trí dục, các trường dạy toán và các môn khoa học, địa lý và sử ký Việt, địa lý và sử ký thế giới, chữ quốc-ngữ, chữ Hán và chữ Pháp. Về đức dục, giới thiệu các sách của Khang Hữu Vi và Lương Khải Siêu, hô hào lòng ái quốc và tinh thần duy-tân. Về thể dục, không có phương pháp nhất định. Đông-Kinh nghĩa-thục lập ban tu-thư, chia làm hai ngành: ngành soạn sách giáo khoa và ngành dịch sách.

Vì phong trào duy-tân bộc phát nhanh chóng, người dạy không được huấn luyện đúng mức, sách vở không có sẵn, cho nên các trường có những sự khác biệt tùy theo hoàn cảnh địa dư, phương tiện tài chánh, sáng kiến và khả năng cá nhân. Các giáo sư là những nho sĩ tâm huyết, đỗ tú-tài cử-nhân mà không ra làm quan, hoặc văn hay chữ tốt mà không đi thi. Họ dạy không lấy thù lao. Chỉ riêng ở những trường lớn như Diên-Phong (Quảng-Nam) và Đông-Kinh nghĩa-thục (Hà-Nội), giáo sư được đài thọ bữa ăn trưa ở trường, ngoài ra ai nấy phải tự túc *"cơm đùm khăn gói"*. Các trường dạy miễn phí nhờ được sự yểm trợ của những hội thương, các nhà hảo tâm hoặc sự đóng góp của các hội viên. Các nghĩa-thục lúc ấy không có chương trình hằng năm, không cần thi cử và phát bằng cấp, học sinh đến trường để *khai trí* chứ không học để sinh nhai.

Học Duy Tân rốt lại chỉ là học để biết, để mở mang, để có những kiến thức mới; (...) không cần đào tạo các ông tú, ông cử, ông phán, ông thông, mà chỉ muốn mở cái óc mê muội, muốn gõ tiếng chuông duy tân, muốn gây một thế hệ cách mạng trong quần chúng. (*Phong trào Duy Tân*, Nguyễn Văn Xuân, Sài-Gòn 1970)

Khi những người chủ trương Đông-Kinh nghĩa-thục diễn thuyết cổ động duy-tân ở đền Ngọc-Sơn (Hà-Nội), họ bị kết tội "làm nhiễu loạn cuộc trị an của chính phủ" (*Đông-Kinh Nghĩa-thục*, Nguyễn Hiến-Lê). Khi Trần Quý Cáp được bổ giáo-thụ phủ Thăng-Bình mở lớp dạy chữ quốc-ngữ và chữ Pháp thì bị "xem như kẻ thù địch" (*Phong Trào Duy Tân*, Nguyễn Văn Xuân). Các sĩ phu đi diễn thuyết ở miền Trung bài xích khoa cử và đề xướng tân-học, đã bị chính phủ thuộc địa Pháp nghi ngờ là "họp tập thân sĩ sợ có ý gì khác chăng". (*Phong Trào Duy Tân*)

Chỉ mới hoạt động trong vòng một năm thì Đông-Kinh nghĩa-thục bị chính phủ thu giấy phép. Trường bị rình xét để xem những ai ra vào sinh hoạt. Một số giáo sư trong nghĩa-thục bị chuyển bổ đi làm nơi khác.

Vào tháng Ba năm 1908, xảy ra cuộc *Trung-kỳ dân-biến*, còn gọi là phong trào cắt tóc xin sưu, từ Quảng-Nam lan sang nhiều tỉnh khác ở Trung: Quảng-Ngãi, Bình-Định, Phú-Yên, Khánh-Hòa, Bình-Thuận, Thừa-Thiên, Quảng-Trị, Thanh-Hóa, Nghệ-An, Hà-Tĩnh. Hàng vạn người đi biểu tình kéo đến Tòa Sứ Quảng-Nam xin giảm thuế khiến cho chính phủ thuộc địa có cớ chính đáng để bắt giam các sĩ-phu và đập phá các nghĩa-thục. Chính phủ qui lỗi cho những sự xáo trộn trong dân chúng là do kết quả của những buổi diễn thuyết và các lớp khai trí khai hóa của các sĩ-phu duy-tân. Huỳnh Thúc Kháng, Nguyễn Thành, Châu Thượng Văn bị giam ở Hội-An. Trần Quý Cáp bị xử chém. Phan Chu Trinh, Phan Thúc Duyên bị đày đi Côn-đảo.

Tháng Sáu năm 1908 xảy ra vụ *Hà-thành đầu độc*: hơn 200 quân lính Pháp bị trúng độc trong bữa ăn tối. Những người trực tiếp liên hệ đến vụ này bị xử tử. Các sĩ-phu của Đông-Kinh nghĩa-thục bị nghi ngờ có liên can đến vụ này.

Dương Bá Trạc, Võ Hoành, Nguyễn Quyền, Lê Đại, Ngô Đức Kế bị đày ra Côn-đảo. Nguyễn Thượng Hiền trốn qua Tàu.

Chính phủ thuộc địa yêu cầu chính phủ Nhật trục xuất các du học sinh, kể cả Phan Bội Châu và Kỳ-ngoại-hầu Cường Để. Chương trình Đông-du bị chấm dứt đột ngột.

Các sĩ-phu duy-tân đã để lại nhiều ảnh hưởng trong xã hội mà ảnh hưởng lâu dài và quan trọng hơn cả: đó là sự phổ thông hóa quốc-ngữ. Ban đầu, chính phủ thuộc địa đã khuyến khích rồi ép buộc việc học quốc-ngữ, nhưng dân chúng từ chối, không chịu gửi con đi học vì cho rằng quốc-ngữ chỉ là phương tiện trung gian để chuyển đổi từ chữ Hán sang chữ Pháp. Khi các sĩ-phu đích thân cổ động việc học quốc-ngữ vì họ đã nhìn ra sự tiện lợi của quốc-ngữ trong việc thu thập kiến thức, thì dân chúng mới bắt đầu nghe theo mà học quốc-ngữ. Chính nhờ phong trào duy-tân, dân chúng được chuẩn bị để chấp nhận học thứ chữ mới, *chữ quốc-ngữ*, và học theo tinh thần mới, không học từ chương mà học thực nghiệp. Khi chính phủ Pháp ban hành học chế năm 1908 và triều đình nhà Nguyễn bỏ hẳn khoa cử nho học năm 1918, những sự khó khăn và ngăn trở không còn nhiều nữa.

Về tư tưởng, những bài văn, bài ca của các sĩ-phu duy-tân được đem ra phổ biến trong các nghĩa-thục, rồi lan truyền trong dân gian đã làm thay đổi quan niệm trung-quân ái-quốc của sĩ dân trong nước. Sĩ dân hấp thụ những quan niệm mới về quốc-gia, về lòng ái-quốc, về trách nhiệm đối với quốc-gia và biết đến một ý niệm hoàn toàn mới: dân-quyền.

Cho đến đầu thế kỷ thứ 20, hầu như đa số dân chúng vẫn chưa có ý niệm về quốc-gia: "từ trước đến nay dân của nước không biết có nước" (Phan Bội Châu). Dân chúng lúc bấy giờ vẫn còn nghĩ rằng "nước" thuộc về dòng họ các vua, vua nào khôn khéo chiếm được "nước" thì truyền ngôi lại cho con cháu. Dù có sự thay đổi ngôi vua, cuộc sống người dân vẫn thế. Được nước, mất nước là việc của vua, người dân không dự phần định đoạt việc nước.

Phan Bội Châu giải thích quan niệm mới về *quốc-gia*, cho rằng nước nhà là gia tài của tổ tiên để lại, là tổ nghiệp của dân tộc. Cái di sản ấy không phải riêng của một dòng họ vua nào mà thuộc về chung của mọi người trong nước. Vua không còn biểu hiệu cho nước nữa, như Đặng Nguyên Cẩn đã dự đoán "Há phải còn vua nước mới còn". Dân tộc biểu hiệu cho quốc-gia, quốc-gia là di sản của dân tộc. Giới sĩ-phu duy-tân đã thay đổi quan niệm quốc-gia là cơ nghiệp của một dòng họ để truyền bá quan niệm mới: đất nước là tài sản chung của dân tộc.

Thời nho-học còn thịnh, vua là biểu tượng cho nước, trung-quân có nghĩa là ái-quốc. Nhưng khi vua không còn được xem là biểu tượng của nước, nước là di sản của tổ tiên để lại cho toàn dân, thì ai cũng phải yêu nước như yêu nhà, yêu nước như yêu mình. *Lòng ái-quốc* thoát thai từ cảm tình đơn giản của lòng tư-kỷ: yêu mình, về sau bao gồm mọi mối liên hệ tình cảm phức tạp nối mình với gia đình, làng xóm, đồng hương, đồng thời nối hiện tại với quá khứ của đất nước.

Chứng kiến sự bất lực của triều đình nhà Nguyễn, nhìn thấy vua chỉ là "bù nhìn", quan chỉ là "thừa sai", vua quan chẳng còn lo được cho dân để đưa đến cảnh "dân là thân trâu", các sĩ-phu duy-tân đã kêu gọi dân chúng phải có trách nhiệm đối với quốc-gia: kẻ sĩ phải có trách nhiệm học hỏi, thâu thái văn minh nước ngoài, diễn thuyết vận động; nhà nông có trách nhiệm khai khẩn đất đai; nhà buôn kinh doanh kiếm lời phát triển thương mại, cốt sao mở được dân trí giúp được nước giàu mạnh. Giữ được nước hay là để cho mất nước, không tùy thuộc vào vua quan nữa mà là trách nhiệm của toàn dân. Các sĩ-phu duy-tân đã khởi xướng trong dân chúng ý thức trách nhiệm của toàn dân đối với vận mệnh đất nước.

Theo quan niệm chính trị đời xưa, dân như "con đỏ" mới sinh, *xích-tử*, vua đối với dân như cha mẹ đối với con: thương yêu chăm nom. Vua có trách nhiệm đối với dân cho nên có cái quyền thi hành những chính sách trị nước. Khi vua không còn thực quyền, người vẫn thường lo cho dân nay không còn khả năng lo được nữa thì người dân phải làm gì? Dân phải đòi lại quyền lo việc nước, tức là đòi quyền lo cho chính đời sống mình. Vì triều đình nước Nam đã mất thực quyền, cho nên quan niệm "con đỏ" được dùng trong cả nghìn năm để nhắc nhở trách nhiệm của vua quan đối với dân chúng, nay đã bị quan niệm *dân-quyền* thay thế.

Nhờ các sĩ-phu duy-tân, dân chúng bắt đầu hiểu được quan niệm mới về *quốc-gia*, biết được thế nào là *lòng ái-quốc* mà không cần phải gắn bó với hai chữ trung-quân, ý thức được trách nhiệm của mình đối với quốc-gia, và lần đầu tiên họ biết đến *dân-quyền*.

B. ÂU-HÓA

Khoảng cuối thế kỷ thứ 19 sang đầu thế kỷ thứ 20, kỷ nguyên của văn minh Tây-phương hiện ra rõ ràng hơn ở Việt-Nam. Đường xe lửa Đông-Dương, "Le Transindochinois", được thực hiện theo *Kế hoạch Doumer*, nối các thành phố lớn và các tỉnh với nhau. Kỹ nghệ mở mang ở tỉnh thành, dân quê ra tỉnh kiếm việc làm. Dân chúng bỏ nhà quê về thành phố còn vì nhiều lý do khác. Nơi đô thị mới có các trường học cấp trung đẳng Pháp và Pháp-Việt và trường Cao-đẳng Đông-Dương. Học ở các trường này ra, thanh niên thi vào các công sở,

VII ĐI TÌM MỘT HƯỚNG ĐI MỚI

Dạy đất tiếng còi dồn gót khách, họa sĩ Đỗ Quý Linh Đan ©1999
Sưu tập riêng

CHÍNH THỨC XE CỦA PHÁP
MÀ CÁC NGÀI HOAN NGHÊNH HƠN CẢ

Xe Nerva Sport

hiệu **RENAULT**

8 máy một hàng

STAI

HANOI-HAIPHONG

ĐẠI-LÝ ĐỘC QUYỀN

TA TÂY

Xưa nay hàng hóa gì của ta làm cũng có phần kém hàng của tây nhưng áo pull'over của hiệu Cự - CHUNG dệt có phần xuất sắc chẳng kém hàng của tây chút nào.

CỰ - CHUNG

63 Rue de la Citadelle Hanoi

Chaussez-vous chez
Sous vous chausser chez
Chez
Van Toàn
— Rue de la Son — HANOI
Catalogue 1935

SALON DE COIFFURE MODERNE
PHẠM-MANH-KHA
80 Rue du Coton — Hanoi 80
Là hiệu cắt tóc sang hợp mọi nơi, dùng toàn thợ khéo. Giá tiền rất hạ
Cắt tóc 0p.15, Cạo râu 0p.05, gội đầu 0p.05, uốn tóc 0p.30
Friction eau de Cologne 0p40
Cạo tháng : 1 Tháng hai lần cắt tóc

Mới lại
PETROMAX

ĐÈN MANCHON KIỂU MỚI RẤT TỐI TÂN

Établissement DAI - ICH

Nº 29 BẾ TÔNG - ĐỐC PHỦ THOẠI - CHOLON

VII ĐI TÌM MỘT HƯỚNG ĐI MỚI

Ăn bánh tây tháng của hiệu Vân Lan
Phong-Hóa số 28

---

dù chỉ là thầy thông thầy ký, họ cũng được lương bổng cao hơn là làm dân cày, mà lại được người chung quanh trọng nể. Ở lại nhà quê, nếu ra làm ông tổng ông lý, họ phải tốn tiền khao vọng mà lại không danh giá bằng. Ở lại thành phố, một số làm công chức cho chính phủ, một số hành nghề tự do như làm báo, y sĩ, luật sư, dược sĩ, nha sĩ, v.v...

Dân thành thị, ngoài Tết Nguyên-đán và Tết Trung-thu, cũng ăn mừng lễ theo Tây-phương như sinh-nhật, Pâques (Phục-sinh), Noël (Giáng-sinh). Những buổi diễn kịch và dạ vũ gây quỹ từ thiện cũng như những tuần lễ đấu-xảo (hội chợ) được thị dân tham dự đông đảo.

Thức ăn Pháp bắt đầu được dân Việt ưa chuộng. Khởi đầu có người Pháp mở lò làm "bánh Tây" bán cho người "Tây" ăn. Có nhiều loại bánh mì Tây: baguette, croissant, brioche, couronne, sandwich, ... Những người chủ Pháp hay bà chủ Việt có chồng Pháp mướn người Việt làm công rồi dạy nghề cho những người này. Sau khi biết nghề, một số người ra riêng mở lò bánh mì. Ở Hà-Nội, khoảng những năm từ 1927 đến 1932, có lò bánh mì của người Pháp hiệu Thanot ở đầu đường Gia-long, gần ngã tư Hàng Khay-Hàng Trống. Năm 1929, một phụ nữ Việt lấy chồng Pháp mở tiệm Boulangerie Moderne; hơn một năm sau bán lại cho một gia đình người Việt khai thác. Ít lâu sau, một anh làm công cho hiệu Thanot sau khi học nghề ra mở riêng một lò bánh mì. Dần dần, có thêm những lò khác nữa như hiệu bánh Boulangerie Réunie ở Hàng Trống, hiệu bánh tây Vân Lan giao bánh tận nhà ngày ba lần, ...

Buổi sáng, dân khá giả ăn bánh sữa, bánh mì phết bơ tươi, uống cà-phê hoặc sữa với bột súc-cù-là (chocolat). Bữa ăn tối, có thể có món thịt bò xào bơ ăn với khoai chiên, hoặc là thịt bò hầm, sà-lách (salade) trộn dầu giấm, hoặc tôm hấp chấm với mayonnaise, súp hải sản bouillabaisse, v.v... Thanh niên mặc Âu phục, tóc cắt ngắn và chải brilliantine bóng nhẫy, ăn món rất Tây như thịt cừu, gà rô-ti một cách ngon lành. Họ dùng dao dĩa sành sỏi như người Tây vậy. Họ ăn mặc theo Tây như mặc áo pull'over, quần tây, đi giày Tây, mặc áo pardessus, đội mũ.

Các ông hội-đồng Nam-kỳ giàu có và quyền thế là những người có khả năng hưởng thụ những sản phẩm Âu Tây. Họ tiêu xài rộng rãi, đãi đằng các chủ quận, các công chức trong quận. Họ đi xe hơi mới nhất, như Hotchkiss mui trần. Ông hội-đồng Trần Trinh Trạch một lần mua ba chiếc xe hơi Delage. Cậu con trai của ông, Ba Qui, nổi danh Hắc công-tử, thích xe sport. Đãi khách ở nhà, họ dùng cốc pha-lê nhập cảng từ Pháp sang bán tại Grands Magasins Charner ở Sài-Gòn. Trong nhà họ thường có rượu Tây đủ loại; khai vị có Cognac Martell pha với nước Perrier, thêm vào viên nước đá. Nước đá lúc ấy hiếm lắm, nhà nào có nước đá tức là nhà giàu sang, phải có tủ lạnh Frigidaire và có điện để chạy tủ lạnh.

Chủ trương khai thác và mở mang kinh tế đã giúp hình thành giới đại-điền-chủ ở Nam-kỳ. Nhờ việc đào kinh và dân số ít, chỉ ở Nam-kỳ mới có những đại-điền-chủ có cả nghìn mẫu ruộng thẳng cánh cò bay. Họ xây nhà theo kiến trúc Tây-phương hoặc nửa Tây nửa ta. Ngoài vườn trồng cây ăn trái và các thứ rau ngoại quốc như cải-xoong (cresson), xà-lách Đà-Lạt, khoai tây. Những bữa tiệc luôn luôn có kèm theo rượu Martell, rượu chát Médoc, Bourdon, kết thúc với Champagne, có khi hứng chí đua nhau uống whisky, Cognac. Họ dùng cốc pha-lê (crystal) uống rượu và dùng bát đĩa sứ Limoges để ăn thay vì dùng đồ sứ của Tàu.

Trước khi có tủ lạnh, những nhà sang trọng miền Nam bắt chước người Pháp, mua tủ cây đóng bằng gỗ giá tỵ có bọc kẽm kín, gọi là glacière, bên trong chứa nước đá. Mỗi ngày mỗi thay nước đá để giữ cho tủ được lạnh.

Máy hát là món hàng xa xỉ dành cho người nhiều tiền. Máy hát được nhập cảng vào Sài-Gòn khoảng 1910. Máy kiểu xưa có ống loa thật lớn, phải lên dây thiều như lên dây đồng hồ thời đó. Vì máy hát rất hiếm, mỗi lần mở máy hát, dân trong xóm bu lại chật nhà người có máy hát để nghe.

Thị dân thay đổi nhanh hơn cả trên phương diện ăn mặc và đổi dần sang Âu-phục. Họ đặt hàng tận bên Pháp của các cửa hàng Au Printemps, Lafayette ở Paris. Nhà may Chu Mậu và Đỗ Hữu Hiếu nổi tiếng là hai nhà may khéo nhất ở Hà-Nội, được các thanh niên chiếu cố. Các thiếu nữ đuổi theo những "mốt" của nhà may Cát-tường. Cách đi đứng của phụ nữ cũng thay đổi theo Tây-phương, mạnh dạn chứ không khép nép như trước nữa. Quan niệm *xuống*

Văn Minh Tiến Bộ, họa sĩ Đỗ Quý Linh Đan ©1999
Sưu tập riêng

MẪU ÁO CÁT-TƯỜNG

Nhiều các bà, các cô phàn nàn rằng những mẫu quần áo do họa-sĩ Cát Tường nghĩ ra, đưa cho các thợ may (dù là thợ chuyên môn) làm cũng không được vừa ý. Vậy muốn chiều lòng các bà, các cô, chúng tôi sẽ dự định mở một phòng thợ may và sẽ yêu cầu họa-sĩ Cát-Tường đến trông coi giúp. Rồi đây các bà, các cô sẽ có những bộ y phục tân thời rất mỹ thuật như trong ý muốn.

PHẠM-TÁ

Tốt nghiệp tại trường nhuộm và may ở Paris
N° 23 phố Bờ-Hồ Hanoi

CUỘC ĐỔI MỚI TRÊN THƯƠNG TRƯỜNG

Nhờ ở chí kinh doanh của ông Ch Mau's, nhà thợ may được nhiều người biết tiếng và mến tài, nên hiệu Ch Mau's đã đổi mới lại cả cách xếp đặt lẫn lề lối nghề may.

Đây là ảnh cửa hiệu mới sửa lại, trông cái vẻ dàn dị và đẹp đẽ, đủ thấy cuộc canh tân rất lớn trên thương trường.

Nơi miếu đình mới của mỹ thuật y phục thật là một cái hoàn cảnh vui vẻ cho tài năng ông Ch Mau's đem phụng sự cho vẻ đẹp của Hà-thành

HANOI BAR DANCING

102, Rue des Voiles, Hanoi

Buồng khiêu-vũ rộng rãi, lịch sự theo kỷ tân-thời.

KHIÊU-VŨ

Các tối thường từ 20 giờ đến 24 giờ.
Tối thứ bảy từ 20 giờ đến 1 giờ.
Chủ nhật và ngày lễ ban ngày từ 15 giờ đến 18 giờ.

VÀO CỬA KHÔNG MẤT TIỀN

Rượu và nước, giá bán phải chăng cho việc ai cũng đến vui chơi được. Bắt đầu từ tháng một Tây (14 Février 1938) sẽ có một cái buồng riêng rất lịch sự để ai muốn đặt tiệc hoặc trong người nhà lại khiêu-vũ. Ở các tỉnh xa muốn giữ buồng đặt tiệc xin viết thư cho biết trước.

VII ĐI TÌM MỘT HƯỚNG ĐI MỚI

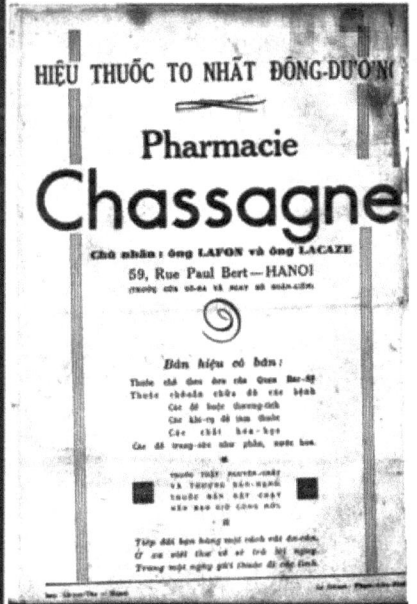
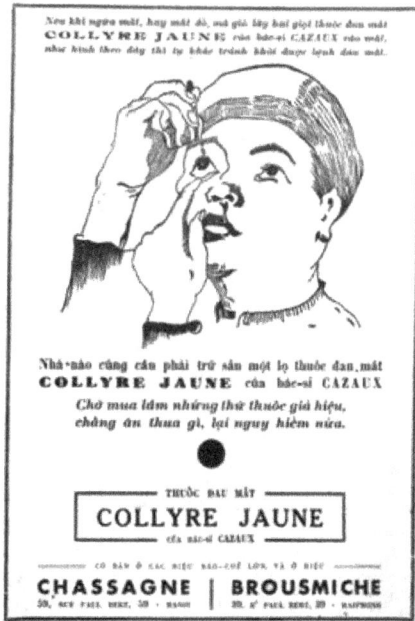

ca vô loài không còn được giới trẻ nghe theo. Thanh niên say mê nghe nhạc Pháp và ca sĩ Pháp đến nỗi lập ra hội "Ái Tino[1]".

Một thứ giải trí bị chỉ trích nhiều nhất lúc ấy, nhưng lại cũng lôi cuốn người ta nhiều nhất, đó là khiêu vũ. Khởi đầu, hai thanh niên du học ở Pháp về, mở hai tiệm nhảy ở Khâm-thiên (Hà-Nội). Sau đó, số tiệm nhảy tăng lên vì số người đua nhau đi nhảy đông lắm. Thị dân thời ấy cho rằng có biết nhảy mới gọi là "văn-minh". Trong số những người lui tới các tiệm nhảy có đủ hạng người: nghị viên, đại tư bản, giáo sư, học trò sơ học, trung học, cao đẳng học, dân đi Tây về, và cả hạng bình dân. Cũng do số người đi nhảy nhiều mà sinh ra nhu cầu *gái nhảy* (*cavalière*, tiếng Việt gọi tắt là ca-ve).

Số người theo tân-học (Tây-học) càng ngày càng đông, dù không phải ai học xong cũng tìm được việc làm. Họ theo tân-học vì chê cái thời đại đã qua, vì cho lối học cũ là *hư-học* mà không phải là *thực-học*, và cũng vì *mê say những đẹp đẽ ở xa xôi*.

> Tôi dần leo những bậc thang của học vấn. Tri thức của tôi sống với các nhà tư tưởng Tây-phương, giác quan của tôi được cảm xúc bởi những kỹ sảo của mỹ-thuật Tây-phương, lòng tôi trở nên mê say những đẹp đẽ ở xa xôi mà tôi thấy trong tác phẩm của các nghệ sĩ nước ngoài. Đã bao lần tôi sống những thương tiếc vẩn vơ, những sầu vô căn cứ, những hoài bão phiền phức, vô định, của những thi-sĩ, triết gia Âu-Tây. ("Đông phương và Tây phương", Đinh Gia-Trinh, *Thanh-Nghị* số 10, Tháng Mars 1942)

Giới tân-học tin tưởng vào y-khoa và khoa-học Tây-phương. Nếu bị đau ốm, họ đến bác-sĩ chứ không để cho các ông "lang ta" chữa. Họ ít xem thầy bói và không mấy tin tưởng khoa phong-thủy. Họ phản đối các hủ tục bán con và tảo hôn. Nếu có sinh con thì họ tìm đến các bà đỡ tốt nghiệp trường thuốc Đông-Dương.

Trường Y-học Dược-học (được gọi nôm na là Trường Thuốc) được thành lập năm 1902 ở Hà-Nội, đào tạo y-sĩ bản-xứ, y-sĩ trợ-tá và dược-sĩ với mục đích phục vụ dân chúng ở thuộc địa.

Sự tin tưởng vào y khoa Âu Tây có thể hiểu được nhờ công cuộc phát triển y tế công cộng của chính phủ thuộc địa tại Đông-Dương. Vấn đề vệ sinh và phòng ngừa bệnh được phát triển dần vào các vùng quê. Mỗi phủ hay huyện có

---

1 Constantino "Tino" Rossi (1907–1983), ca sĩ Pháp.

VII ĐI TÌM MỘT HƯỚNG ĐI MỚI   165

Nhảy đầm, họa sĩ Đỗ Quý Linh Đan ©1999
Sưu tập riêng

MAISON NHUAN-OC

ARCHITECTURE
(Avant-Métré et métré définitif)

Mười bảy năm chuyên về kiểu nhà theo luật vệ-sinh thành phố Hanoi. Đã có bốn trăm kiểu nhà của hàn-sở-vệ, mà đã xây tại Hanoi và các tỉnh xin tính giá hạ.

Siège : 166, Rue Lô-Lợi, Hanoi
Succursale : 63, A M. Jaffre, Thanh-Hoá

CHỮA MẮT

Y-SỸ **Lê Toàn**
CHUYÊN MÔN CHỮA MẮT

chữa đau mắt hột, mổ, cắt, cho đơn mua kính

PHÒNG KHÁM BỆNH :
48 RUE RICHAUD HANOI, Tél. 586

NHÀ ĐẺ
NGUYỄN - THỊ - DOAN
53, PHỐ HÀNG TRỐNG HANOI

MỞ ĐÃ LÂU NĂM

BÀ ĐỠ : Có bằng tốt nghiệp trường thuốc Đông Dương. Đã làm việc hơn mười năm ở các nhà thương nhiều các kỳ.

CÔNG VIỆC CẨN THẬN VÀ NHANH CHÓNG

PHÒNG KHÁM BỆNH VÀ CHỮA RĂNG

Dr HOANG-CO-BINH

DE LA FACULTÉ DE MÉDECINE DE PARIS
STOMATOLOGISTE
de l'École Française de Stomatologie

Chữa răng, Nhổ răng, Làm răng. Nắn đều lại hàm răng. Giải phẫu về những bệnh ở mồm. Chiếu Rayons X và chữa răng bằng điện.

Giờ khám bệnh
sáng : 9h. đến 12h., chiều : 3h. đến 6h.,
chủ nhật : 9h. đến 12h.

Crédit Foncier (từng gác thứ nhất)
91, Bd Francis Garnier Hanoi, tél. 390

Cinéma PALACE
Le Meilleur Spectacle de Hanoi
Tuần lễ này :
Chiếu chuyện :
CHAMPIGNOL malgré LUI
Những tài tử Aimé Simon-Girard, Janine Guise-Urban và Dranem sắm vai chính. Một phim rất vui, điểm thêm những điệu hát rất hay, ai xem cũng thỏa thích.
Rạp Palace sắp chiếu một phim rất vui, có những điệu hát của linh thầy mà các bạn ao ước được nghe.
LES BLEUS DE LA MARINE
Fernandel sắm vai chính.

Cinéma OLYMPIA
Từ thứ sáu 14 đến thứ năm 20 décembre 1934
Chiếu phim :
SON ATESSE L'AMOUR
Một phim của nhà dàn cảnh JOE MAY do các tài tử trứ danh như : ANNABELLA, ROGER TRÉVILLE, ANDRÉ LEFAUR, ALERMÉ, PRINCE sắm vai chính. Chuyện rất hay, rất vui và buồn cười suốt buổi.

CÓ : PHÒNG SOI ĐIỆN VÀ CHỤP ẢNH ĐIỆN
" Rayon X "
CÓ : NHÀ HỘ SINH VÀ NHÀ DƯỠNG BỆNH
167, Boulevard Henri d'Orléans, (đầu ngõ Trạm mới)

BÁC-SĨ **LUYỆN**, Rue de la Citadelle
9, Phố Cửa Đông và Nhà-Hoá, giấy số : 394
Chuyên-trị bệnh trẻ em, bệnh đàn bà.
Có máy điện để chữa mọi bệnh.

BÁC-SĨ **CHƯƠNG** 167, Bd Henri d'Orléans
đầu Ngõ Trạm mới, giấy số : 772
Chuyên-trị các bệnh đau phổi. Có máy bơm hơi ép phổi (pneumothorax artificiel) để chữa bệnh lao.

một người y-tá trông nom về y-tế và vệ-sinh. Con số tử vong vì bệnh đậu mùa và dịch tả đã giảm đi rất nhiều. Từ năm 1871, dân Nam-kỳ bị bắt buộc phải chủng ngừa đậu mùa bằng phương pháp *Jennerian*. Năm 1908, toàn thể Đông-Dương chủng ngừa theo phương pháp *variolisation*. Năm 1891, viện Pasteur tại Sài-Gòn được thành lập với sự điều hành của bác-sĩ Albert Calmette, và viện Pasteur ở Nha-Trang năm 1895 do bác-sĩ Alexandre Yersin điều hành. Bác-sĩ Yersin còn tìm ra được vi trùng bệnh dịch hạch khi bệnh này bộc phát tại Hong Kong. Việc chủng ngừa đã ngăn chặn sự lan tràn của các bệnh dịch và công trình y tế công cộng đã giúp được phương cách phòng chống bệnh sốt rét.

Năm 1930 có khoảng 10 000 giường bệnh miễn phí trong các nhà thương công và hàng trăm bệnh xá tại các làng quê. Năm 1939 gần 400 y-sĩ và 4000 y-tá và các bà đỡ phục vụ dân chúng trong lãnh vực y tế. Ngạch y-tế xã-hội được thành lập để truyền bá và khuyên bảo dân chúng những điều thường thức về vệ sinh. Trường Thuốc và Tổng-hội sinh-viên các trường cao-đẳng cũng có ban truyền-bá vệ-sinh và phổ-thông y-học đi về các làng để giúp người dân việc thực hành vệ-sinh, khuyến khích chủng ngừa và chữa bệnh bằng tân-y-học.

Các báo chí thường hay nói đến vấn đề giữ gìn sức khoẻ và vệ sinh. Bác-sĩ Vũ Văn Hòe, trên báo *Thanh-Nghị* (số 35: Ngày 16 Avril 1943), đã có bài nói về *Trách nhiệm cha mẹ đối với sức khoẻ của con cái*. Lúc chưa có con, thì cha mẹ phải tự ngăn ngừa những chứng bệnh phong tình như giang mai, lậu, không uống rượu và dùng thuốc phiện. Khi có con, thì giữ vệ sinh, cho con cái ăn uống bổ dưỡng và điều độ, ở nơi thoáng mát, tránh xa những người bị bệnh truyền nhiễm như bệnh lao; khi con có bệnh, không nên "đi lễ thần cúng thánh" mà nên tìm đến các thầy thuốc Tây y.

Nguyễn Trinh Cơ, lưu-trú sinh-viên tại bệnh viện Yersin Hà-Nội, gởi đăng trên *Thanh-Nghị* số 57 bài viết nói về mục đích và chương trình "truyền-bá vệ-sinh và phổ-thông y-học". Tác giả cho rằng nguyên nhân gây ra mọi chứng bệnh là ở sự "tối tăm mê muội" của người dân: không biết vệ sinh là gì, sống bừa bãi cẩu thả, nước uống không lọc không đun sôi, nhà ở xây ngay cạnh chuồng lợn, khi bị bệnh thì không đến nhà thương, v.v... Theo một cuộc điều tra và thống-kê của bác-sĩ Nguyễn Xuân Nguyên thì tuổi thọ trung bình của người dân quê Việt-Nam vào khoảng 25, 26 tuổi, vào lúc mà người ấy có thể có sức lực đóng góp nhiều nhất cho xã hội và gia đình. Bệnh tật, sự chết yểu ảnh hưởng rất lớn đến tương lai dân tộc, mà bệnh tật, chết yểu chỉ vì "mê muội", không được học không được biết để bảo vệ mạng sống. Bác-sĩ Vũ Văn Cẩn nói về bệnh sốt rét là một bệnh rất thường thấy ở xứ nhiệt đới, nóng, mưa nhiều,

nhiều rừng như Việt-Nam. Vì bệnh sốt rét có những ảnh hưởng tai hại đến sức khoẻ chung và đời sống kinh tế cho nên chính phủ đã phải bài trừ nạn sốt rét bằng các công cuộc khai quang, lấp ao, đào rãnh nước, v.v... (*Thanh-Nghị* các số 100–104)

Bệnh lao là một căn bệnh nan y đối với người dân Việt lúc bấy giờ. Nhiều người mắc chứng bệnh này. Nhà văn Vũ Trọng Phụng mất khi mới 27 tuổi vì bệnh lao. Nhà văn Thạch Lam cũng qua đời vì bệnh lao ở tuổi 32. Để giúp cho dân chúng hiểu về căn bệnh này, bác-sĩ Lê Văn Ngôn đã viết một quyển sách nói về bệnh lao, được giải thưởng của Hội Khuyến-học ở Sài-Gòn. Bác-sĩ Nguyễn Đình Hoằng cũng ra một quyển sách có tên là *Bệnh lao y học phổ thông*, trong đó ông nói về lịch sử bệnh lao, vi trùng lao, cách lan truyền, cách trị bệnh và làm sao bài trừ bệnh lao. (*Thanh-Nghị* số 118, 28 tháng Bảy 1945)

Tiêm nhiễm văn hóa Tây-phương, giới trí thức thay đổi cách sống, từ tư tưởng đến vật chất, từ đời sống cá nhân, trong gia đình ra đến ngoài xã hội. Họ muốn bắt chước người Tây-phương, bỏ hết các hủ tục, mà họ cho có như thế mới là tiến bộ.

Muốn kịp các nước tân tiến, ta phải theo họ, ta phải cải cách, ta phải mới. Ta phải quả quyết bỏ hết hủ tục—mà hủ tục rất nhiều—ta phải bỏ cái lòng quá tôn cổ của ta đi. (*Phong-Hóa* số 106, 13 Juillet 1934)

Nhị-Linh kêu gọi việc Âu hóa dân quê mà ông cho là một quan niệm mới. "Lập trường học, xây nhà đẻ, khai giếng, ở ít nhiều làng, đó đều là bắt đầu công việc âu hóa dân quê." (*Phong-Hóa* số 107, 20 Juillet 1934). Để thực hiện được sự Âu hóa, ông bảo phải bỏ cái "thuyết điều hòa" vì "điều hòa là do dự, do dự là lùi, lùi là chết", và bỏ cái thái độ "lãnh đạm và nhu nhược". (*Phong-Hóa* số 108)

Về tư tưởng, thanh niên mang những ý tưởng rất lãng mạn và lý tưởng, đồng thời có một quan niệm sống rất hiện sinh. "Đời người ta và việc làm của người ta chỉ có nghĩa ở thời hiện tại. Dĩ vãng và tương lai chẳng có gì ráo." (*Những Ngày Vui*, Khái Hưng, 1941)

Trên báo chí, khuynh hướng Tây-học thật rõ ràng. *Đông-Dương Tạp-chí* (1913–1919) đăng những truyện dịch của chủ bút Nguyễn Văn Vĩnh từ tiểu thuyết Pháp của Alexandre Dumas, Victor Hugo, Honoré de Balzac, ..., *Ngụ ngôn* của La Fontaine, hài kịch của Molière, v.v... Nguyễn Văn Vĩnh lập ra tủ sách Âu Tây tư tưởng (*la Pensée de l'Occident*) với Vayrac, và đứng chủ trương báo *Annam Nouveau*.

DAU NAM 1935

báo Ngày Nay
CỦA
TỰ LỰC VĂN ĐOÀN

SẼ RA
MỖI THÁNG BA KỲ
Ngày 1, 10 và 20
Mỗi số 0$10

Giá đặc biệt với các ngài mua năm trước ngày báo ra : 2$50 một năm.

Có nhiều tranh ảnh, xếp đặt rất mỹ thuật, thể tài khác hẳn các báo ta hiện có.

"TỰ LỰC VĂN ĐOÀN"
Ngày Nay

LIBRAIRIE NOUVELLE
PLACE NÉGRIER HANOI

Có bán đủ báo chí, sách, vở và các đồ dùng của anh em chị em học sinh. Tuần lễ nào cũng có báo và tạp chí ở bên Pháp sang. Có giấy viết thơ thượng hạng, lịch sự đủ các màu và các format.

HÀNG RẤT TỐT ĐẸP — GIÁ CỰC KỲ RẺ

"Librairie Nouvelle"
Phong-Hóa số 28

Nam-Phong Tạp-chí (1917–1934), chủ bút là Phạm Quỳnh, từ khi ra số đầu tiên, thường xuyên có phần Hán-văn và Quốc-ngữ, đến năm 1922 bắt đầu có phần Pháp-văn. Các bài Pháp-văn do giới trí thức tân-học Việt-Nam viết, như Nguyễn Văn Nho, Ứng-Hoè, Nguyễn Tiến Lãng, Phạm Quỳnh, và các tác giả người Pháp.

Phong-Hóa (1932–1936) và *Ngày Nay* (1935–1940) do Nguyễn Tường Tam chủ trương, với sự hợp tác của giới trí thức tân học, trong đó có những người đã du học ở Pháp về, như Nguyễn-cát-Tường, Nguyễn Tường Tam, có khuynh hướng Âu-hóa rõ rệt. Nội dung của báo khuyến khích việc thay đổi quan niệm sống, từ bỏ những hủ tục mà họ cho là không còn hợp thời, "bỏ điều giở, vạch điều hay của lễ nghi phong-tục", khuyến khích thể thao như bóng chuyền, bóng tròn, tennis, đi xe đạp, đi bộ, tập bơi, đổi mới cách ăn mặc cho phụ nữ, khuyến khích phụ nữ đi làm, âu hóa cả dân quê, và cổ vũ cho tự do cá nhân.

Mặc dù có chế độ kiểm duyệt, vấn đề tài chính khó khăn, báo chí vẫn nở rộ, như *An-Nam Tạp-chí* (1926) của nhà thơ và nhà văn Tản Đà, ba lần đình bản và ba lần tái bản. Một trong những chủ nhân và chủ nhiệm báo có thế lực vào thời kỳ này là François-Henri Schneider, ra báo *Lục-tỉnh Tân-văn* (1907) ở Nam-kỳ, *Đông-Dương Tạp-chí* (1913–1919) và *Trung-Bắc Tân-văn* (1919–1945) ở Bắc-kỳ. *Nam-Phong Tạp-chí* (1917-1934) giữ một địa vị quan trọng về truyền thông vì qui tụ được nhiều nhà văn kỳ cựu: Dương Bá Trạc, Nguyễn Trọng Thuật, Nguyễn Hữu Tiến, Dương Quảng Hàm, ... Nguyễn An Ninh và Phan Văn Trường truyền bá tư tưởng của họ trong *La cloche fêlée* (1923–1928). Ngoài ra còn có *Đông-Pháp Thời-báo* (1923–1927), *Trung-lập Báo* (1924–1933), *Đuốc Nhà Nam* (1928–1937), *Phụ-nữ Tân-văn* (1929–1934), *Thực-nghiệp Dân-báo* (1920–1933), *Khai-hóa Nhật-báo* (1921–1927), *Tiếng Dân* của Huỳnh Thúc Kháng ở Huế. Trong thập niên 1920–1930, báo chí là cơ quan ngôn luận, là diễn đàn của giới cầm bút, để các nhà làm chính trị, nhà văn, nhà thơ chia sẻ ý kiến và ảnh hưởng đến dân chúng. Kiến thức về khoa học kỹ thuật cũng được truyền bá qua báo chí. Ở Sài-Gòn, tờ *Khoa-học Phổ-thông* xuất hiện từ năm 1934 đến năm 1942. Ở Hà-Nội, tờ *Khoa-học Tạp-chí* do kỹ sư Nguyễn Công Tiểu chủ trương, bán khoảng hai nghìn bản trong thời gian từ năm 1931 và 1940. *Thanh-Nghị* (1941–1945), một tạp chí về "nghị-luận, văn-chương, khảo-cứu" do luật-sư Vũ Đình Hoè làm chủ-nhiệm, cũng rất được dân chúng hoan nghênh. Từ một nguyệt san ra mắt độc giả mỗi tháng một lần năm 1941, chỉ một năm sau, 1942, *Thanh-Nghị* trở thành bán nguyệt san, hai lần mỗi tháng, và đến năm 1944, *Thanh-Nghị* trở thành tuần-san. Tờ

Thanh-Nghị có thêm một phụ trương dành cho trẻ em đặt tên là *Thanh-Nghị Trẻ Em*, mỗi tháng ba số, chuyên chú vào "nhi-đồng giáo-dục".

Số lượng báo chí gia tăng để đáp ứng nhu cầu và thị hiếu của người dân. Năm 1939, bên thềm thế-chiến thứ nhì, Việt-Nam có 128 nhật báo và 176 tạp chí và đặc san lưu hành.

Trong thời kỳ này, sự Âu-hóa của xã hội Việt-Nam còn phản ánh qua một số tiểu thuyết mà rõ rệt nhất là tiểu thuyết *Số Đỏ* của Vũ Trọng Phụng, và qua các quảng cáo trên báo chí.

Quảng cáo có khi viết toàn bằng tiếng Pháp đăng trên báo có độc giả Việt, về may mặc:

về điện ảnh:

về trường học:

Ở Việt-Nam, kể từ năm 1920, có hơn một triệu học sinh bậc sơ-đẳng trong các trường công do chính phủ thuộc địa lập ra, có hơn hai nghìn học sinh bậc cao-đẳng tiểu-học (primaire supérieur), và chưa có học sinh bậc trung-học. Đến thập niên 1940, có khoảng 700000 học sinh tiểu-học và hơn sáu nghìn ở bậc trung-học. Đó là chưa kể các trường tư và các trường đạo. Bậc đại-học, mở từ năm 1917, có các ngành về y khoa, dược, thú y, sư phạm, nông lâm, thương mại, tài chính, luật và hành chánh, mỹ thuật; năm 1941, có thêm khoa học và kiến trúc. Chỉ riêng niên khóa 1943–1944, có khoảng một nghìn sinh viên ghi tên học. Số thanh niên thiếu nữ tân-học này đã giúp vào sự Âu-hóa xã hội Việt-Nam một cách đắc lực.

VII ĐI TÌM MỘT HƯỚNG ĐI MỚI

"L'Ami de la Jeunesse Studieuse"
Phong-Hóa số 115, 5 Octobre 1934

"Trường Nguyễn-Văn-Tòng"
Phong-Hóa số 134, 30 Janvier 1935

Tuy nhiên, xã hội Việt-Nam cũng gặp phải những khó khăn mà nước Nhật trước đây đã từng trải qua. Nền văn minh Âu Tây có phải là một nền văn minh tốt đẹp nhất hay thích hợp nhất với người dân Việt không?

Trong vài mươi năm từ khi người Pháp đem chữ Pháp để dạy trẻ em Việt thì xã hội Việt-Nam bị Âu-hóa đến độ các thanh niên tân-học cảm thấy bơ vơ lạc lõng trong chính xã hội họ đang sống. Hãy nghe tâm sự của những con người dở dang ấy:

> Tôi xin thú thực, cũng lấy làm xấu hổ: tôi đối với kẻ đồng bào tôi bây giờ không thấy gì là cái cảm tình tự nhiên nó giàng buộc với nhau những người cùng nòi cùng giống. Tôi ở trong nước tôi mà hình như một người khách ngoại quốc, không có đồng tình đồng ý gì với phần nhiều kẻ đồng bào cả.
>
> Đối với ngay người nhà tôi, tôi cũng thấy xa cách, dù không xa cách bằng tâm tình, cũng xa cách bằng thần trí. Tôi không phải là người con bạc bẽo bất hiếu. Tôi vẫn thâm cảm cái ơn của cha mẹ tôi đã phải hi sinh biết bao nhiêu để cho tôi học được như bây giờ, cái học đó nó đem tôi đến nông nỗi này, tôi thấy mà không lấy gì làm tự cao nữa. Tôi vẫn yêu kính cha mẹ tôi, nhưng tôi đối với cha mẹ tôi, tư tưởng cảm tình không có gì là giống nữa; tôi lý luận, cảm giác khác hẳn cha mẹ tôi; máu là máu của cha mẹ mà tâm tình thấy khác hẳn.
>
> Nói ra thật não lòng; có khi tôi tránh không muốn nói chuyện với cha tôi nữa, không dám nghị luận về chuyện nọ chuyện kia, sợ ý kiến trái ngược, làm cho cha tôi phật lòng.
>
> Đối với ngay trong thân thích, thần trí đã cách biệt như vậy rồi, thời đối với nhất ban kẻ đồng bào, lại càng xa cách biết bao nhiêu, dù kẻ đồng hạng đồng học cũng vậy. ("Chuyện tâm tình", Phạm Quỳnh, *Nam-Phong* Mai 1932)

Tình trạng dở dang này kéo dài mãi đến đầu thập niên 1940 vẫn chưa có giải đáp thỏa đáng.

Tôi còn nhớ nhời than của một nhà thi sĩ:

> *Than ôi !*
> *Văn minh Đông-Á trời thu sạch,*
> *Nay lúc luân thường đảo ngược ru.*

Không cần phải là thi-sĩ, hay một nhà nho yếm-thế, hay một nhà đạo đức nghiêm-khắc, cứ bình tâm mà xét hiện tình xã hội, ta phải công nhận rằng về hình-thức có tiến-bộ và về kiến-thức có mở mang được đôi phần hơn xưa, nhưng về phần tâm đức thì hầu hết trong các hạng dân gian sự sút kém thực rõ rệt gây mối lo sợ cho một số người biết suy nghĩ. Các nguyên tắc về luân lý xưa kia làm nền tảng cho gia đình và xã hội đang bị lung lạc—Mất căn bản, bọn thiếu niên chúng ta một số bị trụy lạc, một phần rất lớn không có cốt cách gì, sống trợ thì để chờ dịp xa ngã, còn một số ít biết lo lắng nhưng vì không được tu luyện do một cơ sở nào nên chỉ biết lo mà trong sự hành vi rất lúng túng và không dựa theo một phương-châm gì nhất định. ("Mấy điều cải cách khẩn-cấp trong gia-đình giáo-dục", Vũ Đình Hoè, *Thanh-Nghị* Juin 1941)

Những sự xung khắc giữa văn minh Tây-phương và văn hóa truyền thống cố hữu của dân tộc đã tạo ra cuộc khủng hoảng văn hóa trong lớp thanh niên tân-học. Giới tân trí-thức có nhu cầu tái thẩm định các giá trị phức tạp của truyền thống đồng thời xác nhận các giá trị của tư tưởng Tây-phương để giải quyết sự khủng hoảng.

Khái Hưng và Nhất Linh cũng đã nhìn thấy vấn đề xung đột của hai nền văn hóa Đông Tây và giúp tìm một hướng đi cho thế hệ của chính họ. Trong khi đề tựa quyển *Nửa Chừng Xuân* của Khái Hưng, Nhất Linh viết như sau:

> Ông Khái-Hưng có ngỏ lời để tặng tôi cuốn sách Nửa Chừng Xuân và bảo tôi đề tựa. Tôi rất lấy làm cảm kích mà nhận lời, vì ý

"Nửa Chừng Xuân"
Phong-Hóa số 86

nghĩa cuốn sách đó rất hợp với tư tưởng và quan niệm của tôi đối với xã-hội hiện thời.

Giữa lúc mới, cũ găng nhau, quyển Nửa chừng xuân ra đời.

Cô Mai, vai chính trong truyện là người đã hy sinh cho cái xã hội khắt khe nửa cũ, nửa mới này: cô Mai là hình ảnh trăm nghìn cô con gái khác đã suốt đời chịu một vết đau thương vì sự trái ngược của hai nền luân lý: mới, cũ, của hai quan niệm: gia-đình và cá nhân. ("Nửa Chừng Xuân", Nguyễn-tường-Tam, *Phong-Hóa* số 86, 23 Février 1934)

C. ĐIỀU-HÒA

Không phải sự thay đổi nào cũng được dễ dàng chấp nhận, xã hội Việt-Nam lúc ấy bày ra một thảm kịch tinh thần trong đó lòng người hoang mang, bối rối, không biết đặt mình theo hướng nào. Trong tình cảnh ấy, các nhà trí thức đương thời đã cấp kỳ đi tìm phương thức hóa giải cho sự xung khắc của hai nền văn hóa Đông Tây.

Việt-Nam đã là nơi hội họp nhiều luồng tư tưởng từ bốn phương đến. Trong thời gian cả nghìn năm qua, dù đạo Khổng có ảnh hưởng sâu rộng trong xã hội Việt-Nam, đạo Lão và đạo Phật vẫn hiện hữu trong đời sống tinh thần người Việt. Quan niệm sống của người Việt đã được kết tinh từ ba triết thuyết ấy.

Lúc bấy giờ, ba, bốn mươi năm đầu thế kỷ thứ 20, là thời đại đắc thắng của văn minh Tây-phương. Nếu người Việt không muốn bị lôi cuốn theo dòng ảnh hưởng Tây-phương đến nỗi mất cả bản sắc dân tộc trong cách sống của mình thì trước hết phải tránh cái khuyết điểm "phóng chép cái bề ngoài của văn-minh Tây-phương".

Phạm Quỳnh cho rằng:

[C]hính cái cách đồng-hóa thâm-trầm, thiết-thực, có ý-thức, có nghĩa-lý đó, lại là cách khó-khăn hơn cả, không phải là ai ai cũng có thể làm được. Mặc quần áo tây, theo lối-lăng tây, cho chí ăn-ở ra cách tây nữa, cái đó thì ai cũng có thể làm được, không cần phải khó-nhọc, không cần phải công-phu gì mấy. Đến như đồng-hóa lấy những cái cách hành-sự, cách tư-tưởng, cái trí sáng-khởi, cái tài tổ-chức, cái năng-lực phê-bình phán-đoán, cái sức mạnh sáng-tạo, cái nghị-lực cương-cường của người Tây, thì thật là ít người có thể làm được." ("Đồng-hóa", *Nam-Phong* Juin 1931)

Theo nhận xét của Phạm Quỳnh, giới trẻ Việt-Nam chỉ học một nền văn hóa tân-học (Tây-học), không biết gì văn hóa phương Đông và Việt-Nam, làm sao phân biệt được điều gì hay điều gì dở để mà theo?

Hiện nay cái hiếm-tượng đã rõ rồi đấy: phần nhiều những bậc thiếu-niên tuấn-tú trong nước, từ thuở nhỏ chỉ theo về một đường Tây-học, đối với văn-hóa Đông-phương, đối với lịch-sử nước nhà, mang-nhiên không biết một tí gì, như thế thời còn biết điều-hòa là sự gì nữa? Muốn điều-hòa, phải tham-bác cả đôi bên, nghiền-ngẫm cho thâm-thúy, rồi mới châm-chước cho vừa phải. Nếu chỉ độc-chuyên một phương-diện, thời thành ra thiên-lệch rồi. ("Bàn phiếm về văn-hóa Đông Tây", Thượng-Chi, *Nam-Phong* Juin 1924)

Chính nhờ trí phán đoán sáng suốt, người mình mới biết cái hay cái dở của người Việt mình để lựa chọn: giữ cái hay bỏ cái dở, thu nhập cái hay cái tốt của người để bổ khuyết hoặc bồi bổ bản chất mình thêm giàu mạnh. Phạm Quỳnh nói như sau:

Ta thiếu cái gì thì ta mượn của người, bất-tất phải phá-hoại cả cái gốc cũ của ta, hay là khinh rẻ coi thường. Không phải là cứ bài-bác cả những cái của ông cha ta để lại đã tự mấy mươi đời đến giờ, không phải là cứ khinh-thường cái gốc văn-hóa cổ của Á-đông nó còn di-truyền lại những lề-lối về đạo xử-thế, về mĩ-thuật, văn-chương, tôn-giáo, cái nguồn nó sâu-xa chưa phải đã cạn hết cả; không phải cứ thế mới tỏ ra rằng mình ham mến khoa-học, văn-minh cùng phương-pháp của Thái-tây đâu.

Không những thế: muốn đồng-hóa được hẳn cái tinh-hoa của văn-minh Tây-phương, thì tự mình cũng phải đã có một cái gốc văn-minh tinh-túy rồi, nó mới khiến cho mình trực-tiếp được với những cái hay cái tốt của Tây-phương. (Đồng-hóa)

Trong thời buổi này, người nào chỉ biết có một nền học thức, một nền văn hóa thì người ấy dễ bị thiên kiến che lấp. Nếu chúng ta tìm hiểu giá trị thực sự của mỗi nền văn hóa, tất chúng ta sẽ khám phá ra được nhiều điều hay mà lại có thể bổ túc cho nhau. Phạm Quỳnh đã so sánh hai nền học thuật Đông-phương và Tây-phương để chúng ta thấy rằng mỗi sự học có phần ứng dụng riêng, nhưng hợp lại thì cùng đóng góp cho sự tiến bộ của xã hội.

Nói riêng về đường học-thuật, — mà học-thuật là chủ não của văn-minh, — thì học-thuật của Đông-phương ít tấn-tới, học-thuật của Tây-phương mau phát-đạt, là vì người Tây họ có cái quan-niệm về khoa-học, mà người Đông-phương mình thì không có vậy. (...)

Vậy thời việc cần gấp bây giờ là phải đem cái quan-niệm về khoa-học của Âu-Tây ra mà phân-tích cho tinh-tường. Khi đã dò được đến nơi, tìm ra được manh-mối rồi, thì phải tập dùng cái phương-pháp của khoa-học mà nghiên-cứu những nghĩa-lý cổ của Đông-phương mình. ("Bàn về quốc-học", *Nam-Phong* Juin 1931)

Vậy thì phương thuốc hóa giải sự xung khắc của hai nền văn hóa lại là sự kết hợp của cả hai. Phan Sào-Nam tiên-sinh đã nói trong *Khổng-học-đăng* như sau:

Nếu học cho đến tinh-thần thời ví như làm nhà: học cũ là nền tảng, mà học mới là tài-liệu; hai bên vẫn có thể giùm cho nhau làm nên một tòa nhà hoa mỹ. Chẳng bao giờ không tài-liệu mà làm nên nhà; và cần thứ nhất là chẳng bao giờ không nền tảng mà dựng được nhà. Tác giả viết bản sách này là muốn điều-hòa học cũ với học mới; hai bên tương-thành cùng nhau mà quyết không tương-phản.

Nguyễn An Ninh cũng đồng một ý kiến với Sào-Nam tiên-sinh khi ông nói rằng:

[T]rong buổi này, người học thức Á-Đông phải có ít nữa là hai cái nền học thức nó nuôi trí thức mình mới có thể là đủ được, là một nền học thức Á-Đông và một nền học thức Âu-Tây. Nên diễn thuyết khi trước, tôi có nói: "Trong ta phải có như hai thứ thuốc chống nhau mà sanh ra một thứ thuốc mới, (...)". (*Cao-vọng của bọn thanh-niên An-Nam*, 15 Octobre 1923)

Nhà báo Phan Khôi, một thập niên sau, cũng đã có nhận xét như thế:

Người ta trước khi muốn thâu-thập tinh-hoa của một nền văn-hóa khác để bồi-bổ cho vốn văn-hóa sẵn có của mình, thì phải hiểu văn-hóa của mình thật kỹ đã. Cũng như trước khi sửa căn nhà cũ, phải xem xét rõ căn nhà để biết chỗ nào nên sửa chỗ nào nên để." (*Phụ-nữ Tân-văn*, 3 Octobre 1932)

Tuy nhiên chúng ta đừng vội mừng khi vừa thấy có phương thuốc hóa giải chữa bệnh xung khắc vì Phạm Quỳnh nhắc chúng ta rằng: "Song nói dễ mà làm khó, văn-minh không phải là vị thuốc, có thể cứ đồng cân mà hòa lấy cho đúng liều được. Văn-minh là một vật không hình-thể, không trọnglượng; văn-minh là thuộc về tinh-thần vậy." ("Bàn phiếm về văn-hóa Đông Tây", *Nam-Phong* Juin 1924)

Vì là một trách nhiệm lớn lao và khó khăn cho nên việc điều hòa hai nền văn hóa Đông Tây đòi hỏi những người có kiến thức đủ rộng về cả hai nền văn hóa, trí phán đoán đủ sâu để có thể biết phân biệt điều hay dở và chí hướng cao thượng muốn chấn chỉnh tinh thần của nòi giống. Những người đó sẽ là giới "thượng-lưu mới, biết điều-hòa cả tân-hóa với cổ-điển, vừa quả quyết theo cái phương-pháp khoa-học mới, vừa trân-trọng giữ những cốt-cách tinh-thần cũ, đã tạo thành ra chúng ta bây giờ." ("Nước Nam năm mươi năm nữa thế nào", Phạm Quỳnh, *Nam-Phong* Septembre 1930)

Các nhà văn trẻ của nhóm *Phong-Hóa*, *Ngày Nay* và Tự Lực Văn Đoàn không đồng ý việc điều hòa hai nền văn hóa Đông Tây. Họ cho rằng người ta nhân danh quốc hồn quốc túy để giữ những hủ tục, để cản trở việc hưởng hạnh phúc của cá nhân, để ngăn cấm tự do cá nhân. Họ phản đối hủ tục *doãn nặc* ép duyên con cái, "cha mẹ đặt đâu, con ngồi đấy", cha mẹ nhận trầu cau của nhà trai mà không cần sự ưng thuận của con gái. Họ phản đối việc cưới chạy tang và lệ cấm lấy vợ lấy chồng trong khi có tang. Họ khen trong Nam tục lệ rộng rãi cho phép sau khi có tang 100 ngày thì có thể lập gia đình. Họ phản đối hủ tục bắt người quả phụ còn trẻ không được đi lấy chồng, kết tội người quả phụ là *hư, xấu, mất cả gia phong*: "góa bụa mà đi lấy chồng thì thật là xấu, còn như ông, cụ lấy nhiều hầu non bằng tuổi cháu chỉ là một sự đáng khen". Họ phản đối việc thờ cúng "thần sống" (các quan), thờ thành hoàng các làng, những thần thánh không đáng thờ: "như ở nhiều làng có tục 'đánh nhau' hay 'bóc vỏ quả chuối cho vào dọ để lên bàn thờ'". (*Phong-Hóa* số 127, 7 Décembre 1934)

Các nhà văn chủ trương tờ *Phong-Hóa* cho rằng điều đáng chỉ trích nhất là nền giáo dục. Họ đặt dấu hỏi về nền giáo dục đương thời, một nền giáo dục mà con người đối xử với nhau quá tàn nhẫn, dù là có liên hệ máu huyết như trong câu chuyện sau đây đăng trong Phong-Hóa.

Lại tục cổ

Ở tỉnh Thanh có một cô con gái 18, 19 tuổi—cái tuổi khó khăn—ở với người cô ruột.

Không biết cô đem lòng yêu dấu gì một chàng niên thiếu bên láng giềng, mà người cô đem dao cạo trọc đầu cháu gái, rồi bắt ra quì bên vệ đường, đầu đội một sọt rác, để cho công chúng xem.

Bà cô bắt cháu chịu cái hình phạt ấy, chắc là hả dạ lắm: bà ta yên trí rằng đã báo thù được cho luân thường, phong hóa cũ, và đã rửa được sạch cái tiếng thơm của nhà mình. Còn cái tình yêu thương của người con gái, lòng trắc ẩn người cùng máu mủ có làm quái gì.

Cái mụ ấy, thật không đáng trách, chỉ nên trách cái nền giáo dục nào đã đào tạo ra được những người làm điều ác một cách hỉ hả, sung sướng như mụ ta. Nhất là nên trách những người khách qua đường một cách hững hờ qua đường nhìn người con gái chịu khổ như vậy cho là một sự chí lý. (*Phong-Hóa* số 128, 14 Décembre 1934)

Đầu năm 1935, *Phong-Hóa* và *Ngày Nay* của Tự Lực Văn Đoàn đã lên tiếng "Trưng cầu ý kiến" của độc giả khắp nơi. Xã hội lúc ấy đang có những thay đổi, nhưng đồng thời không đồng nhất về các xu hướng. Vẫn còn những con người hoài cổ, trái lại với những người hăng hái theo mới; ở giữa hai hạng này là những người do dự, không quyết đoán mình muốn theo cách sống nào hay là có thể muốn theo cả hai cách?

Trưng cầu ý kiến với độc giả chỉ là muốn chứng minh theo tinh thần khoa học cho thấy khuynh hướng xã hội lúc ấy, chứ chủ trương của nhóm Tự Lực Văn Đoàn là kêu gọi *theo mới* cả đời sống tinh thần và đời sống vật chất, ở cả thành thị và thôn quê.

Nhóm Tự Lực Văn Đoàn đã từng đề nghị dân quê *bỏ lễ nghi, bỏ đình đám, bỏ ngôi thứ, bỏ ăn uống, bỏ hội hè*. Thay vào đó, dùng đình làng là nơi rộng rãi cao ráo để làm nơi hội họp như diễn thuyết, đọc báo, tập thể thao, ... những sinh hoạt có ích cho mọi người trong làng. Thay vì dùng tiền vào hội hè ăn uống, tiệc tùng hát xướng thì dùng tiền ấy vào việc đào giếng trong làng. Giúp cho người dân quê không còn phải sống khổ sở nữa "là bổn phận của người cầm quyền, của người cầm bút, của nhà ngôn-luận, của những người biết thương nòi giống, biết thương loài người". (Nhị-Linh, *Phong-Hóa* số 144, 12 Avril 1935)

Hoàng Đạo dứt khoát nói lên tiếng nói của những người trẻ thế hệ của ông:

> Một nền văn hóa tàn. Tàn nhưng ta không tiếc, vì ta đón lấy một nền văn hóa mới, một tương lai mà ta mong rạng rỡ. (*Bùn Lầy Nước Đọng*)

*

Tất cả những nỗ lực trong việc giữ gìn những tính chất đặc thù của nền văn minh và văn hóa Việt-Nam cùng với việc học hỏi những tư tưởng, phương

"Trưng cầu ý kiến"
Phong-Hóa

"Ba cách xứ trí"
Phong-Hóa số 60, 18 Août 1933

pháp của văn minh và văn hóa phong tục Âu Tây nhắm đến mục đích: đào tạo một con người Việt-Nam mới, và đổi mới đất nước Việt-Nam, để giữ cho dân Việt tính cách nhân bản, được hưởng hạnh phúc và tự do cá nhân, và có thể sánh vai cùng với các dân tộc khác trên thế giới.

Anh em Thanh-niên!
Hãy cố gắng để SỐNG!
Và sống để còn MÃI MÃI...

(Vũ Đình Hòe, *Thanh-Nghị*, 29, 30, 31, Février 1943)

VII ĐI TÌM MỘT HƯỚNG ĐI MỚI

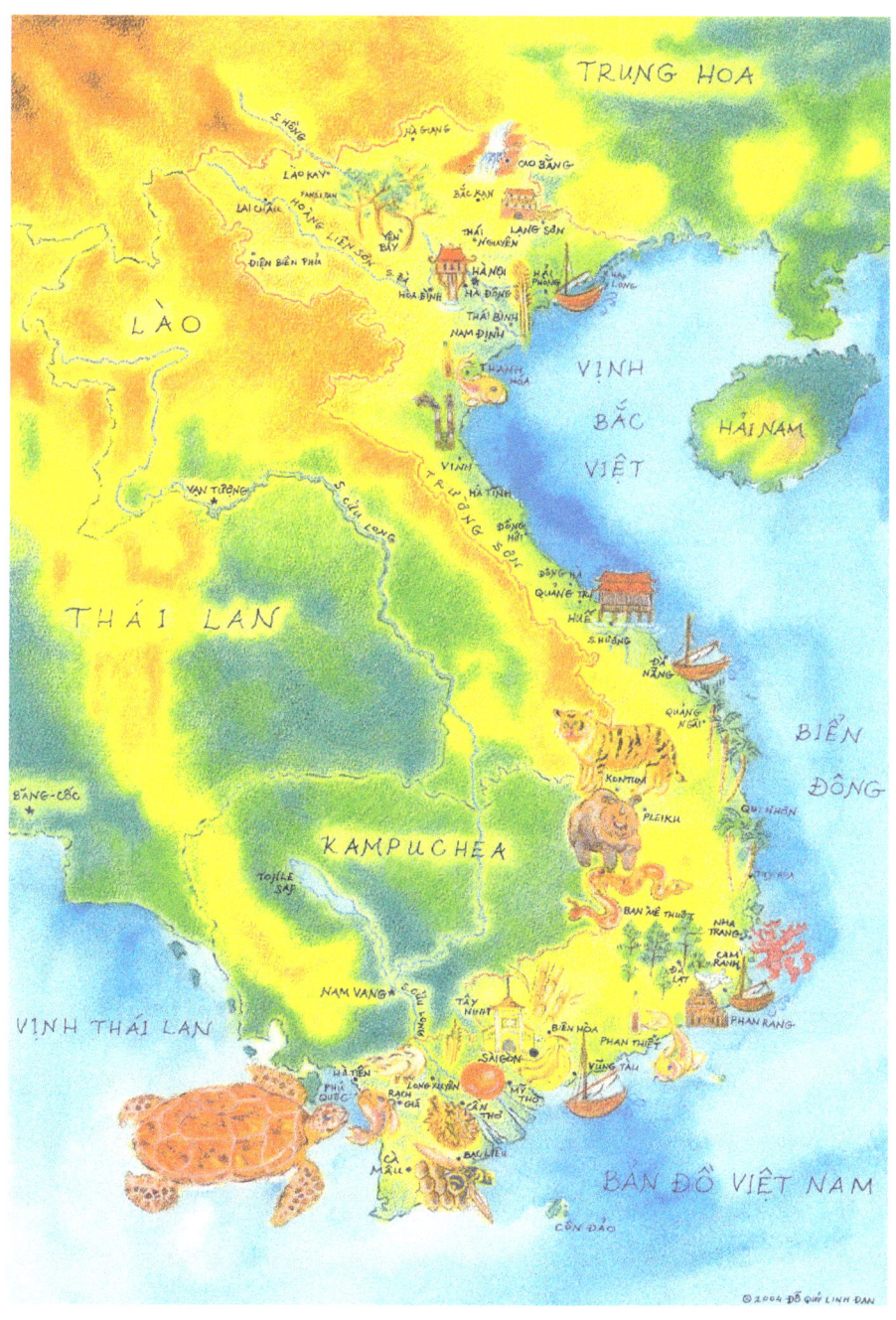

Bản đồ Việt-Nam, họa sĩ Đỗ Quý Linh Đan ©1999
Sưu tập riêng

VIII

Con người và nước Việt-Nam mới

Phan Bội Châu khi viết bài *Tân Việt-Nam* (1907) đã trình bày sáu điều mong lớn, *lục-đại-nguyện*, của ông với quốc-dân. Trong sáu điều ấy thì bốn điều thuộc về luân lý xã hội, còn hai điều thuộc về luân lý cá nhân.

Về phương diện luân lý xã hội, ông mong mỏi ở quốc-dân "tinh thần thương mến tin yêu nhau", "sự nghiệp thực hành yêu nước", "sự nghiệp thực hành công đức", "hy vọng về danh dự lợi ích".

Về phương diện luân lý cá nhân, ông đề nghị mỗi người dân đều nên có "ý chí tiến thủ mạo hiểm" và "tư tưởng tiến bước lên nền văn minh".

Ông cho rằng luân lý là "cách thức để gây dựng nước Việt-Nam mới".

Ông tin rằng nhờ thực hành *lục-đại-nguyện* mà người Việt-Nam sẽ đạt được mười điều sung sướng lớn, *thập-đại-khoái*, trong một nước Việt Nam duy-tân thành công. Đó là:

1. *Không có cường quốc nào bảo hộ*
2. *Không có bọn quan lại hại dân*
3. *Không có người dân nào mà không được thỏa nguyện*
4. *Không có người lính nào mà không được vinh hiển*
5. *Không có loại thuế nào mà không công bằng*
6. *Không có hình pháp nào mà không thỏa đáng*

> 7. *Không có sự giáo dục nào mà không hoàn thiện*
> 8. *Không có nguồn địa lợi nào mà không được khai thác*
> 9. *Không có ngành công nghệ nào mà không phát đạt*
> 10. *Không có ngành thương nghiệp nào mà không được mở mang.*

Phan Chu Trinh nhất quyết muốn cho dân Việt được hưởng một nước Việt-Nam với chính-thể dân-chủ. Ông bảo rằng: "Bây giờ bên Âu-châu, trừ nước nào dân còn ngu-dại, còn thì đều theo chính-thể dân-chủ." Không những ông so sánh cho dân chúng biết sự khác biệt giữa hai chế độ quân-chủ và dân-chủ, ông còn kể ra những chi tiết của chính-thể bên Pháp mà tự ông đã sang đến bên Pháp để xem tận mắt và học hỏi tận nơi.

Nghe ông thuyết giảng trong bài diễn thuyết về *Quân-trị chủ-nghĩa và Dân-trị chủ-nghĩa* thì thấy sự tha thiết mong mỏi của ông để thuyết phục dân chúng theo con đường *dân chủ*.

> So-sánh hai cái chủ-nghĩa quân-trị và dân-trị, thì ta thấy chủ-nghĩa dân-trị hay hơn cái chủ-nghĩa quân-trị nhiều lắm. Lấy theo ý riêng của một người hay là của một triều-đình mà trị một nước, thì cái nước ấy không khác nào một đàn dê, được no ấm vui-vẻ hay là phải đói rét khổ-sở chỉ tùy theo lòng của người chăn. Còn như theo cái chủ-nghĩa dân-trị, thì tự quốc-dân lập ra hiến-pháp, luật-lệ, đặt ra các cơ-quan để lo việc chung cả nước, lòng quốc-dân muốn thế nào thì làm thế ấy. Dù không có người ta giỏi làm cho hay lắm, cũng không đến nỗi phải đè đầu khốn-nạn làm tôi-mọi một nhà, một họ nào.
>
> Xét lịch-sử xưa, dân nào khôn-ngoan biết lo tự-cường tự-lập, mua lấy sự ích-lợi chung của mình, thì càng ngày càng bước tới con đường vui-vẻ. Còn dân nào ngu-dại, cứ ngồi yên mà nhờ trời, mà mong đợi trông cậy ở vua ở quan, giao-phó tất cả những quyền-lợi của mình vào trong tay một người, hay là một chính-phủ muốn làm sao thì làm, mà mình không hành-động, không bàn-luận, không kiểm xét, thì dân ấy phải khốn-khổ mọi đường.
>
> Anh em chị em đồng-bào ta đã hiểu thấu các lẽ, thì phải mau-mau góp sức lo toan việc nước, mới mong có ngày cất đầu lên nổi.

Sau ước mong thay đổi chính thể từ quân-chủ sang dân-chủ, Phan Chu Trinh chú trọng đến vấn đề "đạo-đức và luân-lý" mà ông cho là rất cần thiết cho bất cứ dân tộc nào, nhất là một dân tộc đang yếu kém muốn trở nên hùng mạnh.

Tôi chọn lấy vấn-đề này, là vì tôi tưởng rằng từ xưa đến nay bất cứ dân-tộc nào, bất luận quốc-gia nào, dầu vàng, dầu trắng, dầu yếu, dầu mạnh, đã đứng cạnh-tranh hơn thua với các dân-tộc trên thế-giới thì chẳng những thuần nhờ cái sức mạnh mà thôi, mà phải nhờ có đạo-đức làm gốc nữa; nhất là dân-tộc nào đã bị té nhào xuống, nay muốn đứng lên khỏi bị người đè lên trên thì lại cần phải có một cái nền đạo-đức vững-chặt hơn dân-tộc đang giàu-mạnh hơn mình.

Câu chuyện đạo-đức tôi sẽ giải ra sau này không cao-xa gì, mà cũng không như câu chuyện đạo-đức các ông thuộc về phái thủ-cựu thường đã nói. Đạo-đức đây chỉ rằng: "Phàm đã là một dân-tộc sinh-tồn trên hoàn-vũ, đã có một cái lịch-sử chính-đáng, thì phải gìn-giữ những sự vẻ-vang trong lịch-sử của dân-tộc mình.", nghĩa là gìn-giữ lấy những đức hay tính tốt mấy trăm nghìn năm ông cha để lại, khiến cho nước nào, dân-tộc nào đối với mình cũng đem lòng kính-trọng. Nói tóm lại, là một cái tính-chất của một dân-tộc đã trải lâu năm kết-tinh lại như hòn ngọc mài không mòn, như sắt nguội đánh không bể thì mới gọi là đạo đức được. (*Phan Chu Trinh*, Thế Nguyên, Tân Việt xuất bản, Sài-Gòn 1956)

Ông giải thích nghĩa hai chữ "luân-lý" và "đạo đức", nói về luân-lý và đạo đức Đông Tây, so sánh hai nền luân lý và đạo đức của Việt-Nam và Âu Tây, bàn đến quốc-gia luân-lý và xã-hội luân-lý. Ông phân tích cho biết luân-lý của Âu-châu có "tốt trọn" không, có nên theo không, và kết luận chúng ta cần phải "sửa đổi luân-lý, bồi đắp đạo-đức của ta."

Thưa các anh em đồng bào,

Tôi nói từ nãy đến giờ thật cũng đã nhiều rồi, vậy xin anh em cho tôi nói tắt lại rằng: ta đã biết nước ta mất cũng vì luân-lý, dân ta hèn cũng vì mất đạo-đức luân-lý, bị người khinh-bỉ dày-xéo cũng vì mất đạo-đức luân-lý thì ta phải cố sức sửa-đổi luân-lý, bồi đắp đạo-đức của ta.

Anh em ta hãy gắng mà làm đi.

(Cử tọa đều vỗ tay, Cụ Phan uống hết tách nước, đứng nói thêm mấy câu):

Thưa anh em,

Tôi cũng đã biết rằng muốn khôi-phục lại nền đạo-đức của một nước mà trăm việc đều đổ-nát như thế này, không phải là việc dễ. Nhưng nay ta bảo rằng khó, không khôi-phục lại nền đạo-đức cũ thì biết bao giờ mới mở mặt được với người. Tôi nói đạo-đức cũ không phải là con phải làm tôi-mọi cho cha, vợ phải làm tôi-mọi cho chồng, tôi phải làm tôi-mọi cho vua đâu, mà chính là cái đạo-đức trung-dung của Khổng Mạnh, đem dùng vào đời nào cùng nước nào cũng được, không cổ, không kim, không đông, không tây, như tôi đã nói đó vậy. Đạo ấy ở trong những câu: *Sĩ khả sát, bất khả nhục* (Giết người học-trò được, mà làm nhục thì không được), *Phú-quý bất năng dâm, bần-tiện bất năng di, uy-vũ bất năng khuất, thử chi vị đại trượng phu* (Giàu-sang không mê được lòng mình, nghèo-hèn không đổi được chí mình, sức mạnh không buộc mình cúi đầu, được thế mới gọi là đại trượng-phu) v.v...

Nếu ta giữ được một ít đạo-đức của ta, thâu-thái một ít đạo-đức của Âu-châu đem điều-hòa lại, rồi khuếch-trương luân-lý ta ra cho có quốc-gia luân-lý, nghĩa là khiến dân Việt-Nam ai ai cũng đều biết nghĩa-vụ đối với nước Việt-nam. Được như thế thì chẳng những nước Việt-Nam sau này được giàu mạnh, mà trong thế-giới này bất kỳ dân nào muốn đến ăn chung ở đậu trên miếng đất này cũng không dám đem lòng khinh-dể ta như ngày nay nữa. (Bài diễn-thuyết của Phan Chu Trinh diễn tại nhà hội Việt-Nam ở Sài-gòn, đêm 19-11-1925)

Giữa thập niên 1920, giới trí thức đương thời băn khoăn với những vấn đề mà dân tộc Việt đang gặp phải. Trần Văn-Tăng trình bày những suy nghĩ của mình qua bài "Quá-khứ và hiện-tại" (*Nam-Phong* số 106, Juin 1926) trong đó tác giả đưa ra hai vấn đề thiết yếu của hoàn cảnh nước mình: "1/ Làm cho nước Nam thật nên một nước chân-chính; 2/ Làm cho nước Nam chân-chính đó có một cái bản-lĩnh chánh-đáng về tinh-thần về thực-tế để cầu vĩnh-viễn sinh-tồn."

Theo Phạm Quỳnh, vấn đề thứ nhất thuộc phương diện chính trị, nói rõ ra là làm sao cho nước Việt trở thành một quốc-gia đúng với nghĩa quốc-gia, độc lập và có chủ quyền. Vấn đề thứ hai là một vấn đề thuộc về phương diện văn hóa, làm sao cho quốc-gia Việt-Nam có thể đứng vững và thoát ra khỏi sự xung đột của hai nền văn minh Đông Tây.

Đối với mục đích chính trị, có hai cách để vận động: bạo động và ôn hòa. Muốn thực hiện bạo động, cần phải có sức mạnh. Muốn thực hiện một cách ôn hòa, dùng pháp luật và dư luận để đòi hỏi chính quyền phải nhượng bộ. Đối với vấn đề văn hóa, người Việt cần phải biết trân trọng nền văn hóa cổ phương Đông đồng thời chọn lựa cẩn thận tinh hoa của Tây-phương trước khi thu nhập.

Người đương thời mong đợi nghe thấy những chuyện vận động có tính cách chính trị, đòi hỏi "tự-do, bình-đẳng, giải-phóng, độc-lập". Phạm Quỳnh, trái lại, chú trọng vào sự vận động về văn hóa vì cho rằng chủ-nghĩa quốc-gia không thể nào thiếu phần văn-hóa quốc-gia làm căn bản. Vì thế, Phạm Quỳnh tích cực truyền bá chủ-nghĩa quốc-gia về phương diện văn hóa nhiều hơn.

Người ta thường chỉ hiểu cái chủ-nghĩa quốc-gia về đường chính-trị mà thôi, cho nên cho chủ-nghĩa này là chỉ thuần vận-động về chính-trị cả, không biết rằng chính-trị là cái phần biểu-lộ ở ngoài mà văn-hóa mới thật là căn-cốt ở trong. Nếu vận-động chính-trị mà không có văn-hóa làm căn-bản thời chỉ có hình-thức, không có tinh-thần, không sao có ảnh-hưởng sâu-xa được.

Như thế là phụng-sự cái chủ-nghĩa gì, chứ không phải chủ-nghĩa quốc-gia nữa. Chủ-nghĩa quốc-gia mà không có một cái nền cái gốc gì của nước nhà, của nòi giống, chủ-nghĩa quốc-gia mà không những phương-châm kế-hoạch, đến cả căn-bản tinh-thần cũng là mượn của người ngoài hết, thì là phản-bội quốc-gia, chứ không phải là phụng-sự quốc-gia, tiêu-diệt quốc-gia chứ không phải là duy-trì quốc-gia nữa. ("Đọc sách có cảm", *Nam-Phong* Avril 1930)

Chủ bút *Nam-Phong Tạp-chí* vẽ ra trong ý tưởng của ông nước Việt-Nam trong năm mươi năm nữa "sẽ là hình-ảnh một cường-quốc Á-châu đã hoàn-toàn khôi-phục được chính-quyền cùng quốc-thổ vậy." Nhờ chế-độ "ủy-nhiệm[1]" của Hội Vạn-quốc, nước Pháp sẽ mở rộng quyền chính trị và Việt-Nam "về đường chính-trị sẽ được gần như độc-lập".

Mặc dù trong hoàn cảnh đương thời: tình trạng của nước lân bang Trung-Hoa chưa biết sẽ đi theo hướng nào, phong trào cộng-sản đang lan rộng, Âu-châu có thể có chiến tranh lần nữa, phong trào quốc-gia đang lên cần có sự hướng dẫn, Phạm Quỳnh cho thấy viễn ảnh của một nước Việt-Nam, được hợp tác với Pháp về đường kinh tế, sẽ đem lại một đời sống hạnh phúc cho người dân: cơ sở hạ tầng phát triển, ngừa được dịch bệnh, thiên tai, kinh tế thịnh vượng, nhờ đó nạn nghèo đói sẽ không còn.

---

1 Chế-độ ủy-nhiệm (*système du mandat*), là tự Tổng-thống Mĩ Uy-nhĩ-đôn (Wilson) xướng ra sau cuộc Âu-chiến, hồi lập ra Hội Vạn-quốc. Theo cái chế-độ này thì các cường-quốc không được chiếm-lĩnh đất nước ngoài làm thuộc-địa của mình, chỉ những xứ nào người dân còn kém chưa thể tự-trị được, thì Hội Vạn-quốc "ủy-nhiệm" cho một cường-quốc trông nom cai-trị hộ, mà Hội Vạn-quốc vẫn "giám-đốc", khi nào có tư-cách tự-trị được, thì cho tự-lập. (Chú thích của Phạm Quỳnh trên báo *Nam-Phong*)

Nào là đường-xá, nào là cử-cống, nào là kiều-lương thiết-lộ, chạy dọc chạy ngang khắp trong nước, khiến cho những nơi rất cùng tịch cũng có vẻ phong-hậu giàu-có. Các nơi nhà quê đông-đúc ở Bắc-kỳ cùng phía bắc Trung-kỳ, sẽ khỏi cái nạn nghèo-khổ cùng những cái hại nó đi liền, những đói kém, bệnh-tật, dịch-tệ. Lại những thiên-tai như ngập-lụt, như hạn-hán, cũng nhờ những công-trình lớn làm theo phép tối-tân của khoa-học đời nay, mà ngăn-ngừa được hết. Ở Nam-kỳ, thì số sản thóc gạo sẽ tăng lên gấp hai gấp ba bây giờ. Trung-kỳ thì những đất cao-nguyên phì-nhiêu sẽ mở ra để chăn nuôi các súc-vật cùng trồng-trọt các giống cây có lợi. Bắc-kỳ thì không chỉ chuyên về một nghề làm ruộng nữa, vì một nước chỉ có một nghề không khỏi nguy-hiểm, bấy giờ sẽ hết sức khai mỏ, vì các khoáng-sản trong nước phong-phú vô-cùng; nhà máy sẽ mở ra khắp mọi nơi để chế-hóa các sản-vật đem ra xuất-cảng; các công-nghệ mới lập ra cũng nhiều, dùng nhân-công càng ngày càng đông, mà nhân-công bấy giờ thì vừa khéo-léo, vừa khôn-ngoan, có luật-lệ đặt ra chu-đáo để bênh-vực giữ-gìn cho khỏi những sự tệ-lạm."

Phạm Quỳnh tiên đoán: sự tiến bộ vật chất sẽ đi kèm với sự tiến bộ về tinh thần là một điều không kém phần quan trọng. Ông nói:

Năm mươi năm về trước chẳng qua là một cái thời-kỳ người Việt-Nam mới tiếp-xúc với văn-minh Tây-phương, mới học-tập những tư-tưởng cùng học-thuyết của Tây-phương, còn là bác-tạp khó-khăn mà cũng chưa thấu hiểu được hết. Năm mươi năm sau này mới thật là cái thời-kỳ nhập-diệu, không những về phương-diện người Nam, cả về phương-diện người Tây nữa, bấy giờ thời những lý-tưởng của Tây-phương và Đông-phương sẽ tham-bác mà điều-hòa với nhau vậy.

Ông bảo là nhờ công của thế hệ đương thời, tiếp xúc với thế giới bên ngoài, nhất là văn minh Pháp, biết thay đổi mà đem lại cho dân tộc không phải chỉ duy-tân về chính trị, giáo-dục và phong-tục không thôi mà một nền "văn-minh duy-tân". Nền "văn-minh duy-tân" đó như thế nào?: nó "sẽ dung-hòa được cả cái tinh-hoa của Âu Á". Ông hy vọng nền "văn-minh duy-tân" sẽ giữ được hết thảy những truyền thống văn hóa hay đẹp của Việt-Nam và đồng thời "thâu-thái những cái hay cái tốt của văn-minh đời nay."

Tôi không thể sao tưởng-tượng rằng có ngày bao nhiêu cái nguồn sâu sinh-hoạt của dân-tộc này sẽ tiêu-tán đi hết cả, tưởng-tượng rằng cái đạo Khổng khôn-ngoan kia, cái đạo Lão siêu-việt kia, cái đạo Phật từ-bi bác-ái kia, cái thi-vị thâm-trầm nó chan-chứa trong những bài dã-ca, khúc cổ-điệu của nước nhà kia, khác nào như cái hồn thơ phảng-phất của một giống vừa biết trọng thực-tế mà cũng vừa biết ham mơ-màng, đời đời cày sâu cuốc bẫm, nhọc-nhằn trên thừa ruộng của ông cha, nhưng nghe con chim oanh học nói, thoảng chút gió đông thổi qua, cũng biết rùng mình mà cảm-động; tôi không thể tưởng-tượng những cái đó có ngày biến mất hẳn đi được. ("Nước Nam năm-mươi năm nữa thế nào?", *Nam-Phong* Septembre 1930)

Những người trí thức có khuynh hướng ôn hòa như Phạm Quỳnh mong muốn có một nền văn hóa mới cho phù hợp với nền kinh tế và hoàn cảnh xã hội mới, nhưng vẫn giữ lại di sản văn hóa cũ.

May mắn thay, nhờ sự vận động của nhiều người trong giới thức giả mà chương trình học cổ-điển viễn-đông (enseignement classique extrême-oriental) đã được toàn-quyền Đông-Dương ban hành qua nghị-định ngày 5 Mai 1942. Chương trình này có mục đích khác hẳn với ban cổ-điển khi trước dạy ở cao-đẳng tiểu-học. Học trò không chỉ học bốn, năm nghìn chữ "chết" mà là "hiểu thấu nghĩa lý trong các kinh truyện tư tưởng và nghệ thuật của những đại văn hào Hán Việt để lĩnh hội những điều cương yếu của nền văn hóa cổ điển Á-đông". ("Việc lập một nền học cổ-điển Á-Đông ở Đông-Dương", Vũ Đình Hòe, *Thanh-Nghị* số 22, Ngày 1 Octobre 1942)

Chương trình học gồm nhiều phần:

— học chữ Hán, văn phạm chữ Hán, và tập viết bằng bút lông;

— học Nam-sử: *Việt-sử tân-ước*, từ Hồng-bàng đến Gia-long, của Hoàng Đạo Thành; *Trung-học việt-sử*, từ Hồng-bàng đến cuộc thành lập bảo hộ của Pháp, của Ngô Giáp Đậu.

— học sử Trung-hoa, từ khởi thủy đến nhà Mãn-thanh.

— Kinh-truyện: *Công-dư tiệp-ký* của Vũ Phương Đề; *Tang thương ngẫu lục tập truyền kỳ* của Phạm Đình Hổ; *Kinh Thi, Luận-ngữ, Mạnh-tử* (ở các lớp 5, 4, 3); *Kiến văn tiểu lục*, tiểu luận về những vấn đề lịch sử và văn minh Việt-nam của Lê Quý Đôn; *Vũ trung tùy bút* của Phạm Đình Hổ; *Ức-trai thi-tập* của Nguyễn Trãi; *Đường-thi* (lớp nhì).

Ở lớp nhất, học Đại-học, Kinh Thi, Kinh Thư, Cổ-văn, Hoàng-Việt văn-tuyển.

— sách đọc thêm, bắt đầu từ lớp 3: *Tam-quốc-chí*; *Thoại thực kỳ văn* của Trương Quốc Dụng, có những truyện lạ về lịch sử Việt-nam; *Hoàng-*

Việt Xuân-Thu (lịch sử tiểu thuyết về nhà Lê khởi nghiệp); *Tây-du-ký* (tiểu thuyết Tàu); *Lĩnh-nam trích-quái* (chuyện dã sử Việt-nam).

Vũ Đình Hoè tin tưởng rằng khi ban cao-học cổ-điển Á-đông được thành lập tiếp nối vào chương trình trung-học đối mới, điều này "sẽ là một then chốt quan trọng của một nền xây dựng xã hội trong tư tưởng quốc gia.

Khi đó nó sẽ làm đầy đủ cái chức vụ gây cho thanh-niên một căn bản tinh thần vững vàng, nó sẽ huấn luyện thanh-niên theo cùng một điệu nhịp nhàng với cuộc sống muôn năm của một dân tộc Á-Đông, một cuộc sống đời đời tiến-hóa nhưng vẫn giữ nguyên cái bản sắc, cái tính chất riêng của nó.

Vào năm 1924, Phạm Quỳnh đã đề cập đến sự quan trọng của môn cổ-điển-học, "là khoa-học chuyên-trị về cổ-văn".

Ngày nay đã rõ rằng phàm sự giáo-dục muốn giúp cho người ta được phát-siển hoàn-toàn các năng-lực về trí-tuệ tinh-thần cho hòa-hợp với cái hoàn-cảnh mình hành-động cùng những cổ-điển đã gây dựng ra mình, thời theo thuần một mặt tân-học và khoa-học không đủ, tất phải bổ thêm ít nhiều môn học khác, dẫu không có ích-lợi trông ngay thấy, nhưng mục-đích là khiến cho người ta hiểu cái lẽ tiếp-tục về lịch-sử và chỉ cho biết nguồn-gốc của tư-tưởng thần-trí mình. Ấy chính cổ-điển-học là thế, tiếng tây gọi là *humanités*, vì nó giúp để tạo-thành ra người ta, không những gây lấy cái tư-cách tầm-thường để ứng-dụng ngay bây giờ, mà cốt gây lấy cái tư-cách chân-chính cho hợp với những nhân-duyên phức-tạp của lịch-sử. ("Học cổ-điển có ích-lợi như thế nào?", *Nam-Phong* Octobre 1924)

Xét qua văn học cổ điển của Việt-Nam, văn học đời Lý và đầu đời Trần tiêu biểu cho tư tưởng huyền ảo của vạn vật và lý tưởng vị tha của Đức Phật. Qua những lần chiến tranh với nhà Nguyên và nhà Minh, các nhà lãnh đạo chính trị đã nhờ Nho-học để củng cố tinh thần đoàn kết và lập lại trật tự xã hội, tiêu biểu qua bài *Hịch tướng sĩ* của Trần Hưng-Đạo, *Bình Ngô đại-cáo*, *Gia-huấn-ca* của Nguyễn Trãi. Các triều Lê, Nguyễn tiếp tục truyền thống Nho-học mà ảnh hưởng còn thấy trong các truyện *Lục Vân Tiên* của Nguyễn Đình Chiểu, *Nhị-thập-tứ-hiếu* của Lý Văn Phức, v.v... và trong thơ văn của nhiều nho sĩ thời ấy, điển hình là Nguyễn Công Trứ: *Chí làm trai*.

Nho-học thiên về duy lý, chú trọng việc duy trì kỷ cương, cho nên đạo Lão đã cân bằng tâm hồn con người nhờ cái thú biết hưởng cảnh thiên nhiên, biết hưởng nhàn, biết *tri túc*, giúp con người tạm thời thoát ly những sự bó buộc của đời sống xã hội: cảnh nhàn của Nguyễn Bỉnh Khiêm; *tri túc* của Nguyễn Công Trứ.

Tinh túy của ba triết thuyết Khổng Phật Lão đã diễn ra qua thơ văn, góp phần tạo nên nhân cách của con người Việt-Nam, biết theo Khổng mà tu thân sửa mình, theo Phật mà khoan dung đại lượng, theo Lão mà vui hưởng cảnh nhàn. Cả ba nhân sinh quan Khổng Phật Lão (*tam giáo*) cùng hiện diện trong đời sống và tâm hồn người Việt mà không mâu thuẫn, không xung đột, giúp đào tạo một mẫu người ôn hòa, trung dung, không cuồng tín, không cực đoan, biết thích nghi với hoàn cảnh.

Vì thế mà Phạm Quỳnh đã đưa ra ý kiến rằng "văn-học cổ có giá-trị về đường giáo-dục, có cái đức hay đào-luyện cho tâm-trí người ta, khác nào như một cách 'thể-thao' cao-thượng về tinh-thần vậy." ("Vấn-đề cổ-học Hán-Việt", *Nam-Phong* Août 1928)

Phạm Quỳnh đã ngạc nhiên khi thấy "trong phái thanh-niên học-thức của nước ta có một số người đối với cái cổ-học Hán-Việt có ý coi thường khinh rẻ quá." Ông cho rằng không tìm hiểu văn hóa phương Đông là một thiếu sót trong sự học vấn.

Ngày nay chúng ta cần phải theo về đường khoa-học để cho thích-hợp với cách sinh-hoạt đời nay, chỉ có thế thời hiện bây giờ với về sau này mới có cơ tiến-bộ được, điều đó đã cố-nhiên rồi, nhưng tuy vậy mà ta cũng phải cần có một cái học cổ-điển nữa để cho biết rõ nguồn gốc của lịch-sử và văn-minh ta. Như đối với người Pháp không ai nghĩ đến một người có học-thức mà tuyệt-nhiên không biết gì đến cổ-điển Hi-lạp La-mã, đến cõi-rễ tiếng Pháp và nước Pháp, đến lối kiến-trúc Gô-tích và lối văn-chương Lô-man; đối với người Nam cũng vậy, không ai nghĩ đến một người có học-thức mà tuyệt-nhiên không biết gì đến luân-lý-học của Khổng-tử, thuần-lý-học của Lão-tử, đến cái phong-trào thơ-văn của đời Đường, đến cái văn-chương nôm phổ-thông của nước ta nẩy-nở tốt đẹp thế nào mà sinh-sản được một áng văn tuyệt-tác như truyện Kiều, đến cái công khảo-cứu tinh-vi và phê-bình xác-đáng thế nào mà biên-tập thành một bộ sách bách-khoa xếp đặt rất khéo như bộ Lịch-triều hiến-chương loại-chí. Một người An-Nam mà không am-hiểu những điều đó, thời dẫu có tài giải được cái tính đố rất khó về tam-giác-kỷ-hà-học hay về động-học, hay là có tài nghị-luận một cách thông-thái về triết-học Descartes và sách "Phương-pháp-luận" hay về lý-thuyết của Bergson và của Einstein, theo ý tôi sự học vẫn còn là thiếu-thốn, vì cả một cái khu-vực trong cõi tri-thức loài người mang-nhiên không biết đến, mà cái khu-vực ấy lại là trực-tiếp quan-hệ với thần-trí mình, với nền gốc của nhân-cách và chủng-tộc mình. ("Học cổ-điển có ích-lợi như thế nào?")

Những nhân tài của đất nước trong quá khứ đã là kết quả của nền cựu-học – nho-học – tam-giáo, đã làm nên nền văn hiến vẻ vang cho nước Việt. Chính nhờ vào kinh lịch của tổ tiên mà chúng ta mới tiến bước được vào tương lai.

Muốn tìm hiểu những danh nhân đã làm vẻ vang lịch sử nước nhà bằng những sự nghiệp gì, muốn biết tổ tiên đã vun vén tài bồi cho đất nước dân tộc trong mấy nghìn năm qua như thế nào để tạo dựng nên một nước Việt-Nam văn hiến như ngày nay, phải xem xét tư tưởng và sinh hoạt của tiền nhân trong các sách vở đời xưa.

Một nền giáo dục chú trọng đến *sự học cổ-điển*—sự học chuyên xem xét các sách vở đời xưa—sẽ giúp chúng ta tìm thấy được văn hiến của nước Việt cổ và biểu dương những danh nhân đã đóng góp cho nền văn hiến ấy.

Để biện hộ cho sự ích lợi của môn *học cổ-điển*, Phạm Quỳnh đã mượn lời của tổng-thống Hoa-kỳ Coolidge, "một bậc đại-biểu cao nhất của một nước trai trẻ thịnh-vượng nhất trong thế-giới, có tiếng nhất vì tính vụ-thực, vì tài doanh-nghiệp, vì cái khí-khái thực-hành, không ưa mơ-màng những chuyện cũ" diễn thuyết cho các sinh viên của Đại-học Pennsylvania như sau:

> Vẫn biết rằng hai cái sức mạnh nhất đời nay là khoa-học và thương-mại. Không có hai cái sức mạnh đó thời từng cõi đất lớn sẽ tức-thì bị bệnh-tật và đói-khát đến chết hại mất cả. Nhờ có hai sức mạnh đó, mọi nơi mới được sung-sướng thịnh-vượng, mỗi ngày một hơn, xưa nay chưa từng được thế bao giờ.
>
> Những sự tiện-lợi đó, ta không thể không công-nhận được, vì đã thành sự yếu-cần cho ta. Ta phải thừa-nhận và phải ca-tụng, duy phải biết rằng nó thuộc về đối-đích, chứ không phải tuyệt-đích...
>
> Phải có một thế-kỷ riêng cho khoa-học và thương-mại: thế-kỷ ấy là thế-kỷ ta đây. Không có lẽ gì khiến cho ta ước-ao cách khác, và sự khôn-ngoan không phải là nên phá-hoại những cái nguyên-chất ấy đi, mà là nên biết khéo lợi-dụng, biết khéo sai-khiến nó. Ta không nên làm nô-lệ nó mà để cho nó làm thầy ta; ta không nên để cho sức vật-chất đoạt được sức tinh-thần, và cái tôn-chỉ ở đời không phải ở sự mưu-lợi mà là ở sự hiếu-nghĩa.

Không có vấn-đề gì không khảo-cổ mà giải-quyết được. Văn-minh đời nay là nguồn gốc tự cổ-nhân... Ta không nên quên nơi khởi-điểm. Cái nhà dù tốt đẹp thế nào mặc lòng, chắc hay không chắc cũng như ở cái nền cả... Một xã-hội không thể đoạn-tuyệt với đời trước được, vì xã-hội là tích-lũy những sự kinh-lịch từ xưa đến nay mà thành ra... Khoa sinh-vật-học dạy rằng người ta đã phải qua nhiều bậc, nhiều độ mới dần-dần từ đời ăn lông ở lỗ tiến lên được trình-độ văn-minh rất cao. Nghiệm như thế thời ta quyết-nhiên không thể không nghiên-cứu cái cổ-điển của Hi-lạp, lấy làm gốc sự giáo-dục của ta, vì nhờ có cái cổ-điển đó ta mới được tới cái tình-trạng phát-đạt như bây giờ.

Nói thế có phải là nói rằng người nào cũng phải là một tay bác-cổ không? Chắc là không. Như muốn đi bể có cần phải ai ai cũng là một tay hàng-hải chuyên-môn không? Lại như người thợ xây một cái lâu-đài lớn có phải là một tay kiến-trúc kỹ-sư không? Chắc rằng không. Vậy mà nếu vượt bể được tới nơi trót-lọt, làm nhà được đẹp-đẽ phong-quang, là nhờ những phương-pháp gốc ở những kỷ-cương và lý-tưởng nhất-định.

Những kỷ-cương và lý-tưởng nó thống-thuộc ta đó, không những bảo-tồn cho văn-hóa của ta, mà lại phát-đạt cho khoa-học của ta nữa, là do nền học cổ-điển mà ra. Bởi thế nên khoa-học và kỹ-nghệ có căn-cứ ở cổ-điển thời mới mở-mang được hết sức.

Cái học của Hi-lạp và La-mã là thuộc về quá-khứ; nay không thể làm cho phục-sinh lại được; muốn mô-phỏng cũng vô-ích, nhưng cần phải nghiên-cứu cho sự học của ta được chắc-chắn. Ta không muốn làm người Hi-lạp; ta cũng không mong làm người La-mã; trước hết, cốt nhất là ta muốn làm người Mĩ đã, mà muốn được như thế thời ta phải theo đòi cái cổ-điển đã gây-dựng cho ta được như bây giờ. Ta nuôi mình bằng cái tư-tưởng những người đã dựng đặt ra cơ-sở các chế-độ của ta. Cái học đã tác-thành ra các người ấy, là cái học phải tác-thành cho chúng ta. Ta không nên vì chăm sự sung-sướng về đường vật-chất mà quên rằng sự sung-sướng về đường tinh-thần lại cần phải chăm-chút lắm nữa. Dạy khoa-học chưa đủ, sự hệ-trọng là phải biết cách lợi-dụng khoa-học của mình thế nào.

Phạm Quỳnh cho rằng nếu chúng ta đổi một vài chữ trong bài diễn thuyết thì sẽ thấy rằng bài ấy thích hợp cho cả hoàn cảnh nước Việt nữa. Ông cho rằng sự tiến hóa của dân tộc, muốn thành công và phù hợp với dân tộc cần phải đặt căn bản ở truyền thống văn hiến.

Nước Nam cần phải tiến-hóa, và cần phải tiến-hóa theo Âu-châu, đó là một lẽ tất-yếu, không những thế, lại là một vấn-đề sinh-tử nữa. Nhưng tiến-hóa không phải là đi tự chỗ không mà bước lên được. Ở chỗ gốc phải có cái gì đã. Cái gì đó là gồm cả cuộc ký-vãng của một dân-tộc, hiện-tại cùng tương-lai của dân-tộc ấy thế nào cũng là tùy-thuộc ở đó.

Cái ký-vãng đó hiện nó vẫn còn, mà không bao giờ mất đi hẳn được, không nên lấy cớ rằng mỗi ngày nó mòn-mỏi đi mà dầy-vò, mà ruồng-rẫy, mà phá-hoại tiêu-diệt đi hẳn được. Vì tương-lai bao giờ cũng phải tùy-thuộc ở ký-vãng. Người ta không xây-dựng cái gì ở giữa khoảng không được. Người nào nói như thế này, là người ấy nghĩ hẹp không tới nơi: "Cái nước nam cổ kia không ra gì cả; nào cổ-lai đã sản-xuất được cái gì là có giá-trị? Thôi, ta phá quách đi, ta quên hẳn đi; ta nên theo lời nhà văn phương Tây kia nói rằng đối với các thần-thánh không tin-sùng nữa, nên lấy tấm nhiễu-điều mà phủ cho kín, mà đối với cái nước cổ Nam-Việt ta cũng nên làm như thế, nhưng đừng nói đừng nhắc đến làm cái gì nữa; cứ quên hẳn đi, yên trí như là không bao giờ có cả, mà ra tay xây dựng lấy một cái lâu-đài mới, tráng-lệ nguy-nga hơn nhiều, lại thích-hợp với sự cần-dùng, sự ước-nguyện của ta hơn." ("Bảo-thủ với tiến-hóa", *Nam-Phong* Novembre 1930)

Việc tiếp nhận cả hai nền văn hóa Đông Tây đã là ước mong của các sĩ-phu duy-tân, và được kế tiếp bởi nỗ lực của một số nhà trí thức tân-học.

*

Sự học ngày xưa, thời lịch-triều, dùng chữ Hán làm chuyển ngữ, không học những môn học có tính cách thực dụng cho mọi người dân trong nước nên không thể xem là một nền giáo dục phổ thông. Thời thuộc Pháp, với một chương trình học mà tiếng Pháp là chuyển ngữ, tiếng Việt chỉ là môn phụ, học văn hóa Pháp mà không học văn hóa Việt, nên giáo dục thời này cũng không thể xem là giáo dục phổ thông cho người Việt được. Năm 1930, khi tình hình chính trị có hy vọng thay đổi, Phạm Quỳnh đã đề nghị một nền giáo dục phổ thông phù hợp với hoàn cảnh tương lai của người dân Việt như sau:

Nay phép giáo-dục phổ-thông đó phải lấy gì làm mục-đích? Phải lấy đạo-đức, lấy quốc-gia làm mục-đích. Phải dạy-dỗ người Việt-Nam thế nào cho thành kẻ công-dân có tư-cách, biết quyền-lợi, biết nghĩa-vụ của mình, biết kính-trọng pháp-luật và giữ-gìn trật-tự, biết yêu-mến quê-hương tổ-quốc mình hơn hết thảy, và dốc lòng gắng sức giúp cho nước được cường-thịnh. Phép giáo-dục này phải lấy lòng ái-quốc ái-chủng làm căn-bản, phải căn-cứ ở những kỷ-cương phép-tắc cũ, đời ấy sang đời khác đã làm cho gia-đình xã-hội nước Nam được vững-vàng bền-chặt. Lại trong những tư-tưởng mới của Thái-Tây, phải lựa chọn mà truyền-bá ra những cái tư-tưởng nào có thể giúp cho cá-nhân được phát-đạt, gây cho có cái tư-cách biết tự-trọng, biết ham-mê việc công-ích, có cái chí biết mưu-cầu cho xã-hội được hưởng sự công-bằng, sự bình-đẳng hơn, nói tóm lại là những cái tư-tưởng có thể hỗ-trợ cho các đức-tính cố-hữu của dân-tộc ta.

Còn như chính sự học thì chỉ cốt dạy cho đại-đa-số quốc-dân biết những điều thường-thức cần-dùng cho sự sinh-hoạt ở đời. Không nên làm cho kẻ thiếu-niên cách-biệt với hoàn-cảnh mình, mà phải dạy cho biết yêu mến cái nơi mình sinh-trưởng. Như thế thì không nên câu-nệ chương-trình quá, mà dạy những điều sau này không cần đến; chỉ nên dạy những điều trực-tiếp ích-lợi ngay cho cái cảnh-ngộ hay cái thân-phận hiện-tại bây giờ, và cốt nhất là dạy cho có tư-cách làm người lương-thiện, làm dân sáng-suốt, có thể giúp cho nhà cho nước sau này.

Phép giáo-dục sơ-lược đó, cốt là trọng về luân-lý, về quốc-gia. Dần dần phải đặt lệ cưỡng-bách, khiến cho có ngày hết thảy người Việt-Nam đều biết đọc biết viết bằng tiếng nước mình cả. Hễ thiên-hạ đã hiểu rõ cái mục-đích sự phổ-thông giáo-dục là thế nào rồi, đã biết rằng sự học ban-bố khắp trong dân-chúng là để dạy cho khắp mọi người đều có một cái gốc chung, hết thảy bình-đẳng cả, chứ không phải là ai biết chữ cũng có cái quyền làm được công nọ việc kia đâu, hễ thiên-hạ đã hiểu biết như thế, thì thi-hành cái luật cưỡng-bách cũng không ngại gì, và nhân cái tính hiếu-học tự-nhiên của người Việt-Nam, dù học không để làm gì nữa, cũng sẽ vui lòng theo vậy. ("Vấn-đề lập-hiến cho nước Nam", Phạm Quỳnh, *Nam-Phong* Juin 1930)

Sau những biến động do Việt-Nam Quốc-dân-đảng gây ra năm 1930 và biến cố Nghệ-Tĩnh xảy ra vào thời gian 1930–1931, chính phủ thuộc địa Pháp cảm thấy cần phải quan tâm hơn đến xã hội Việt-Nam. Họ thấy họ phải chú trọng đến việc giáo dục thanh niên vì thanh niên là giới tham dự nhiều nhất vào hai đảng kể trên và là nguyên nhân gây ra sự rối loạn trong xã hội. Toàn-quyền Pasquier đã phải lên tiếng:

> Le problème social des pays annamites le plus grave et aussi le plus passionnant est celui de l'éducation de la jeunesse. ("Le Discours de M. Pasquier au Conseil de Gouvernement", *Nam-Phong* Avril 1931)

Việc giáo dục thanh niên trong giai đoạn này được giao cho tổng-trưởng Học-chính Thalamas, với chủ trương chấn chỉnh giáo dục về hai phương diện: luân lý cá nhân và tư cách công dân. Phạm Quỳnh đề nghị phải nên xét lại mục đích của nền giáo dục đương thời mà ông cho là có thể thiếu một yếu tố quan trọng: đào tạo những con người có ý thức và có khả năng, thích hợp với hoàn cảnh và sắc tộc, hòa hợp với dân chúng chứ không phải là tách rời khỏi dân chúng. Quan trọng hơn nữa, nền giáo dục này phải đưa ra được một lý tưởng để phụng sự. Ông nhận thấy thanh niên Việt-Nam đương thời thiếu một lý tưởng để phụng sự, một lý tưởng khá chính xác và khá mạnh để có thể đối phó được với mọi ý thức hệ ngoại lai. Lý tưởng mà Phạm Quỳnh đề nghị là lý tưởng quốc gia và lòng ái quốc.

> Quel sera cet idéal? — Il est incontestable que nous assistons dans ce pays à l'éclosion d'un sentiment national qui s'intensifie, se propage chaque jour. L'idéal qui serait le plus près de notre coeur doit être un idéal national et patriotique. (*Nam-Phong* Avril 1931)

Phạm Quỳnh dự định theo đuổi chủ-nghĩa quốc-gia bằng giáo dục, dạy cho trẻ em *lịch sử nước nhà và quốc-ngữ*. Ông chú trọng dạy *quốc-ngữ* vì đối với ông quốc-ngữ là sự biểu hiện của quốc hồn quốc túy và quốc hồn quốc túy được lưu lại hậu thế cũng là nhờ quốc-ngữ. Lý do tại sao phải dạy cho thanh thiếu niên biết *lịch sử nước nhà* vì Phạm Quỳnh quan niệm rằng: "Phàm người trong một nước, phải giữ lấy đầy-đủ cái tinh-thần của ông cha, phải biết tiêm-nhiễm lấy tư-tưởng, cảm-tình, chí-nguyện của ông cha, phải biết ông cha đã mưu-toan những gì, cảm-giác những gì, chịu khổ những gì. Có thể thì mỗi người mới biết được những cái mối phiền-phức thân-mật nó nối mình với mọi người khác trong thời-kỳ hiện-tại này, và nối cả thời-kỳ hiện-tại với thời-kỳ quá-khứ nữa."

Muốn phát triển chủ-nghĩa quốc-gia, Phạm Quỳnh cho rằng phải làm sao nuôi được "tinh-lực quốc-gia" cho khỏi bị tiêu tán lãng phí. Theo ý ông, nếu quốc gia "là gồm từng người dân mà thành ra, thời muốn nuôi lấy tinh-lực quốc-gia, trước phải gây lấy tư-cách từng người vậy." ("Thơ cho người bạn", *Nam-Phong* Juillet 1928)

Vì nhiều cá nhân hợp lại thành đoàn thể, cho nên đoàn thể mạnh hay yếu là nhờ ở cá nhân giỏi hay dở. Sự thịnh suy của một quốc gia tùy thuộc vào trình độ giáo dục của người dân cao hay thấp. Vì thế, Phạm Quỳnh cho rằng "vấn-đề quốc-gia đối với chúng ta ngày nay chính là một vấn-đề giáo-dục, mà là một vấn-đề giáo-dục cá-nhân trước đã."

Phạm Quỳnh ví nước mạnh như một nước giàu vốn, nợ dân đối với nước nhẹ nên dân được hưởng nhiều quyền lợi mà ít nghĩa vụ. Nước yếu là nước nghèo vốn, nợ dân đối với nước nặng nên dân có nghĩa vụ nhiều hơn quyền lợi. Trong một nước chưa phát triển như nước ta, người dân phải xem sự học là một nghĩa vụ. Học đến nơi đến chốn mới là trọn nghĩa vụ đối với nước, góp phần vào cái vốn chung của nước. "Cái vốn chung trong một nước tức là gồm những công phu riêng của mỗi người vậy." (*Nam-Phong*, Juin 1920)

Để giải đáp cho vấn đề khai thông trí thức, Phạm Quỳnh đề nghị: "Phải học cho rộng, biết cho nhiều, có học có biết mới làm nên. Không những đời này là đời sự đua tranh bằng trí khôn kịch liệt hơn cổ kim, mà từ xưa đến nay phàm văn minh tiến hóa cũng là nhờ ở trí khôn, nhờ ở học thức cả."

Phạm Quỳnh khuyên người đi học cần phải hoài bão một lý tưởng cao thượng, không nên chỉ dùng sự học làm cái thang tiến đạt cho riêng cá nhân mình hoặc vào mục đích mưu sinh không thôi. "Đã đi núi phải đi cho đến nơi, đã trèo cao phải trèo cho tới ngọn. Đã đem thân theo về nghiệp học, phải gửi chí ở chỗ cao xa. Đã được cái hạnh phúc hơn đồng bào làm người thông cổ kim, biết nghĩa lý, phải để bụng đến quốc gia, đến xã hội, không thể chỉ khu khu trong vòng ấm no một thân mình được." ("Học-phong và sĩ-khí", *Nam-Phong* Janvier 1924)

Phạm Quỳnh chú trọng đến giáo dục vì ông hiểu rằng ngoài mục đích gần là đào tạo thanh niên thành những người có lương tri và những công dân có khả năng, thanh niên còn cần được chuẩn bị để đóng vai trò của họ trong tương lai. Họ cần phải ý thức về việc làm của họ, chứ không phải làm như những đứa trẻ nghịch ngợm.

> Aider cette génération à faire son éducation morale, son éducation d'hommes conscients et de citoyens capables, voilà le devoir urgent et qui prime tous les autres.
>
> De la politique, nous en ferons un jour, quand nous serons mieux préparés à jouer le rôle qui nous revient. Nous en ferons alors sérieusement, en hommes conscients de ce qu'ils font, et non plus en "enfants" s'amusant à un jeu stérile et qui peut être dangereux. (*Nam-Phong* Juin 1926)

*

Thế hệ nối tiếp Phạm Quỳnh không chấp nhận thụ động, không chấp nhận đi theo những quan niệm của tiền nhân. Tứ-Ly viết như sau:

> Chúng tôi muốn tiêu diệt cuộc đời cũ. Nó sẽ bị tiêu diệt. Then chốt của nó là cái đạo Tống nho. Vì thế mà chúng tôi đã mạnh bạo bài bác cái đạo không hợp thời ấy. (…) Đối với nhà triết học, văn hóa đông phương với văn hóa tây phương đều có thể cho là hay cả. Nhưng chúng tôi chỉ muốn làm một nhà cải cách. **Nguyên lý của đạo nho, chúng tôi không bàn đến; chúng tôi chỉ nhận ra rằng trong trường thực tế nó đã đưa xã-hội ta vào vòng ngừng trệ tù hãm**; kể gì một vài người có trí hướng cao thượng, nếu vì đạo ấy mà phần đông dân ta dày xéo nhau trong sự nhỏ nhen.
>
> Cuộc đời cũ mất, sẽ có người thương tiếc ngẩn ngơ. Nhưng tiến bộ tức là biến cải không cùng; ta không thể trong lúc thế giới đổi thay, sinh sống mãi trong cuộc đời cũ kỹ từ ngàn năm xưa. (*Phong-Hóa* số 154, 20 Septembre 1935)

Nhất-Linh so sánh sự hoạt động của thanh niên lúc ấy như những người đang cố chèo thuyền trong dòng nước ngược. Những tập tục đã quen dùng trong bao nhiêu thế hệ, những sự suy nghĩ đã được uốn nắn trong bao nhiêu thế kỷ, nay phải bỏ đi để tiến đến một cuộc đời văn minh hạnh phúc hơn.

> Cuộc vật lộn vừa tình cờ diễn ra trước mặt chúng tôi, rồi đây sẽ là biểu hiệu cho đời thiếu niên chúng tôi, quả quyết hành-động để mà tiến lên, không chịu lùi vì sức nước ngược. (…)
>
> Cuộc vật lộn ấy nhắc lại cho chúng tôi một lần nữa rằng: **phải mạnh mẽ mà sống, sống để hành**-động. Cái đời của tôi, của bạn tôi, của hết thảy các bạn thanh niên trí thức phải là cái đời linh hoạt. (Nhất-Linh, *Phong-Hóa* số 78, 22 Décembre 1933)

Nguyễn Tường Tam và các văn hữu lập ra Tự Lực Văn Đoàn để giúp cho sự thực hiện và phổ biến tinh thần trẻ trung, tiến bộ trong dân chúng. Với Tự Lực Văn Đoàn, họ muốn làm một cuộc cách mệnh xã hội bằng văn chương. *Chủ nghĩa bình dân* mà họ đề ra sẽ làm giảm sự cách biệt giữa những người có học và dân chúng, nhất là dân quê, để đoàn kết mà cùng nhau tiến bộ.

Tôn chỉ của Tự Lực Văn Đoàn

1. Tự sức mình làm ra những sách có giá trị về văn chương chứ không phiên dịch sách nước ngoài, nếu những sách này chỉ có

tính cách văn chương thôi: mục đích để làm giàu thêm văn sản trong nước.

2. Soạn hay dịch những cuốn sách có tư tưởng xã hội chủ ý làm cho Người và cho Xã-hội ngày một hay hơn lên.

3. Theo chủ nghĩa bình dân, soạn những cuốn sách có tính cách bình dân và cổ động cho người khác yêu chủ nghĩa bình dân.

4. Dùng một lối văn giản dị, dễ hiểu, ít chữ nho, một lối văn thật có tính cách Annam.

5. Lúc nào cũng mới, trẻ, yêu đời, có trí phấn đấu và tin ở sự tiến bộ.

6. Ca tụng những nét hay vẻ đẹp của nước mà có tính cách bình dân, khiến cho người khác đem lòng yêu nước một cách bình dân. Không có tính cách trưởng giả quý phái.

7. Trọng tự do cá nhân.

8. Làm cho người ta biết rằng đạo Khổng không hợp thời nữa.

9. Đem phương pháp khoa học thái tây ứng dụng vào văn chương Annam.

10. Theo một điều trong chín điều này cũng được, miễn là đừng trái ngược với những điều khác. (*Phong-Hóa* số 87, 2 Mars 1934)

Sự sáng tạo rất cần thiết cho sự tiến bộ của xã hội, để tìm ra những con đường mới, những cách giải quyết cho các vấn đề xã hội. Sự sáng tạo đòi hỏi đam mê và bền chí. Thạch Lam nhận thấy nhiều người trong giới trí thức đã không sáng tác gì nhiều và có thái độ dửng dưng với việc học. Ông nói như sau: "Chúng ta không sáng tác gì cả ở cái xã hội lười biếng này, trừ một ít các nhà nghệ sĩ yêu nghề để làm việc trong những sự thiếu thốn, hắt hủi và lãnh đạm. (...) Chúng ta phải thay đổi từ lúc trẻ trở đi. Mọi người đã nói nhiều đến sự lãnh đạm và dửng dưng của các thanh niên Việt-nam, cả các học sinh, đối với bất cứ môn học nào. Người ta đã nói đến sự không ham biết, không say mê của họ. Mà người ta nói phải. Làm việc đối với ta trở nên một cái vui thú sao được, khi ta coi sự học chỉ là một cách để kiếm ăn và để được nhàn rỗi về sau này thôi?" (*Ngày Nay* số 154, 25 Mars 1939)

Ông lấy làm tiếc cho những người đỗ đạt cao trong xã hội, mà cũng không đóng góp được gì nhiều cho xã hội. Ông bảo: "Thực là một điều đáng tiếc, trong lúc những người có trí ở xã hội này lại bị trói buộc bởi những cái cần dùng nhỏ mọn khác. Những người trên kia, đến cái địa vị mà họ được, hình như hết lực rồi. Trở nên được bác sĩ, thạc sĩ, hay luật sư, đã là một sự gắng công tột bực; sau đó, trí óc họ rã rời và nhọc mệt." (*Ngày Nay* số 154)

Thanh niên là rường cột của quốc gia. Thanh niên cần được chuẩn bị để họ có thể đóng góp một cách hữu ích vào sự phát triển của quốc gia. Trong cái xã hội đang thay đổi lúc ấy, Hoàng Đạo muốn đưa ra những mẫu mực cho thanh niên khi soạn ra *Mười điều tâm niệm (1939)*:

1. *Theo mới*
2. *Tin ở sự tiến bộ*
3. *Sống theo một lý tưởng*
4. *Làm việc xã hội*
5. *Luyện tính khí*
6. *Phụ nữ ra ngoài xã hội*
7. *Luyện lấy bộ óc khoa học*
8. *Không cần công danh*
9. *Thân thể cường tráng*
10. *Cần có trí xếp đặt*

Tác giả Ngụy Như Kontum đóng góp thêm ý kiến trong việc giáo dục thanh niên đương thời. Ông nhận thấy có hai khuyết điểm trong sự giáo dục thanh niên lúc bấy giờ:

> Mà tệ nhất trong nền giáo-dục hiện nay tôi tưởng có thể tóm trong hai tiếng: Ích-kỷ và Ỷ-lại.
>
> Ích-kỷ, nền giáo-dục cũ chỉ biết khuyên đứa trẻ lấy thân mình, gia-đình mình làm đích: ngày xưa bảo con học để đỗ-đạt làm quan, cho vinh thân, cho phì gia; thì ngày nay bảo con học để cho khôn hơn người đè nén người để lấy cái lợi về mình. Không mấy khi chúng tôi được nghe một bậc cha mẹ răn con tập làm người, làm dân, cho xứng-đáng với xã-hội, với quốc-gia.
>
> Ích-kỷ cho đến nỗi chỉ biết nghĩ đến lợi của mình, mà không bàn đến hại của người, dù rằng thấy lợi cho mình nhỏ mà hại cho người

lớn, cũng không ngần-ngại gì mà theo đuổi cái lợi mình, mặc cho người thiệt-thòi. (...)

Nhỏ thì ỷ-lại cha mẹ anh chị, cho đến khi trưởng-thành ỷ-lại vào xã-hội, đinh ninh rằng xã-hội thế nào cũng dành cho mình một chức-nghiệp "xứng-đáng với tài mình".

Nguy Như Kontum đề nghị nên thay đổi việc giáo dục để có một kết quả như sau:

> [C]húng ta phải mong làm sao gây nên được một thế-hệ thanh-niên cường-tráng, chuộng phấn-đấu, ưa hoạt-động, trọng độc-lập và biết bỏ những tư-tưởng ích-kỷ mà nghĩ đến quần-chúng, hy-sinh những cái vui-thú nhỏ-nhen mà tìm khoái-lạc trong cuộc mưu ích chung. Nói tóm lại, ta đã quá sống cuộc đời riêng, trong gia-đình, trong họ-hàng. ("Thanh-niên ta cần có một nền thể-thao tập-quần", *Thanh-Nghị* số 4, Septembre 1941)

Trong một xã hội mà từ xưa vẫn tôn trọng các bậc trưởng lão, trong các làng quê ngôi tiên-chỉ vẫn để dành cho những người cao tuổi nhất hay là có phẩm hàm, học vị cao nhất, chưa bao giờ thanh niên lại được chú trọng đến thế. Xã hội thúc giục thanh niên dấn thân cho lý tưởng, khuyến khích thanh niên tập luyện thân thể cho khoẻ mạnh, cường tráng, luyện tinh thần đoàn kết, tập kỷ luật, có lòng yêu nước. Xã hội chờ đợi "thanh niên trí thức trau giồi học vấn, thanh niên lao động tận lực làm việc tay chân". Sau nạn đói ở Bắc-kỳ (1945), người đương thời mong đợi thanh niên từng đoàn rủ nhau về nông thôn cày ruộng, làm việc đồng áng, đắp đường, bắc cầu như thanh niên Âu-châu trong thời kỳ thế chiến.

Trong nước hiện giờ lại còn những việc cần phải làm ngay để cho xã hội đỡ một phần đau khổ; chúng ta còn đương có hàng triệu người chờ chết đói, chúng ta còn đương có chín phần mười dân chúng không biết đọc, biết viết, không hiểu một chút vệ sinh nào, chúng ta còn có 2000 cây số đê điều cần phải giữ cho khỏi bị phá hoại trong vụ nước này. Ai là đủ hi-sinh, đủ thông-minh, đủ lòng khinh lợi để nhận công việc nặng nề ấy. Sẽ là thanh niên xã hội của ta. ("Tổ chức thanh niên", Hàm Thạch, *Thanh-Nghị* số 113, Ngày 16 tháng Sáu 1945)

Hoàng Đạo Thúy, người khởi xướng phong trào hướng đạo ở Bắc-kỳ, đã mô tả những đức tính mà một người thanh niên hiện đại cần phải có. Ông là tác giả tập sách dành cho thanh niên thời bấy giờ: *Trai nước Nam làm gì?*, trong đó ông nói đến lý tưởng của người thanh niên thời đại và những đức tính cần phải rèn luyện.

Việc quan trọng của một đời ta không phải là ở chỗ nhà cao cửa rộng, vợ đẹp con khôn. Nếu chúng ta tìm được một việc mà làm, một tôn chỉ mà theo, một mục đích mà đi tới, thì cái đời chúng ta có ý nghĩa, cái đời đáng sống. Như thế trên đời này, ngửa không thẹn với giời, cúi không thẹn với đất, mở mắt nhìn người không phải cúi đầu. Chúng ta để hết lòng, hết chí, ta làm việc, rồi ngày mai, hay một hôm nào đó, chết, ta có thể chết mà vẫn mỉm cười một cách thỏa mãn, chết không còn nuối tiếc gì nữa. Sống đã có nghĩa thì rồi chết cũng có nghĩa.

Ông từng viết như sau:

Định rõ cái đích phải tới. Thanh-niên sau này phải là thanh-niên của một tư-tưởng, mang một trách nhiệm. Phải mạnh, mạnh ở thân thể để đủ sức làm, mạnh ở chí khí để làm được. Mạnh để cho giống nòi bền vững. Có lòng "nhân", lòng yêu để làm chỗ cùng sống với thiên hạ. Quen làm việc trong đoàn-thể để dễ nhận những việc to lớn. Có những sức phản-động mạnh và nhanh để dùng được máy móc, nâng cao trình-độ sống lúc thường; để hoạt-động, chống chọi trong lúc biến. Sống đầy đủ mà không xa thiên nhiên." ("Sắp đặt tuổi trẻ", *Thanh-Nghị* 100–104, 5 Février 1945)

Người đương thời vẫn giữ quan niệm rằng trách nhiệm gánh vác xây dựng đất nước nằm trong tay giới trí thức, nhất là lớp thanh niên du học. Nguyễn Trọng Thuật ví người đi du học phương xa như "cái học của ông lão làm vườn", đem hạt giống quí ở nơi phương xa về gieo vào đất của tổ quốc, như vậy cũng đủ thỏa tấm lòng vượt bể trèo non đi tìm giống tốt. Còn những người đi du học để kiếm lợi lộc riêng là "cái học của cô hàng buôn hoa", khéo chiều khách hàng để được cái lợi ngay tức thì cho cá nhân mình. (*Nam-Phong* Mars 1933)

Trong giai đoạn thuộc Pháp, đối với những người chủ trương dùng giáo dục để thay đổi xã hội thì *khai trí tiến đức* cho dân là mục đích quan trọng nhất. Trong hai thập niên 1920, 1930, phần lớn giới trí thức gia nhập vào một hoặc hai hội có chủ trương cải tiến giáo dục: các hội Khuyến-học ở Nam-kỳ và Bắc-kỳ, các hội Trí-tri và hội Khai-trí Tiến-đức ở Bắc-kỳ, hội Truyền-bá Quốc-ngữ.

Hội Trí-tri ở Bắc-kỳ (La Société d'Enseignement Mutuel du Tonkin), được thành lập năm 1892 và bị giải tán năm 1945. Trong thời gian hoạt động,

MỚI TÁI BẢN LẦN THỨ BA
NGHÌN THỨ 6 VÀ 7 GIÁ 4900

HOÀNG ĐẠO THÚY

TRAI NƯỚC NAM LÀM GÌ ?

NHÀ XUẤT BẢN THỜI ĐẠI – HÀ NỘI

"Trai nước Nam làm gì?"
Thanh-Nghị số 106

Hội đã đứng ra mở một số trường học bậc tiểu-học ở các thành phố lớn như Hà-Nội, Nam-Định, Hải-Phòng, v.v..., học sinh đi học miễn phí, và mở các lớp buổi tối cho người lớn. Mỗi hai tháng, Hội tổ chức diễn thuyết về đủ mọi đề tài: văn học, khoa học, lịch sử, ... với các diễn giả danh tiếng như Thân Trọng Huế, Nguyễn Văn Vĩnh, Phạm Quỳnh, Trần Trọng Kim, ... Hội lập thư viện, có để các báo Pháp và quốc-ngữ, và ra tập san Trí-tri.

Hội Khai-trí Tiến-đức (Association pour la Formation Intellectuelle et Morale des Annamites, viết tắt là A.F.I.M.A.), được thành lập năm 1919 ở Hà-Nội, và bị giải tán năm 1945. Chánh hội-trưởng đầu tiên là quan cai-trị Louis Marty, Chánh hội-trưởng của Hội từ năm 1920 là tổng-đốc Hà-Đông, Hoàng Trọng Phu[1]. Trong thời gian hoạt động tích cực, Hội đã thực hiện được một số việc như sau: lập ban văn-học; đặt giải thưởng văn chương; phát phần thưởng danh dự cho học trò giỏi; thành lập Ấu-trĩ-viên; mở phòng triển lãm trưng bày đồ mỹ nghệ; đặt giải thưởng khoa học; soạn tự điển tiếng Việt: *Việt-nam Tự-điển*.

Hội Truyền-bá Quốc-ngữ do Ứng-Hoè Nguyễn Văn Tố và một số thân hữu được phép thành lập ngày 29-7-1938 tổ chức các lớp dạy học buổi tối

---

1 Năm 1919 khi hội Khai-trí Tiến-đức thành lập, chánh hội-trưởng đầu tiên là quan cai-trị Louis Marty. Đầu năm 1920, trước khi bầu lại tòa trị-sự mới, Louis Marty từ chức chánh hội-trưởng và để cho người Việt đứng làm chánh hội-trưởng vì ông cho rằng hội Khai-trí Tiến-đức là hội của người Việt, địa vị chánh hội-trưởng nên dành cho một người Việt. Trong điều lệ của hội, thì chỉ những người trong hội-đồng quản-trị mới được bầu vào tòa trị-sự (bureau).

Trong số 36 người của hội-đồng quản-trị hội Khai-trí Tiến-đức lúc ấy, chỉ 23 người có mặt. Tổng-đốc Hoàng Trọng Phu được 23 phiếu và bầu vào chức chánh hội-trưởng.

Hội-đồng quản-trị hội Khai-trí Tiến-đức
Nam-Phong Tạp-chí

ở cả ba kỳ Bắc, Trung, Nam, cả ở Nam-Vang (Phnom Penh) và Vạn-Tượng (Vientiane). Để khuyến khích việc học chữ quốc-ngữ, Hội phát không giấy, bút, sách vở cho người nghèo và không lấy tiền học phí. Hội tổ chức những buổi diễn thuyết, xuất bản sách và lập các thư viện bình dân.

Giới trí thức yêu cầu chính phủ thực hiện những mục đích thực tiễn và ích lợi cho dân chúng bằng giáo dục phổ thông. Dương Bá Trạc thỉnh cầu chính phủ lập thêm nhiều trường công nghệ để dạy dân có nghề nghiệp. Nguyễn Trọng Thuật đề nghị nên bớt giờ Pháp văn để dạy dân "đạo làm người" bằng các môn triết học và luân lý học. Phạm Quỳnh nhấn mạnh sự cần thiết trong việc đào luyện lòng ái quốc để giữ cho quốc gia được vững bền. Nguyễn Thái Học đề nghị chính phủ cho phép tự do mở những lớp học bình dân miễn phí và các "bình-dân thư-xã" ở khắp nơi trong nước để tăng số người biết chữ lên.

Nguyễn Tường Tam đề nghị ngoài chương trình của Nha học-chính thuộc địa đưa ra những môn như sử ký, địa dư, luân lý, quốc văn, khoa học phổ thông, toán pháp, toán pháp thực hành, v.v..., cần thêm một mục là quyền công-dân (droits civiques).

> Ta phải dạy cho con em hiểu rằng ta đã là một người dân trong một nước thì ta phải có đủ quyền tự do của một người dân, quý hồ ta không phạm tới tự do của người khác là được rồi. Quý hồ ta làm đủ bổn phận của ta: ta đóng đủ thuế, đủ sưu thì không ai lấy oai quyền gì mà bắt nạt nổi ta, không ai lấy sức lực gì mà làm mất tự do của ta. Tự do ấy là tự do đi thênh thang trên con đường cái mà ta đã đóng thuế để đắp nên, là tự do uống nước giếng khơi mát mẻ mà ta đã đóng thuế để khơi ra, là tự do bỏ phiếu bầu người mà ta muốn bầu, không ai dùng oai quyền mà cấm đoán nổi, là tự do tham dự vào việc hương chính, nếu ta có đủ tư cách và nếu người làng bầu ta ra để bênh vực quyền lợi cho họ và cho cả ta nữa. Tự do ấy là tự do nói và viết những điều ta nghĩ, quý hồ những điều ấy không phạm tới pháp luật. (Nhị-Linh, *Phong-Hóa* số 90, 23 Mars 1934)

Nói về nghĩa vụ công dân ở các nước tân tiến, Hoàng-Đạo kể ra như sau:

— bổn phận đầu tiên là phải tôn trọng luật của nước mình; vì người công dân đã đóng góp ý kiến vào việc thành lập các luật ấy nên cần phải tôn trọng luật.

— học là một bổn phận của người công dân để nâng cao nhân phẩm của mình, để biết bênh vực quyền hạn của mình và để biết tôn trọng quyền hạn của người khác.

— đầu phiếu là một bổn phận để cử người đại diện cho mình vào nghị viện. Khi đầu phiếu, phải suy xét, cân nhắc và làm theo lương tâm của mình.

— nghĩa vụ công dân là phải đóng thuế để cho chính phủ thực hiện các công cuộc có ích chung.

— nghĩa vụ đầu quân để bảo vệ đất nước chống ngoại xâm.

Để biết những quyền lợi cũng như bổn phận, điều quan trọng là người công dân phải biết luật. Luật pháp đặt ra để đảm bảo sự an toàn cho người dân, không bị người khác lợi dụng hay làm hại. Bao nhiêu thế kỷ nay, người dân, nhất là dân quê, không biết rõ những uẩn khúc của luật, không biết sự gì cấm đoán, sự gì không.

Những quyển luật, những tờ công văn gửi về các làng chỉ xếp đống trong một cái tủ của Hội-đồng hương chức, không bao giờ thấy ánh sáng mặt trời nữa. Họa chăng chỉ có mấy anh thầy cò vị nghề còn tò mò để ý đến pháp luật, ngoài ra từ chánh-tổng, lý-trưởng cho đến cùng đinh, đều u-u minh-minh, động có việc phải ra đến quan, thấy đều sợ hãi như phạm vào tội giết người: tình cảnh ấy có khác gì tình cảnh một người lòa cưỡi ngựa mà nửa đêm đi ra chỗ ao sâu? (Tứ-Ly, *Phong-Hóa* số 91, 30 Mars 1934)

Tứ-Ly đề nghị thanh niên có học trong làng thay vì tranh giành ngôi thứ trong những cuộc họp của làng nên đem luật ra giảng giải cho người dân được biết. Nhị-Linh bảo người trí thức phải biết *quay về cày ruộng*, sống chung với dân quê. Giúp cải thiện đời sống dân quê chính là trách nhiệm của giới trí thức, không phải là giới trí thức cựu-học – nho-học mà là giới trí thức tân-học trở về sống ở làng: *Hạng trí thức sau lũy tre* (Hoàng-Đạo).

Hơn ai hết, Nhất-Linh và Hoàng-Đạo là những người quan tâm đến dân quê, chia sẻ mối ưu tư về cảnh đời cơ cực của họ. Trên báo Phong-Hóa và các tiểu thuyết của Nhất-Linh, ông luôn nghĩ đến đời sống thiếu thốn khổ cực của người dân quê, ông mong ước làm một cuộc đổi đời cho họ.

Đã mấy nghìn năm, họ sống như bám lấy mảnh đất già cỗi, xưa thế nào, bây giờ vẫn thế, vui ít, khổ nhiều, bao giờ cũng thảm-đạm như buổi chiều thu này, không hề có khao khát một cảnh đời sáng sủa hơn, mong ước một ngày mai tốt đẹp hơn ngày hôm nay.

Tự nhiên, tôi như cảm thấy cái hồn của đất nước, mà biểu hiệu cho nước ấy không phải là những bậc vua chúa, danh nhân, chính là đám dân hèn, không tên, không tuổi. Dân là nước, yêu nước không phải là yêu riêng một vài công cuộc của một hạng người, chính là yêu chung đám thường dân, nghĩ đến sự đau khổ, sự vui sướng của đám thường dân. (*Phong-Hóa* số 70, 27 Octobre 1933)

Nhất-Linh tin ở sự tiến bộ, tin rằng có thể giúp cho người dân sống một cuộc đời sung sướng hơn. "Ta vẫn hằng mong ước cho dân quê được ở nhà cửa phong quang sạch sẽ, cơm no áo ấm, đỡ bớt sự hà hiếp, ta phải tin rằng sự mong ước ấy có thể là sự thực và làm cho dân quê cũng tin một cách tha thiết như ta." (*Phong-Hóa* số 70)

Quan lại là những người có thể trực tiếp giúp dân quê, nâng cao đời sống của họ vì đó là bổn phận của quan lại. *Dân chi phụ mẫu*, quan niệm này có từ đời xưa ví các quan như cha mẹ của dân, lo lắng chăm sóc đến đời sống người dân.

Đối với quan trường, nhóm Phong-Hóa cho rằng cần phải chỉ trích những khuyết điểm của các quan mới chấn chỉnh được quan trường.

Tứ Ly trong *Phong-Hóa* số 180 (27 Mars 1936) đã ghi lại những lời diễn thuyết của phó toàn-quyền, thống-sứ miền Bắc và thượng-thư bộ Lại nói về bổn phận của các ông huyện tân khoa và mong mỏi các ông tân khoa sẽ xả thân làm việc cho dân chúng.

Ông Phó Toàn quyền, trong bài diễn thuyết cho các ông huyện tân khoa ở Huế, có nói:
... các ông nên thanh liêm, các ông nên chính đại vô tư, lúc nào các ông cũng chỉ nên đăm đăm lo đến việc công ích ...
Các ông hãy cúi xuống dân xứ An-nam này đương vất và khổ sở đợi các ông thương đến một cách sốt sắng... Các ông phải mở đường dẫn lối cho họ đến sự tiến bộ, trong công lý, trật tự và hòa-bình...

Ông Thống sứ miền Bắc cũng tuyên bố cho các ông huyện mới tốt nghiệp biết đâu là bổn phận của mình. Theo ông, các vị tân khoa cốt nhất phải luyện tính cách nhân phẩm của mình làm sao cho đáng làm "cha mẹ dân", các vị phải nhớ đem toàn lực của tâm trí ra để hy sinh cho đám bần dân ấy...

Rồi đến lượt ông thượng bộ Lại cũng nêu cao mấy câu: "Làm quan, phải lấy nhân ái và lòng công ích làm hướng dẫn."

Khoảng giữa thập niên 1930, nhiều người viết phóng sự, truyện hoặc xã luận về dân quê. Trọng Lang viết phóng sự "Làm dân" (*Ngày Nay*, 1938);

Ngô Tất Tố viết "Tập án cái đình" (*Con Ong*, 1939), "Việc làng" (*Hà-nội tân-văn*, 1940), và tiểu thuyết *Tắt đèn* (trong khoảng 1936 đến 1938); Vũ Trọng Phụng viết *Vỡ đê* (1936); Trần Tiêu viết *Con trâu* (1940) và *Sau lũy tre* (1942); Hoàng Đạo, với *Bùn lầy nước đọng* (1938), đã vạch trần những tệ đoan trong làng quê lúc bấy giờ. Trong *Bùn Lầy Nước Đọng (1938)*, Hoàng Đạo nêu lên những nguyên nhân gây nên sự khốn khổ của dân quê và đề nghị một số cách giải quyết.

Đã có người nói rằng người ngoại quốc nhận xét về tinh thần dân chủ của làng quê là không đúng sự thật. "Làng ở Bắc-kỳ là một nước dân chủ nhỏ." Câu nói đó khác với sự thật là chừng nào." ("Dân Quê Bắc Kỳ", Tân Phong, *Thanh-Nghị* số 88)

Có sống trong làng mới thấy, uy quyền tập trung vào tay một số họ, những họ này giữ chặt quyền lợi của họ, rất khó để bàn những việc công ích của làng nếu những việc này chạm đến quyền lợi của họ. "Công tâm là một thứ khó tìm thấy ở mọi người."

Cải-lương hương-chính trong thập niên 1920 đã thất bại. Hội-đồng hương-chính gồm những đàn anh ở trong làng, tự cho họ quyền áp chế dân quê trong làng, và người dân nghèo không có cách gì để bày tỏ sự bất bình của họ. Năm 1941, chính phủ cho cải tổ hương-chính lần nữa. Hội-đồng tộc-biểu, thiết lập từ năm 1921, cùng với Hội-đồng kỳ-mục đều bị bãi bỏ. Thay vào đó là Hội-đồng kỳ-hào, được tuyển chọn rộng rãi hơn, trong các dân đinh 21 tuổi trở lên, có đủ điều kiện về bằng cấp, phẩm hàm hoặc đã giữ các chức vụ tổng lý trong thời gian ít nhất ba năm.

Lũy tre xanh, đình làng, thành hoàng, *phép vua thua lệ làng*, quan niệm tôn ti, ... tất cả cần phải bỏ, phải thay đổi để đem những cải cách đến cho dân làng. Làng quê Việt-Nam đã tồn tại nhờ "sức mạnh của thói quen", nhưng trong thời hiện đại, làng quê cần được tổ chức lại, có cơ quan với trách nhiệm rõ ràng và có tính cách khách quan để bàn cãi và thực hiện những công việc chung của làng.

Những khuyết điểm của xã hội cũ và con người Việt-nam cũ, truyền thống, vẫn chưa hết. Giới trí thức tân-học nhận thấy một yếu tố nữa đã kềm giữ dân trí: đó là niềm tin vào định mệnh.

> Cái tinh thần bạc nhược đó tai hại vô cùng, vì nó là một trở ngại rất lớn cho cuộc tiến-hóa của một dân tộc. Nó giam cầm họ trong một sự đành nhận đớn hèn và họ không bao giờ có cơ ngóc đầu lên được nữa.

VIII CON NGƯỜI VÀ NƯỚC VIỆT-NAM MỚI 211

"Một tốp nhà lá trên ngoại-ô Yên-phụ."
Ngày Nay số 4

Ở đám cùng-dân thất-học sự tin định mệnh cũng không lạ là vì một khi họ tin sợ uy quyền thiêng liêng của ông sấm bà sét, của một gò đất hay một gốc đa, thì họ rất có thể tin sợ uy quyền vô địch của một người hay của những người mà "giời" sai xuống để thống trị họ mà họ chỉ nên cúi đầu tuân-lệnh, nhất là khi người đó có đủ những khí cụ mầu-nhiệm để áp-đảo họ. ("Định Mệnh", Đỗ Đức Dục, *Thanh-Nghị* số 88)

Để giúp người dân quê ra khỏi sự sợ hãi về quan niệm định-mệnh, giải pháp hiệu quả nhất là chú trọng trí dục và thể dục: "đưa dắt họ ra ngoài vòng dốt nát, cho họ hiểu biết ít nhiều khoa học, và đồng thời gây cho họ một sức khoẻ về thể chất". (Định Mệnh)

Xã hội Việt-Nam từ bao nhiêu đời là một xã hội chú trọng về lẽ: *Tiên học lễ, hậu học văn*. Nhị-Linh cho rằng nếu ngày xưa dân ta phải biết "cổ lễ" để hợp với *cổ thời* thì ngày nay người dân cũng cần được dạy "tân lễ" cho hợp với *buổi đời mới*. Ông cho thí dụ như sau:

"Thí dụ ngày xưa Đức Khổng dạy: 'Ở trong nhà thời có hiếu với cha mẹ, ra ngoài xã-hội thời tôn-kính bậc huynh trưởng.' Ngày nay ta bàn: 'Ở nhà thời không nên ăn bám cha mẹ, vợ con, ra ngoài thời phải có đủ tư cách làm một người công dân, đừng hà-hiếp ai, nhưng đừng để ai hà-hiếp nổi mình, nhất là đừng nịnh-hót một cách khốn-nạn, đê hèn để mất cả phẩm-giá con người.'

"Ông nói ngày xưa có thiên Hương-đảng trong *Luận-ngữ* thì ngày nay cần có thiên Tân-hương-đảng để cho dân quê theo đó mà học. Ông kết luận rằng để làm một con người đời nay cần phải biết: '**Tự trọng, đừng đê tiện**', về hình-thức và về tinh-thần." (*Phong-Hóa* số 60, 18 Août 1933)

Nhị-Linh cũng nhắn nhủ thêm người dân quê: "**Bỏ hư danh. Nghĩ đến thực sự.**" Ông bảo không nên bỏ tiền để chạy chức lý trưởng, ham chuộng *một miếng giữa làng bằng một sàng xó bếp*. Ông khuyên như sau: "Chẳng cứ ở đâu, ở thành-thị hay ở thôn quê, ở phương tây hay ở phương đông, làm người đời nay mà cứ víu lấy những cái cũ rích, những sự phù hư hão huyền và mê man không chịu tỉnh ngộ để đi vào con đường mới thì thực khó lòng mà sinh-tồn được." (*Phong-Hóa* số 62)

Hủ tục đã ăn sâu vào tâm khảm người dân quê. Cả đến sau tháng Ba năm 1945, sau khi vua Bảo Đại tuyên bố độc-lập, các đoàn thanh niên bắt đầu về làng quê sinh hoạt với dân làng, và họ đã thất vọng về thái độ của người dân quê. "Làng tôi đã nhiễm sâu hủ tục lắm rồi nên ít nhiệt thành với việc cải cách. Lễ của Thanh Niên thì họ không dự, nhưng nếu ở đình có mổ một con bò thì

« Chẳng hạn, nếu tôi gặp việc ông huyện này lập sòng bạc, việc ông huyện nọ ăn tiền lễ, việc ông phủ kia cạm bẫy lương dân để hòng tăng công, càng là những việc mấy ông quan buôn thuốc phiện lậu, làm giấy bạc giả, hay giả làm giấy bạc giả cũng vậy, tôi sẽ nêu to tướng lên bài xã thuyết đầu đuôi câu truyện, rồi tôi sẽ dùng hết lời nghiêm nghị mà công kích kịch liệt.

« Tôi công kích kẻ xằng như thế, càng tăng giá trị kẻ hay thêm lên, mà lại giữ được kẻ không hay không dở phải ngoan ngoãn noi theo con đường thẳng.

« Mục đích phá hoại của tôi sẽ chỉ có một : là bảo thủ.

« Trong quan trường còn có kẻ hối lộ, còn có kẻ gian lận, còn có kẻ lập sòng bạc, còn có kẻ vênh váo, hống hách đởm, thì búa rìu ngọn bút của tôi còn theo đuổi công cuộc phá hoại.

« Tôi sẽ cho đoàn phóng viên của tôi đi tra xét hành vi của những con chiên ghẻ lở ấy. Nếu họ biết cải tà quy chính, thì tôi sẽ không tiếc lời ngợi khen.

Báo chí và quan lại
Phong-Hóa số 133

chỉ gõ một tiếng trống nhỏ, họ cũng đã kéo đến thật đông đủ." ("Thanh niên thôn quê muốn gì", Phạm Lợi, *Thanh-Nghị* số 118, Ngày 28 tháng Bảy 1945)

Nền giáo dục để đào tạo con người Việt-Nam mới hãy còn cần được cải cách để đạt đến một lý-tưởng mới. Giáo dục không thể chỉ cung cấp kiến thức mà còn cần phải đào tạo tư cách. Giáo dục phải đào tạo ra một con người tốt hơn sau những năm dài được giáo dục. Giáo dục đương thời hãy còn thiếu một yếu tố: ĐẠO SỐNG, như Vũ Đình Hoè đã nhận định.

Giáo dục từ nay không phụng sự học thuật, không mở mang lý trí, không trau dồi (giỏi) tri thức nữa. Giáo dục phải gây một ĐẠO SỐNG. ("Một vài ý nghĩ về việc cải cách giáo dục", Vũ Đình Hoè, *Thanh-Nghị* số 25: 16 Novembre 1942)

Vũ Đình Hoè đưa ra những phương châm của một " cuộc cách mệnh giáo dục" theo ý kiến của ông như sau:

MỘT ĐẠO SỐNG (un idéal),
MỘT TÍN NGƯỠNG (une foi) để phụng sự đạo sống,
MỘT TÍNH KHÍ (un caractère)
và MỘT NGÀNH HOẠT ĐỘNG CHUYÊN MÔN (une activité spécialisée) để giữ bền tín ngưỡng và thực hành Đạo Sống.

Ông nhắc nhở rằng trong cuộc cách-mệnh này, cần triệt để đừng cho *Học-thuật* cám dỗ.

Cả ba phương diện của giáo dục, gồm trí dục, thể dục, đức dục, cần phải có mục đích là *rèn đúc tính khí*. Trong xã hội giao thời lúc đó, mọi tập tục và kiến thức đã bị thay đổi, việc giáo dục cũng bị mất định hướng. Theo ý kiến của Vũ Đình Hòe, " Cuộc cách mệnh giáo dục phải bắt đầu, trước cả việc lập chương trình giáo khoa và tổ chức các bực học, bằng việc dựng một quan niệm mới về chức vụ và trách nhiệm của "Ông Thày" là những thợ chuyên môn trong việc xây dựng nền "Giáo Dục vì Nhân-sinh", trái ngược hẳn với nền "Giáo Dục vì Học-thuật".

Trong nền "Giáo Dục vì Học-thuật", chức vụ của "Ông Thày" là giảng cho học trò hiểu những bài vở đã ấn định trong chương trình học, là một giảng-viên hơn là một giáo-sư, "trách nhiệm ông thầy thu gọn ở trong phạm vi bài dạy, dừng lại ở ngưỡng cửa lớp học và đứt đoạn sau kỳ thi tốt nghiệp." Tư cách của người thầy cũng không quan trọng vì người thầy chỉ cần làm đúng bổn phận mà nhà trường đã ấn định. "Cùng một lối nghĩ ấy, người ta thản nhiên

"Un marché annamite au Tonkin."
La Guerre du Tonkin, L. Huard (1890)

thừa nhận một ông giáo có tài dạy giỏi mà tư cách rất kém. Ông này vẫn có thể thành công rực rỡ trong chức vụ và làm đầy đủ phận sự vì "đời tư" ông không có liên lạc gì đến trách nhiệm chức nghiệp."

Còn như nếu theo quan niệm mới "Giáo Dục vì Nhân-sinh", giáo sư cần phải có "một nhân cách đứng đắn, một đời tư trong sạch, sống mạnh, và thờ một Lý tưởng." ("Chức vụ và Trách nhiệm Giáo sư", *Thanh-Nghị* số 26, 1 Décembre 1942)

Trong cả ba bậc tiểu-học, trung-học, đại-học, Vũ Đình Hòe cho rằng "Nền giáo-dục *rèn luyện tính-khí* phải là nền giáo-dục duy-nhất." Từ tiểu-học, học sinh được tập "rèn đúc tính-khí" qua các hình thức hát, trò chơi, thể thao, thủ công, cắm trại, cứu thương. Các bài học luân lý không phải là những bài giảng khô khan ở trong lớp mà qua "tư-cách và hành-vi gương-mẫu" của người thầy, qua việc "xét nét nghiêm ngặt ngôn ngữ và cử chỉ" của học sinh, qua những câu chuyện về đạo đức hay lịch sử, qua những buổi cứu trợ hay giúp đỡ nạn nhân thiên tai, v.v... Ông bảo nên chú trọng vào việc luyện tinh thần ái quốc, nhất là trong tình hình chính trị lúc bấy giờ.

Phải biểu dương những công trạng hiển hách của những bậc anh hùng cứu-quốc, phải mạt thị những hành vi nô-lệ, phải gây sự oán thù kẻ sâm chiếm đất nước. (*Thanh-Nghị* số 108, Ngày 12 tháng Năm năm 1945)

Ở một nước mà nền giáo dục phổ thông chưa phổ biến đến hết thảy, tỷ lệ dân chúng thất học còn cao, cần phải nghĩ đến một khía cạnh khác của giáo dục: giáo dục bình dân. Vũ Đình Hoè cho rằng dân chúng không hiểu được những việc công ích của chính phủ, vẫn còn mê tín những chuyện huyền hoặc, cả tin những lời đồn vô căn cứ, ... tất cả chỉ vì dân trí hãy còn thấp.

Những chính sách hay đến đâu cũng sẽ không có hiệu quả hay có hiệu quả trái ngược lại khi gặp sự thờ ơ hay sự phản-động vô ý thức của kẻ được thừa hưởng. Còn có quyền công-dân nào quý hơn quyền bầu cử. Nhưng đem ban cho bọn dân vô học tức là làm hại họ, vì họ sẽ dùng quyền ấy một cách khờ dại. (*Thanh-Nghị* số 36, Ngày 1 Mai 1943)

Lý do chính khiến cho vấn đề giáo dục bình dân trở nên quan trọng và rất cần thiết là sự sinh tồn của nòi giống. Sự thay đổi của mọi phương diện trong xã hội, từ kinh tế, chính trị, luân lý, tinh thần, "sự chung đụng với một nước dân chủ" (Pháp), "cuộc tiến hóa chung của nhân loại" đã khiến cho người dân Việt phải có những kiến thức mới phù hợp với sự sinh hoạt của xã hội ở thế kỷ

VIII CON NGƯỜI VÀ NƯỚC VIỆT-NAM MỚI

"Một nền giáo-dục Việt-nam mới của Thái-Phi"
Thanh-Nghị số 1

"Những phương-pháp giáo-dục ở các nước và vấn đề cải cách giáo dục của Vũ Đình Hòe"
Thanh-Nghị số 109

này. "Cuộc đời mới đã đẩy một nước xưa kia sống riêng biệt ở một khu giới vào trường hoạt động chung của thế giới, mà trong đó luật cạnh tranh gắt gao chỉ rình đào thải những phần tử chậm tiến." (*Thanh-Nghị* số 37)

Ngay cả đến nghề nông là một nghề truyền thống của dân Việt cũng phải cải tiến, dùng những phương pháp và phương tiện mới, như việc chọn và ghép thóc giống, lập nghiệp đoàn hay hợp tác xã, v.v...

Quan trọng hơn nữa, mê tín dị đoan hãy còn trong sự sinh hoạt hằng ngày vì dân chúng không có học, không biết những quan niệm về khoa học để giải thích những hiện tượng chung quanh họ. Nhóm *Phong-Hóa* và *Ngày Nay* cũng đã từng công kích sự mê tín dị đoan. Đây là một trở lực lớn trong sự tiến hóa của dân chúng.

> Dù cải cách về tinh thần hay hình thức mà trước hết chưa phá bỏ được những dị đoan, mê tín thì những sự cải cách kia cũng là vô ích, vì không thể có kết quả được. (Nhị-Linh, *Phong-Hóa* số 86, 23 Février 1934)

Vì thế, giáo dục rất quan trọng để giúp cho người dân bỏ sự mê tín dị đoan.

> Sự học đối với họ nay không phải là một sa sỉ (xa xỉ) phẩm chỉ để làm tôn vẻ đẹp của nhân cách mà là một lợi khí cần thiết cho đời sống riêng của họ và đời sống chung của Đoàn-thể. (Vũ Đình Hòe, *Thanh-Nghị* số 37)

Khoảng năm 1940, có một đạo nghị-định bắt buộc mỗi làng ở Bắc-kỳ và Trung-kỳ phải có một trường hương học dạy Sơ-học yếu-lược. Khi mỗi làng đều có một trường hương học thì số trẻ em đi học sẽ tăng lên. Vũ Đình Hoè hy vọng nền sơ-học sẽ trở nên bắt buộc để tạo thành nền tảng thứ nhất cho công cuộc giáo dục.

Kế tiếp bực tiểu học là các lớp bổ túc để dạy cho thanh niên và những người lớn tuổi vì lý do sinh kế không thể tiếp tục đến trường học ở các bực trung học và đại học. Mục đích của chương trình giáo dục bình dân cao đẳng này là giúp cho dân chúng có được kiến thức tối thiểu để bảo vệ đời sống của cá nhân và quốc gia. Chương trình học sẽ gồm bốn môn: canh-nông, vệ-sinh, lịch-sử-địa-dư và công-dân giáo-dục.

Về phương diện vệ sinh công cộng, nhất là vệ sinh thôn quê, Vũ Văn-Cẩn đã đề nghị:

Cái nguyên tắc cách tổ chức vệ sinh thôn quê là làm sao cho dân quê tự hiểu sự cần thiết của vệ sinh, tự ý muốn lìa bỏ những lề lối xưa, những tập quán cũ, họ tự thấy cần phải sống một cuộc đời vệ sinh như đã từ mấy ngàn năm nay tự thấy cần ăn no mặc ấm, khi ấy họ sẽ tự ý làm hết cách mà gây lấy một cuộc đời mới tùy theo tài lực của mình cũng như họ đã tìm mọi cách để được ăn mặc no ấm. ("Vệ-sinh ở thôn quê", Vũ Văn-Cẩn, *Thanh-Nghị* số 13, Ngày 6 Mai 1942)

Vấn đề kỳ thị Bắc, Nam bắt đầu có không biết từ bao giờ và xuất hiện trên báo chí vào năm 1935 khiến cho Nhị-Linh phải lên tiếng: "Chúng tôi lấy sự chia rẽ làm đau lòng, vì chia rẽ bao giờ cũng chỉ có hại. (...) Một điều chắc chắn là sự chia rẽ đã làm chậm sự tiến hóa của dân tộc Việt-Nam." Ông thấy sự chia rẽ này đã có từ lâu, trong cùng một trường học, người Nam chơi với người Nam, người Bắc thân với người Bắc, rồi khi ra ngoài đời, làm việc, lập hội, cũng phân ra hội Nam-kỳ, hội Bắc-kỳ, v.v... Ông đề nghị nên bỏ hết sự phân biệt Bắc-kỳ, Trung-kỳ, Nam-kỳ, tất cả mọi người nên coi nhau là người cùng một nước và cùng giúp đỡ nhau khi hoạn nạn. "Tôi là người Annam thì dẫu tôi sống ở Bắc hay sống ở Nam vẫn là sống ở trong nước tôi. (...) Rồi khi tôi chết, dẫu được chôn ở nghĩa địa Bắc-kỳ hay ở nghĩa địa Nam-kỳ, bộ xương của tôi cũng vẫn nát ra mà về đất, đất nước nhà (giọng nói văn vẻ)". (*Phong-Hóa* số 151, 31 Août 1935)

Hoàng-Đạo hiểu rằng sự chia rẽ là do vấn đề thể chế hành chánh – chính trị: Nam-kỳ là thuộc-địa, Trung-kỳ là đất bảo-hộ, do vua quan cai trị; Bắc-kỳ là chế độ nửa trực trị nửa bảo-hộ. Ông đề nghị là trong khi chờ đợi sự thống nhất về chính trị – hành chánh thì người dân cả ba miền nên có sự thân ái với nhau, tha thứ cho nhau, bỏ các thành kiến, bỏ hết mọi điều có thể gây ra sự chia rẽ, chẳng hạn như tên gọi *hội ái-hữu Nam* hay *Bắc*, những tên *Nam-kỳ*, *Trung-kỳ*, *Bắc-kỳ*. Ông hô hào sự liên lạc đoàn kết của dân chúng ba miền và hy vọng sẽ có một ngày "cùng đưa nhau đến một đời hợp nhất sáng sủa", "cùng nhau mưu một đời văn minh cho cả dân tộc ta". (*Ngày Nay* số 29)

Đang lúc thanh niên trí thức ưu tư về sự đoàn kết dân tộc, bỗng xảy ra việc quân đội Nhật đảo chính Pháp ở Đông-Dương ngày 9 tháng Ba năm 1945. Nhờ sức mạnh quân sự, người Nhật đã giúp các nước Đông-Dương thoát khỏi sự áp đặt của chính phủ thuộc địa. Chính phủ Nhật tuyên bố không có tham vọng chiếm lĩnh-thổ Đông-Dương và trao trả độc lập cho các nước Đông-Dương.

Chính phủ Nhật gửi đại-sứ Nhật Yokyoama đến yết kiến vua Bảo Đại vào ngày 11 tháng Ba năm 1945. Vua Bảo Đại đã ghi lại buổi nói chuyện với đại-sứ Yokyoama như sau:

— Tâu Hoàng thượng, nước Nhựt bắt buộc phải nắm vững vấn đề Đông Dương, do những bọn phản động phá hoại của Mặt trận Kháng chiến Pháp. (...) Nhưng chúng tôi chỉ đi tìm sự hữu nghị của các quốc gia và các dân tộc ở Đông Dương.

— Xin Ngài Đại sứ vui lòng cho biết những lời Ngài vừa tuyên bố có thể là điều xác nhận đối với chủ quyền chính thống của Hoàng triều? (...)

— Tâu Hoàng thượng, xin Hoàng thượng an tâm hoàn toàn. Trong những mục tiêu phải đạt, dù cho hậu quả của cuộc chiến đấu có ngã ngũ ra sao. Bởi vì mục tiêu này vừa đáp ứng các nguyện vọng tha thiết của tất cả dân tộc Á châu, vừa đáp ứng đối với một hạn kỳ định mệnh của Lịch sử. Chúng tôi muốn đem "Á châu trả về cho người châu Á." Đây là một công cuộc dài lâu. (...) Chính phủ của nước tôi rất mong muốn Hoàng thượng ban bố một sắc chỉ để cụ thể hóa nền Độc lập này. (*Con Rồng Việt-Nam*, Bảo Đại)

Thiên thời đã đến, Hoàng-đế Bảo Đại tuyên bố Việt-Nam độc lập ngày 11 tháng Ba năm 1945 bằng tờ chiếu tuyên ngôn sau đây:

Chiếu tình hình thế giới nói chung và tình hình Á-châu nói riêng, chính phủ Việt-Nam long trọng công khai tuyên bố, kể từ ngày hôm nay hiệp ước bảo hộ ký với nước Pháp được bãi bỏ, và đất nước thu hồi chủ quyền độc lập quốc gia.

Nước Việt-nam cố gắng tự lực, tự cường, để xứng đáng là một quốc gia độc lập, và sẽ theo đường hướng của bản Tuyên ngôn chung của khối Đại-Đông-Á, hầu giúp đỡ nhau tài nguyên cho nền thịnh vượng chung.

Vì vậy, chính phủ nước Việt-Nam đã đặt tin tưởng vào sự thành tín của nước Nhựt, và đã có quyết định cộng tác với nước này, hầu đạt mục đích nói trên.

Khâm thử

Huế, ngày 27 tháng Giêng, năm thứ 20 triều Bảo Đại (tức ngày 11 tháng Ba năm 1945)

VIII CON NGƯỜI VÀ NƯỚC VIỆT-NAM MỚI 221

"Japanese Coup d'Etat March 9, 1945"
Sưu tập riêng

Ngày 17 tháng Ba, vua Bảo Đại tuyên chiếu, từ nay vua đích thân cầm quyền theo nguyên tắc "Dân vi quý" và sẽ chỉnh đốn lại quốc-gia. Trong thâm tâm, vua Bảo Đại có lẽ mong mỏi mở được một thời kỳ duy-tân cho đất nước hầu đưa nước Việt lên hàng cường quốc ở Á-châu như Thiên-hoàng Minh-trị đã làm được cho Nhật-Bản. Từ tháng Ba năm 1945, vua Bảo Đại đặt tên đất nước là "Việt-Nam Đế-quốc". Danh hiệu "Việt-Nam Đế-quốc" tồn tại đến tháng Tám năm 1945 khi có sự thay đổi quyền hành.

Hai ngày sau, ngày 19 tháng Ba (là ngày 6 tháng Hai âm lịch), nhân lễ kỷ niệm Hai Bà Trưng, sinh viên tổ chức một cuộc biểu tình vĩ đại tại khu đại-học-xá Bạch-Mai để cổ võ tinh thần tranh đấu bảo vệ độc-lập. Chỉ một tháng sau, ngày đại hội thanh niên được tổ chức để cổ võ thanh niên tham gia việc công ích và tranh đấu cho đất nước. Lễ kỷ niệm Nguyễn Thái Học và các liệt sĩ Yên-Báy cử hành trọng thể tại vườn Bách-Thảo Hà-Nội đã thu hút rất nhiều người đến dự. Khi cần giúp đồng bào nạn nhân của nạn đói ở Bắc, dân trong Nam đã quyên một số tiền hơn 165000 $ và gửi 133 tấn gạo. Chỉ từng này việc đủ cho thấy tinh thần dân chúng, kể cả thanh niên, đã thay đổi. Dân chúng Nam Bắc đã bắt đầu biểu lộ tình đoàn kết, giúp đỡ nhau, có tình tương trợ lẫn nhau. Thanh niên sinh viên hăng hái tham gia vào công cuộc chung của cả nước, không còn chỉ biết có gia đình hay làng của mình sau lũy tre xanh.

Một tháng sau ngày vua Bảo Đại tuyên chiếu cầm quyền, vào ngày 17 tháng Tư năm 1945, học giả Trần Trọng Kim thành lập chính phủ và trình danh sách nội-các lên nhà vua. Danh sách của nội-các gồm những nhà tân-học, có nghề nghiệp chuyên môn, đã được học giả họ Trần chọn với hai tiêu chuẩn: "phải có đủ tư tưởng và học thức về mặt chính trị" và "phải có đức hạnh chắc chắn để dân chúng kính phục".

Học thức và đức hạnh, đó là ước mong của các sĩ-phu duy-tân và của các nhà tân-học trong việc đào tạo những con người Việt-Nam mới, dù theo Âu-hóa, hay khuynh hướng điều-hòa.

Từ Nam ra Bắc, từ trẻ đến già, từ trong chính phủ đến ngoài dân chúng, **những con người Việt-Nam mới** đang cùng nhau xây dựng **một nước Việt-Nam mới**.

VIII CON NGƯỜI VÀ NƯỚC VIỆT-NAM MỚI

Hình 571
Tiêu đề một lá thư của BỘ KINH TẾ trong NỘI CÁC TRẦN TRỌNG KIM
(Biên bản mật về mấy buổi họp ở Huế các ngày 5, 6 và 7-8-1945 của Nội Các)
Nguồn gốc: do bác sĩ *Hồ Tá Khanh*, nguyên Bộ trưởng Kinh tế,
tặng chúng tôi ở Boulogne (Pháp) hồi tháng 3/1992.
- Bản chính được đánh máy bằng máy chữ cũ rất xấu, rất lem nhem
của Bộ Kinh tế ở Huế, sau được chép lại bằng máy chữ "laser" thời nay -

越南帝國
VIỆT-NAM ĐẾ-QUỐC

Thuận-hóa, ngày   tháng   năm Bảo-Đại thứ
(Dương lịch)   .194   —)

BỘ KINH-TẾ

Số hiệu ...   Reour des Ministres de Hànôl le 3 Août 1945 (1)

Trích yếu :   DIMANCHE MATIN (Mr SAM ASSISTE) 5 AOUT

KIM.- On nous a remis les différents services généraux et on nous propose d'aller reprendre la Cochinchine, j'ai rendez-vous avec le Général (2) à Saigon au 15 Août. Cependant avant de prendre possession de la Cochinchine, on nous demande d'accepter de discuter, simplement pour la forme, avec le Gouvernement Cambogien au sujet de ses revendications. Cette discution durera quelques jours, tout au plus une semaine. "Ils ont réclamé des droits sur la Cochinchine, disent les japonais, Il faut que nous prenions en considération leur demande quitte à la rejeter". J'ai accepté la solution proposée.

- 1960 -

"Việt-Nam Đế-quốc"
Việt Sử Khảo Luận, Hoàng Cơ Thụy

KẾT

Giữa thế kỷ thứ 19, cả Đông-Á đang mơ ngủ như công chúa giữa rừng xanh, trong giấc mộng đẹp của niềm tự hào về nền văn hóa phương Đông tưởng chừng như bất tận. Nào ngờ những sự bất đồng về thương mại giữa Trung-Hoa với Anh-quốc bắt đầu năm 1839, đại bác của chiến thuyền Hoa-Kỳ đe dọa bờ biển Nhật năm 1853, tiếng súng đại bác của chiến thuyền Pháp bắn vào đồn lũy Đại-Nam ở Đà-Nẵng năm 1858, đã đánh thức ba nước Đông-Á ra khỏi giấc mơ trung-cổ phong-kiến. Trung-Hoa phản ứng bằng cuộc chiến-tranh nha-phiến đưa đến việc ký kết những hiệp ước bất bình đẳng với các nước Tây-phương. Nhật cũng phải ký những hiệp ước bất bình đẳng với Tây-phương nhưng nhanh chóng nhận ra sự thua kém của mình, vội vã thực hiện việc duy-tân ngay thời Minh-trị.

Sự thành công nhanh chóng của nước Nhật trong vòng nửa thế kỷ đã khiến cho giới sĩ-phu Việt-Nam kinh ngạc và lặn lội sang tận bên Nhật để học hỏi. Đồng thời, ảnh hưởng của tân-thư từ Trung-Hoa lan sang Việt-Nam đã làm cho giới sĩ-phu nho-học cảm thấy nhu cầu cấp-thiết của việc duy-tân. Giới **sĩ-phu duy-tân** là thế hệ chứng kiến sự thất bại của cựu-học trước sự thắng thế của Tây-phương. Khác với nước Nhật có chính quyền mạnh để hướng dẫn công cuộc duy-tân theo đường hướng phù hợp với nhu cầu của dân tộc Nhật, Việt-Nam không được cái may mắn đó. Từ năm 1888, chính quyền thuộc địa Pháp nắm giữ quyền hành chính trị, kinh tế và giáo dục trên bán đảo Đông-Dương. Các sĩ-phu duy-tân không thể tham gia vào việc điều hành đất nước mà chỉ có thể yêu cầu chính phủ thuộc địa Pháp mở rộng giáo dục: "bỏ khoa cử, mở nhà học" để khai-hóa cho dân chúng, đồng thời cổ động sự học trong dân gian.

Lý-thuyết-gia duy-tân Phan Chu Trinh đã lên tiếng kêu gọi dân chúng theo về việc học:

> Quốc dân đồng bào ơi! Chớ nên ỷ lại nơi người, ỷ lại nơi người tất ngu. Chớ nên ỷ mình mà bạo động, bạo động tất hại. Quốc dân đồng bào ơi! Chỉ bằng học.

Nhà chủ trương duy-tân Phan Bội Châu từng nói: " Giáo dục cũng là cái gốc để gây dựng nền chính trị" và "nếu không có học, thì không thể có một thứ kinh tế ưu việt được."

Các sĩ-phu duy-tân nhiệt thành tổ chức các nghĩa-thục, trong đó Đông-Kinh Nghĩa-thục có tiếng tăm hơn cả. Phong trào Đông-du đưa học sinh Việt sang Nhật học, các hội nông thương ở ba kỳ được thành lập để yểm trợ tài chính cho các hoạt động duy-tân. Phong trào duy-tân bộc phát và gặp phải sự nghi ngờ của chính phủ thuộc địa. Sau Trung-kỳ dân-biến (còn gọi là Phong-trào cắt tóc xin sưu) và vụ Hà-thành đầu-độc, chính phủ lấy hai cớ đó để dẹp phong trào duy-tân.

Tuy phong trào duy-tân không kéo dài lâu nhưng ảnh hưởng của phong trào còn lại sâu đậm trong lòng dân: thay đổi về phong tục, phổ thông hóa *chữ quốc-ngữ* và phổ biến những khái niệm mới về quốc-gia và dân-quyền.

*

Một nước Nhật Âu-hóa chiến thắng Trung-Hoa (1894) và Nga (1904–1905), việc bãi bỏ khoa cử nho-học ở Trung-Hoa (1905), tiến đến cuộc Cách-mạng Tân-Hợi (1911) đã khiến cho cả Á-châu bị lôi cuốn mãnh liệt vào trong **làn sóng Âu-hóa**. Khoa cử nho-học ở Việt-Nam bị bãi bỏ với khoa thi cuối cùng năm 1918. Một thế hệ tân-học hoàn toàn Âu-hóa tốt nghiệp vào cuối thập niên 1920 và đầu thập niên 1930; những thế hệ tân-học kế tiếp thay phiên nhau đem đến những sự thay đổi cho xã hội Việt-Nam, từ phong tục, tập quán, tư tưởng, cách sống, đến chế độ chính trị, học vấn, v.v...

Sự du nhập nhanh chóng của văn hóa Tây-phương đã gây ra sự xung đột giữa hai thế hệ cựu-học và tân-học vì sự khác biệt của truyền thống cố hữu của dân tộc và nền văn minh khoa học kỹ thuật của Tây-phương. Các nhà trí thức đương thời, vừa cựu vừa tân, đã đi tìm một phương thức hóa giải cho sự xung khắc của hai nền văn hóa Đông và Tây: phương thức hóa giải đó là "điều-hòa cả tân-hóa và cổ-điển, vừa quả quyết theo cái phương-pháp khoa-học mới, vừa trân-trọng giữ những cốt-cách tinh-thần cũ, đã tạo thành ra chúng ta bây giờ." (Phạm Quỳnh)

Phạm Quỳnh đại diện cho phái tân-học của thập niên 1920. Ông giải thích thêm rằng:

"[M]uốn tiến-hóa phải căn-cứ ở một cái nền gốc chắc-chắn, tức là cái gốc chủng loại dân-tộc của mình, chứ không phải bằng-không mà tiến lên được."

Ý kiến của ông trong việc điều hòa hai nền văn hóa Đông và Tây cũng giống như ý nghĩ của Phan Bội Châu, một nhà cựu-học, khi soạn tác phẩm *Khổng-*

học-đăng. "Tác giả viết bản sách này là muốn điều hòa học cũ với học mới; hai bên tương-thành cùng nhau mà quyết không tương-phản."

Kể cả Nguyễn An Ninh, một nhà tân-học, cũng đồng ý kiến như trên.

[T]rong buổi này, người học thức Á-Đông phải có ít nữa là hai cái nền học thức nó nuôi trí thức mình mới có thể là đủ được, là một nền học thức Á-Đông và một nền học thức Âu-Tây.

Nhưng **thế hệ tân-học** thập niên 1930 muốn đánh đổ tất cả nền gốc cũ của văn hóa Đông-phương. Tấn công thành trì phong tục cổ hủ Việt-Nam mãnh liệt nhất là nhóm trí thức tân-học của Phong-Hóa, Ngày Nay và Tự Lực Văn Đoàn. Họ chủ trương ***theo mới***, hoàn toàn mới: bỏ cái học Tống-nho, dẹp bỏ đình làng và những hủ tục ở làng quê, giải phóng cá nhân ra khỏi những khuôn phép của đại gia đình, khuyến khích phụ nữ tự chủ và ra ngoài xã hội. Nhị-Linh bảo rằng nên bỏ cái "thuyết điều hòa" vì ông cho rằng "điều hòa là do dự, do dự là lùi, lùi là chết".

*

Dấn thân trong cuộc cải cách xã hội, giới trí thức tân-học nhận thấy rằng **công cụ cho sự cải cách là giáo dục**. Không thể có sự cải cách nào mà không nhờ đến giáo dục, và không kể già trẻ lớn bé, nam nữ, cả xã hội ai nấy đều phải học. Học là một bổn phận của người công-dân để giúp cho sự thăng tiến của đất nước.

Phạm Quỳnh đã khuyên: "Phải học cho rộng, biết cho nhiều, có học có biết mới làm nên. Không những đời này là đời sự đua tranh bằng trí khôn kịch liệt hơn cổ kim, mà từ xưa đến nay phàm văn minh tiến hóa cũng là nhờ ở trí khôn, nhờ ở học thức cả."

Ngày nào người dân chưa hiểu sự cần thiết của học vấn, chưa hiểu rằng học là để mở mang kiến thức và vẫn còn chấp nhận định mệnh thì họ chưa thể có một cuộc đời hạnh phúc. Giới trí thức cựu-học và tân-học lập những hội có chủ trương giáo dục: các Hội Khuyến-học ở Nam-kỳ và Bắc-kỳ, các Hội Trí-tri và Hội Khai-trí Tiến-đức ở Bắc-kỳ, Hội Truyền-bá Quốc-ngữ. Họ không quên thành phần những người đã qua tuổi đến trường mà lập ra các lớp học bình dân miễn phí. Báo chí đã được dùng như một phương tiện để học quốc-ngữ, truyền bá kiến thức phổ thông, và thay đổi phong tục mà nhiệt thành và thành công nhất là các nhà văn chủ trương *Phong-Hóa* và *Ngày Nay*.

Trong các môn học mà các sĩ-phu duy-tân đã khởi xướng vào đầu thế kỷ thứ 20 như sử ký, địa lý, luân lý, quốc văn, khoa học phổ thông, toán pháp, v.v..., Nguyễn Tường Tam đề nghị thêm môn học về quyền công-dân (droits civiques) để chuẩn bị cho người dân trở nên một công-dân. Theo sự nhận xét của Hoàng-Đạo, từ trước khi văn hóa Tây-phương vào Việt-Nam, người dân chỉ là "thần dân", nghĩa là những người ở dưới quyền cai trị của một ông vua. Thời kỳ này, người dân bắt đầu biết đến giá trị của "con người" và "thần dân" bắt đầu học làm "công dân". Hoàng-Đạo tin tưởng kiến thức về "công dân giáo dục" sẽ giúp cho người dân hiểu được bổn phận của họ trong quốc-gia. Người công dân sẽ có trách nhiệm trong việc xây dựng đất nước và sẽ biết cách đem lại một đời sống hạnh phúc cho chính họ.

Nghĩa là, mỗi người cần phải hiểu rõ những việc có liên can đến nước nhà, hiểu rõ những chế độ hiện hành trong nước, suy nghĩ đến những nguyên tắc có thể đem lại cho họ một đời tươi sáng hơn, đến những vấn đề mà ở thời này không ai có thể để bên, vì sự giải quyết những vấn đề ấy có ảnh hưởng lớn lao đến hạnh phúc của tương lai. (*Ngày Nay* số 160, 6 Mai 1939)

Trong công cuộc cải cách xã hội này, Nhất-Linh và Hoàng-Đạo là những người hằng quan tâm đến dân quê. Không những chỉ chia sẻ sự cơ cực của người dân quê, họ mong ước làm một cuộc đổi đời cho dân quê, chỉ cho dân quê làm thế nào có được một cuộc đời hạnh phúc hơn. Hội Ánh-Sáng đã nhờ kiến trúc sư vẽ kiểu và xây làng kiểu mẫu gồm những căn nhà đầy "ánh-sáng", khác với những căn nhà tối tăm mà người dân quê đã quen sống bao nhiêu lâu nay.

Tự Lực Văn Đoàn chủ trương thực hiện cuộc cách mạng xã hội bằng văn chương. Họ muốn thực thi *chủ nghĩa bình dân* để làm giảm sự cách biệt giữa những người có học và dân chúng, để đoàn kết mà cùng nhau tiến bộ.

Vũ Đình Hòe muốn thực hiện một "cuộc cách mệnh giáo dục" mà phương châm gồm có:

"Một Đạo Sống (un idéal), Một Tín Ngưỡng (une foi), Một Tính Khí (un caractère) và Một Ngành Hoạt Động Chuyên Môn (une activité spécialisée)". Mục đích của cuộc cách mệnh này là *rèn đúc tính khí*.

*

Trong vòng bốn mươi năm, từ 1905 đến 1945, giới sĩ-phu duy-tân và trí-thức tân-học đã hoàn thành được những sự cải cách đáng kể trong xã hội Việt-Nam mặc dù bị yếu tố chính trị đương thời chi phối. Từ cách ăn ở trong gia đình đến ngoài xã hội, từ phong tục đến học vấn, từ văn học đến chính trị, từ luân lý đến kinh tế, ..., thực là không có phương diện nào mà các sĩ-phu duy-tân và trí-thức tân-học không bàn luận đến. Sau phần bàn luận, giảng giải, họ lại còn thực hiện: lập nghĩa-thục, xuất bản sách báo, đổi cách hành văn cho giản dị trong sáng, cắt bỏ búi tó tóc, ra những kiểu quần áo hợp thời và mỹ thuật, xây nhà Ánh-sáng, chỉ dẫn tập thể dục thể thao, bỏ những tệ tục trong các làng, thực hiện quyền công dân, v.v...

Biết bao nhiêu sự thay đổi tốt đẹp ngày nay chúng ta được hưởng là nhờ ở khối óc và bàn tay của giới sĩ-phu duy-tân và trí-thức tân-học.

Việc di phong dịch tục, thay đổi những lề lối đã có từ lâu đời, không phải việc dễ. Nếu không phải là người **tâm huyết** thương giống nòi, thì làm sao có đủ kiên nhẫn mà tận lực chỉ bảo như thế. Phương diện chính trị lúc ấy không phải trong hoàn cảnh thuận lợi, vậy mà họ vẫn cố gắng vượt qua những khó khăn của thời thế để thực hiện việc cải cách.

Nhìn lại công trình, cống hiến và hy sinh đã qua của sĩ-phu duy-tân và trí-thức tân-học trước năm 1945, chúng ta mang lòng cảm phục và nhớ ơn họ vô vàn.

Ngô Thị Quý Linh
Tháng Bảy năm 2018

MỤC LỤC

	Lời Mở Đầu	9
I.	Việt-Nam bị thử thách: sự tấn công của Tây-phương	11
II.	Trung-Hoa, xâu xé bởi các cường quốc Âu Tây và hai lần cách mạng	41
III.	Nhật và thời đại Minh-Trị huy hoàng	47
IV.	Học kinh nghiệm của nước Nhật	55
V.	Học kinh nghiệm của sĩ-phu Trung-Hoa	67
VI.	Học hỏi từ văn minh và văn hóa Âu Tây, nhất là từ Pháp	79
VII.	Đi tìm một hướng đi mới	147
	A. Duy-tân	147
	B. Âu-hóa	156
	C. Điều-hòa	176
VIII.	Con người và nước Việt-Nam mới	185
	Kết	225
	Mục Lục	231
	Tài liệu tham khảo	233

TÀI LIỆU THAM KHẢO

Nam-Phong, 1917–1934
Phong-Hóa, 1932–1936
Ngày Nay, 1935–1940
Thanh-Nghị, 1941–1945

Bùn Lầy Nước Dọng, Hoàng Đạo, Hà Nội, 1938
Con Rồng Việt-Nam, Bảo Đại, Hoa Kỳ 1990
Hai mươi năm qua 1945-1964, Đoàn Thêm
Indochina, Pierre Brocheux and Daniel Hémery, 2011
Mười Điều Tâm Niệm, Hoàng Đạo, 1939
Nhà quê ra tỉnh, Đoàn Thêm, Hoa Kỳ, 1996
Phan Bội Châu Niên-biểu (Tự truyện của Phan Bội Châu), Sài Gòn 1971
Phan Chu Trinh, Thế Nguyên, Sài Gòn 1956
Văn học sử thời kháng Pháp, Lê Văn Siêu, Sài Gòn, 1974
Việt-Nam Sử-lược, Trần Trọng Kim, Sài Gòn 1971
Việt Sử Khảo Luận, Hoàng Cơ Thụy, Paris 1987–1998

Lược sử Triết-lý Giáo-dục Việt-Nam, Ngô Thị Quý Linh, Hoa Kỳ 1997
Lịch sử Việt-Nam thuộc Pháp 1858-1945, Ngô Thị Quý Linh, Hoa Kỳ 2002

Mọi tranh ảnh sử dụng trong sách là tài liệu và sưu tập riêng của tác giả Ngô Thị Quý Linh.

VỀ TÁC GIẢ

Ngô Thị Quý Linh đã xuất bản một số sách cho thanh thiếu niên từ năm 1990 và một số tác phẩm về lịch sử và văn hóa Việt Nam:

— *Sử Xanh Lưu Truyền* (1991)
— *Lời Mẹ Hiền qua tục ngữ ca dao* (1993)
— *Lược sử Triết lý Giáo dục Việt Nam* (1997)
— *Lịch sử Việt Nam từ thuộc Pháp đến Độc Lập, 1858-1945* (2002)

Bà đã tham gia nhiều sinh hoạt văn hóa trong cộng đồng, dạy tiếng Việt tại nhiều trung tâm, từng là cố vấn cho Viện Bảo Tàng Thiếu Nhi tại Houston (Children's Museum of Houston) và phụ trách chương trình Văn Hóa Việt trên đài Saigon Houston.

www.ingramcontent.com/pod-product-compliance
Lightning Source LLC
Chambersburg PA
CBHW040321300426
44112CB00020B/2825